சூரிய வம்சம்

சூரிய வம்சம்

சா. கந்தசாமி (1940–2020)

தஞ்சை மாவட்டம் மயிலாடுதுறையில் பிறந்தார். 25ஆவது வயதில் 'சாயாவனம்' நாவலை எழுதினார். அது 1969இல் வெளிவந்தது. 150க்கும் மேற்பட்ட சிறுகதைகளையும் 11 நாவல்களையும் எழுதியிருக்கிறார். நுண்கலைகள், ஆவணப் படங்களில் ஆர்வம் கொண்டவர். சுடுமண் சிலைகள் பற்றிய இவரது ஆவணப்படம் சர்வதேச விருது பெற்றது. 'சாயாவனம்', 'சூரிய வம்சம்', 'விசாரணைக் கமிஷன்' ஆகிய நூல்கள் ஆங்கிலத்திலும் பல இந்திய மொழிகளிலும் மொழிபெயர்க்கப்பட்டுள்ளன. 'விசாரணைக் கமிஷன்' நாவலுக்காக 1998இல் சாகித்திய அகாதெமி விருது வழங்கப்பட்டது.

சா. கந்தசாமியின் பிற நூல்கள்
(காலச்சுவடு வெளியீடு)

- சாயாவனம் (கிளாசிக் நாவல்)
- அவன் ஆனது (கிளாசிக் நாவல்)
- தொலைந்து போனவர்கள் (நாவல்)
- தக்கையின் மீது நான்கு கண்கள் (முதல் சிறுகதைத் தொகுதி)

சா. கந்தசாமி

சூரிய வம்சம்

காலச்சுவடு பதிப்பகம்

அன்பார்ந்த வாசகருக்கு,

வணக்கம்.

காலச்சுவடு நூலை வாங்கியமைக்கு நன்றி.

நூலின் உள்ளடக்கம், உருவாக்கம், அட்டைப்படம் இன்ன பிற அம்சங்கள் பற்றிய உங்கள் கருத்துகளையும் ஆலோசனைகளையும் காலச்சுவடு வரவேற்கிறது. தகவல், எழுத்து, வாக்கியப் பிழைகள் தென்பட்டால் அவசியம் தெரிவித்து உதவுங்கள். நூல் தயாரிப்பில் கடும் குறைபாடு இருப்பின் மாற்றுப் பிரதி உங்களுக்குக் கிடைக்கக் காலச்சுவடு ஏற்பாடு செய்யும்.

மின்னஞ்சல்: publisher@kalachuvadu.com

காலச்சுவடு நாகர்கோவில் அலுவலகத்துக்குக் கடிதம் அனுப்பலாம்.

தங்கள்
எஸ்.ஆர். சுந்தரம் (கண்ணன்)
பதிப்பாளர் – நிர்வாக இயக்குநர்

சூரிய வம்சம் ❖ நாவல் ❖ ஆசிரியர்: சா. கந்தசாமி ❖ © K. ரோகிணி, K. சரவணன், T. தமிழ்செல்வி, K. முரளிதரன் ❖ முதல் பதிப்பு: ஆகஸ்ட் 1983 ❖ காலச்சுவடு முதல் பதிப்பு: செப்டம்பர் 2024 ❖ வெளியீடு: காலச்சுவடு பப்ளிகேஷன்ஸ் (பி) லிட்., 669, கே.பி. சாலை, நாகர்கோவில் 629001 காலச்சுவடு பதிப்பக வெளியீடு: 1248

cuuriya vamcam ❖ Novel ❖ Author: Sa. Kandasamy ❖ © K. Rohini, K. Saravanan, T. Tamilselvi, K. Muralidharan ❖ Language: Tamil ❖ First Edition: August 1983 ❖ Kalachuvadu First Edition: September 2024 ❖ Size: Demy 1 x 8 ❖ Paper: 18.6 kg maplitho ❖ Pages: 264

Published by Kalachuvadu Publications Pvt. Ltd., 669, K.P. Road, Nagercoil 629001, India ❖ Phone: 91-4652-278525 ❖ e-mail: publications@kalachuvadu.com ❖ Printed at Mani Offset, Chennai 600077

ISBN: 978-81-19034-55-0

09/2024/S.No. 1248, kcp 4804, 18.6 (1) 9ss

முன்னுரை

சின்னஞ்சிறு உலகங்கள்

நான் வாசிக்க ஆரம்பித்த இரண்டாயிரத்தின் தொடக்கத்தில் எனக்குப் பெரிதும் உதவியாக இருந்தது பழைய புத்தகங்கள் விற்கும் கடைகளும் புதுச்சேரி ரோமன் ரோலன் நூலகமும்தான். முறையான வாசிப்பு என்று எதுவும் தெரியாமல் இலக்கில்லாமல் போய்க்கொண்டிருந்த நேரம். தீவிர இலக்கிய எழுத்தாளர்களின் பெயர்களே அப்போதுதான் கொஞ்சம் கொஞ்சமாகத் தெரிய ஆரம்பித்திருந்தன. அந்தச் சமயத்தில் பழைய புத்தகங்கள் விற்பனை செய்யும் ஒரு கடையில் இரண்டு புத்தகங்கள் கிடைத்தன. ஒன்று சுந்தர ராமசாமியின் 'ஒரு புளியமரத்தின் கதை'. இன்னொன்று சா. கந்தசாமியின் 'சூரிய வம்சம்'. இரண்டின் மீதும் ஏதோ ஒரு மயக்கம் ஏற்பட இரண்டையும் எட்டு ரூபாய்க்கு வாங்கியதாக நினைவு.

'சூரிய வம்சம்' முதல் பதிப்பு வெளியான ஆண்டு 1983. நான் பிறப்பதற்கு முன்பே வெளியான நாவல் என்ற பிரமிப்பு அதை வாசிக்கும் ஆர்வத்தைத் தூண்டியது. அதன் பிறகு அவருடைய முக்கியமான சிறுகதையான 'தக்கையின் மீது நான்கு கண்கள்' என்ற சிறுகதையைக் குறும்படமாகத் தொலைக்காட்சியில் பார்த்தபோது அதுவும் பிரமிப்பை ஏற்படுத்தியது. இளைஞனாக என்னைப் பிரமிக்கவைத்த நாவலின் 'கிளாசிக்' வடிவத்திற்கு முன்னுரை எழுதுவது மகிழ்ச்சியாகவே இருக்கிறது. இந்த முன்னுரைக்காக

நான் அதே பழைய புத்தகத்தையே தேடியெடுத்து மீண்டும் வாசித்தேன்.

தமிழ் இலக்கியச் சூழலில் பட்டியலிடும் போக்கு க.நா.சு. காலத்தில் தொடங்கியது. அதன் பிறகு பட்டியல் போட்டவர்கள் பெரும்பாலானோர் ஒவ்வொரு எழுத்தாளருக்கும் ஒவ்வொரு முக்கியமான படைப்பு எனச் சேர்த்துவிட்டு இதுதான் இவர்களின் சிறந்தது போன்ற ஒரு பிம்பத்தை உருவாக்கிவிட்டனர். துரதிருஷ்டவசமாக இந்தப் பட்டியல்களால் பல எழுத்தாளர்களின் மற்ற பல நல்ல நூல்கள் கவனிக்கப்படாமல், பேசப்படாமல் இருந்துவிட்டன. இது சா. கந்தசாமிக்கும் பொருந்தும். தமிழ் நாவல் வரலாற்றை யார் எழுதினாலும் சா. கந்தசாமி பெயர் அதில் இருக்கிறது. ஆனால், அது வெறும் 'சாயாவனம்' என்ற ஒற்றை நாவலோடு நின்றுவிடுகிறது. பட்டியலில் உள்ளதை மட்டுமே படித்தால் போதுமென்ற மனோபாவமும் பலரிடத்தில் உள்ளது. அது 'கிளாசிக்' எழுத்தாளர்களின் மற்ற நல்ல நாவல்களுக்குச் சிக்கலாகிவிடுகிறது. சா. கந்தசாமியைப் பொருத்தவரையில் சாயாவனம் மட்டுமின்றி அவருடைய மற்ற நாவல்களுமே முக்கியமானவைதான்.

சா. கந்தசாமியும் இதர சில எழுத்தாளர்களும் இணைந்து உருவாக்கிய 'கசடதபற' இலக்கிய இயக்கம் தமிழ் இலக்கியத்தில் முக்கியமான ஒன்று. சா. கந்தசாமியின் எழுத்து மிகையுணர்ச்சி யற்றது, இயல்பானது. மேலோட்டமாகப் பார்த்தால் அது எந்த விதத் தத்துவ விசாரணையுமற்ற, அழகியலுக்காக வலிந்து உருவாக்கப்படாத ஒன்றாகத் தோன்றலாம். ஆனால் ஒட்டுமொத்த மாக அது உருவாக்கக்கூடிய சித்திரம் மிக முக்கியமானது. சா. கந்தசாமியின் பலமாகப் பார்க்கப்படுவது அவரது கதாபாத்திர உருவாக்கமும் கதைசொல்லல் முறையும்தான். அவருடைய கதைசொல்லும் முறை பல இடங்களில் அசோகமித்திரனை நினைவுபடுத்துகிறது.

'சூரிய வம்சம்' நாவல் செல்லையா என்ற சிறுவனின் பதின் பருவத்துக் கிராம வாழ்க்கையை அதன் போக்கில் யதார்த்தமாகச் சொல்லிச் செல்கிறது. ஒருநாள் செல்லையா பள்ளியை விட்டு வீட்டுக்குத் திரும்புவதிலிருந்து நாவல் தொடங்குகிறது. வீட்டிற்குப் போகும் வழியில் உடன் படிப்பவர்களிடம் ஏற்படும் சண்டையின் காரணமாக அவன் அம்மா அவனை இனிப் பள்ளிக்கூடம் போக வேண்டாமென்று சொல்லிவிடுகிறாள். ஆனால் அவனை அதற்காக மட்டும் பள்ளிக்கூடத்தை விட்டு நிறுத்தவில்லை

என்பது வெளிப்படையாகவே தெரிகிறது. அவளுக்குப் பல நாட்களாகவே அந்த எண்ணம் இருந்திருக்கிறது. இந்த நாவல் முழுக்கப் பல இடங்களில் பல விஷயங்கள் சொல்லாமலேயே உணர்த்தப்பட்டுள்ளன. கிட்டத்தட்ட மினிமலிச பாணியில் சொல்லப்பட்டுள்ளது எனலாம். சொல்லாமலேயே உணர்த்துவது ஒரு கலை. அதை இந்த நாவலில் அற்புதமாகவே செய்திருக்கிறார் சா. கந்தசாமி.

செல்லையாவின் வாழ்க்கையில் அதன் பிறகு பல விஷயங்கள் அவன் விருப்பம் இல்லாமலேயே நடக்கிறது. பள்ளியை விட்டு நிறுத்தப்பட்டதும், அவனுக்குச் சுத்தமாகப் பிடிக்காத மணி என்பவனிடம் வேலைக்கு அனுப்பப்படுகிறான். அவன் செல்லையாவின் அக்காவைக் கவர்வதற்காக அவன் அம்மாவின் மூலமாகக் குடும்பத்தில் செல்வாக்குச் செலுத்த முயற்சி செய்கிறான். செல்லையா பிடிக்காத வேலையைச் செய்கிறான். அவன் என்ன செய்தாலும் அதை உடனிருப்பவர்கள் தவறாகவே புரிந்துகொள்கிறார்கள். அவனுடைய ஒவ்வொரு சொல்லுக்கும் வேறு அர்த்தம் கற்பிக்கப்படுகிறது. பிறகொரு சமயத்தில் அவன் அக்காவின் கணவனும் அவன் வாழ்க்கையில் செல்வாக்குச் செலுத்த முயல்கிறான். அந்த நேரத்தில் மட்டும் சிறு எதிர்ப்பைக் காட்டுகிறான்; வெளியேறப் பார்க்கிறான். ஆனாலும் எந்த இடத்திலும் செல்லையா தனது வாழ்க்கையை நினைத்துச் சலித்துக்கொள்வதேயில்லை. கிடைத்த வாய்ப்புகளைப் பற்றிக்கொண்டு மெல்லத் தாவிக்கொண்டேயிருக்கிறான். இரண்டு இடங்களில் அவனுடைய உழைப்பைப் பார்த்து, தன்னுடன் வந்துவிடும்படி அவனிடம் ஒருவர் சொல்ல, அவன் எந்தவிதத் தயக்கமும் இன்றி உடனே ஒப்புக்கொள்கிறான். வாய்ப்புக் கிடைக்கும்போதெல்லாம் அதைப் பயன்படுத்த அவன் தவறவில்லை. தன் உழைப்பை மட்டுமே நம்புகிறான். அதுவே மற்றவர்களின் பார்வை அவன்மீது விழச்செய்கிறது. அதுவே அவனை அடுத்தடுத்த இடத்திற்கு நகர்த்திச் செல்கிறது. தன் மீது நிகழ்த்தப்படும் குடும்ப வன்முறையை முடிந்த அளவிற்குச் சகித்துக்கொள்ளவே பார்க்கிறான்.

ஒருகட்டத்தில் கிராமத்திலிருந்து சென்னைக்குத் தன் முதலாளியுடன் போகும் செல்லையா அங்கேயே தங்கிவிடுகிறான். அதன் பிறகு அவன் வாழ்க்கை முழுவதுமாக வேறு ஒரு தளத்திற்கு மாறிவிடுகிறது. சாதாரண இடத்திலிருந்து தனது வாழ்க்கையை ஆரம்பிக்கும் செல்லையா இறுதியில் எந்த இடத்தில்

வந்து நிற்கிறான் என்பதை நாவல் முன்வைக்கிறது. உண்மையில் இந்த நாவல் செல்லையா வாழ்க்கையின் தொடக்கத்தை மட்டுமே பேசுகிறது. அவன் தன் வாழ்க்கையில் முக்கியமான கட்டத்தை அடையும்போது நாவல் முற்றுப்பெற்றாலும், அது ஒருவிதமான திருப்தியை ஏற்படுத்திவிடுகிறது.

இதுபோன்ற யதார்த்தவாத நாவல்களின் தேவை மிக முக்கியமானது. தொண்ணூறுகளின் உலகமயமாக்கலுக்குப் பிறகு மக்களின் வாழ்க்கைத் தரம், அதன் போக்கு என அனைத்துமே மாற்றத்திற்கு உள்ளாகிவிட்டன. இது அனைத்து வகையான மக்களுக்கும் பொருந்தும். சூரிய வம்சம் அது எழுதப்பட்ட காலத்தை யதார்த்தமாகச் சித்தரிக்கிறது. அதன் மூலம் உலகமயமாதலுக்கு முந்தைய காலகட்டத்தின் துல்லியமான பதிவாகவும் விளங்குகிறது. இன்றைய சூழலில் அதைப் படிக்கும்போது உலகமயமாதலுக்குப் பின்பும் முன்புமான வாழ்க்கையில் ஏற்பட்டுள்ள வேறுபாடு களை நன்கு உணர முடிகிறது. கால மாற்றத்தின் விளைவாக முழுவதும் மாறிவிட்ட ஒரு சூழலில், காலத்தைப் பின்னோக்கிப் பார்க்கக்கூடிய ஒரு கருவியாக யதார்த்தவாத நாவல்களே திகழ்கின்றன. தமிழின் முக்கியமான யதார்த்தவாத நாவல்கள் அவ்வாறு பல விஷயங்களைப் பதிவுசெய்துவைத்துள்ளன. இதற்குப் பல உதாரணங்களைச் சொல்லலாம். அந்த வகையில் சா. கந்தசாமியின் சூரிய வம்சம் நாவலின் முக்கியத்துவமும் தேவையும் தெளிவாகின்றன.

யதார்த்த நாவல்கள் வாழ்க்கையைக் குறித்த பார்வையை, தத்துவத்தை முன்வைப்பதில்லை. அது ஒரு தனிமனிதனின் அல்லது ஒருசிலரின் வாழ்க்கையை அப்பட்டமாகப் பதிவு செய்கிறது. ஒவ்வொரு நாவலும் ஒவ்வொரு மனிதனின் சின்னஞ்சிறு உலகம்தான். அதிலிருந்து வாசகர் உருவாக்கிக்கொள்வதே மற்ற அனைத்தும். அப்படி வாசகர்களை நாவலோடு பிணைத்துக் காலத்தை அது கடக்கும்போது அந்த நாவல் அழிவற்றதாக நின்றுவிடுகிறது. அத்தகைய நாவல்களில் ஒன்று 'சூரிய வம்சம்'.

சா. கந்தசாமியைப் பற்றி எழுத்தாளர் அசோகமித்திரன் ஒரு கட்டுரையில் பின்வருமாறு கூறியிருப்பார்: "சா. கந்தசாமி ஏறக்குறைய ஐந்தாறு வருடங்களாகத் தீவிரமாக எழுதிக்கொண்டு வருபவராயினும் ஒரு போட்டியிலும் பரிசு வாங்கியது கிடையாது. பிரபல பத்திரிகையின் அங்கீகாரம் பெற்றவர் அல்லது இந்தக் குறிப்பிட்ட நாவல் சராசரி வாசகர்களின் பரபரப்புத் தேவையைப்

பூர்த்தி செய்யும் என்பவை கந்தசாமி, இந்த நாவல் இரண்டுக்கும் பொருந்தாது. இலக்கியத்தில் கந்தசாமியின் இடத்தை உறுதி செய்வதற்கு இன்னும் சிறிது நாள் ஆகலாம்."

அசோகமித்திரனின் இந்த வாக்கு எப்போதோ பலித்துவிட்டது. மேலும் அது சாயாவனம் என்ற நாவலையும் தாண்டி மற்ற நாவலுக்கும் பொருந்தக்கூடியதாகவும் உள்ளது.

'கிளாசிக்' பதிப்பாக வெளிவரும் சூரிய வம்சம் நாவல், தமிழ்ச் சூழலில் சா. கந்தசாமியைக் குறித்த ஒட்டுமொத்த மறுவாசிப்புக்கும் உறுதுணையாக இருக்கும்.

அரிசங்கர்

நண்பா,

உன்னைப் பற்றியும் என்னைப் பற்றியுமான நாவல் இது. அதனால் உற்சாகத்தோடும் நிறைந்த மனத்தோடும் எழுதினேன். எழுத எழுத காவேரிக் கரையில் புளியமரங்களிலிருந்து மழைநீர் சொட்டச்சொட்ட ஒன்றாக நடந்துசென்றது. காவேரியாற்றில் வெள்ளம் கரைபுரண்டபோது குதித்து நீந்தி அக்கரைக்குச் சென்றது, கரையேறி வயல் வரப்பெல்லாம் சுற்றியது நினைவுக்கு வருகிறது. பிறகு காவேரி மணலாகப் போகிறது. மணலில் கால் புதைய நடந்து செல்கிறோம்.

காலம் எத்தனை வேகமாகப் போகிறது. நாம் சிறிது வளர்ந்தோம், பிரிந்தோம். பிரிவதற்காகவே வளர்ந்தோம்போலும். நான் எங்கு சென்றேன் என்பதை நீ அறிய மாட்டாது போய்விட்டது. நீ சென்றதும் எனக்கும் அப்படியே. ஆனால் உன்னைப் பற்றிய நினைவு மட்டுமே என்னுள் இருந்துகொண்டே இருந்தது. உனக்காக – உன்னைப் பற்றி எழுதவாவது எழுத வேண்டும் என்று பலநேரங்களில் எழுத உட்கார்ந்தது உண்டு; எழுதியதும் உண்டு. ஆனால் உன் நினைவுகளை எழுதி முடிக்க முடியவில்லை. எழுதியது எல்லாம் அரையுங்குறையுமாக நின்று போய்விட்டது. உன்னைப் பற்றி எழுதப்படாமலேயே போய்விடுமோ? அப்படித் தோன்றியதும் உண்டு.

ஆனால், நண்பா, உன்னைப் பற்றி எழுதும் சாக்கில் என்னைப் பற்றியும் கொஞ்சம் எழுதிக்கொள்ள இப்போதுதான் சந்தர்ப்பம் கிடைத்தது. எழுதியதைப் படித்துப் பார்த்தபோது உன்னைப் பற்றியும் என்னைப் பற்றியும் என்பதுகூட முக்கியமில்லாது போய் விட்டது.

நம்மைப் போன்று இருந்தவர்களையும் இருக்கிறவர்களையும் பற்றி எழுதியிருப்பதாகப் பட்டது. அதுவே சூரிய வம்சம். நீயும் நானும் இந்த க்ஷணத்தில் இருக்கிறவர்கள். ஆனால் சீக்கிரத்தில் இல்லாது போய்விடலாம். இருந்தாலும் அனுபவம் என்ற சரட்டில் நம்முடையதும் ஓர் இழையாகச் சேர்கிறது. அப்புறம் அது எப்போதும் இருக்கும் சூரியன்போல.

நீ எங்கிருந்தாலும் சரி, உன் கைகளுக்கு எப்படியும் சூரிய வம்சம் படிக்கக் கிடைக்கும். படிக்கையில் உனக்குச் சந்தோஷம் வரும். நம்முடைய வாழ்க்கையை ரொம்பத்தான் தெரிந்த, அறிந்த ஒருவன் எழுதியிருக்கிறான் என்று முதல் பக்கத்தைப் புரட்டி மறுபடியும் பெயரைப் படிக்கையில் மனத்தில் மகிழ்ச்சி பெருகும். நாவலை மூடிவைத்துவிட்டு ஜன்னலுக்கு வெளியே தெரியும் மரங்களையும் செடிகொடிகளையும் பார்க்கையில் ஊர்களும் பெயர்களும் உன் நினைவில் கால்கொள்ளும்.

காலைப் பொழுது. மரங்களுக்கிடையில் ஒரு செம்போத்து பறந்துசென்று இன்னொரு மரத்தில் அமர்கிறது. உன் நினைவு வருகிறது.

11 மே 1983 — அன்புடன்
மைசூர் — **சா. கந்தசாமி**

1

நல்லூரில் இருந்து இலுப்பை மரங்கள், புங்க மரங்கள், புளிய மரங்கள், புன்னை மரங்கள், நாவல் மரங்கள், ஆல மரங்கள் என்று வகைவகையான மரங்களுக்கிடையில் வளைந்தும் நெளிந்தும் திருக்கண்ணுடையார் கோவிலுக்குச் செல்லும் சாலை. சாலை என்றால் அப்படியொன்றும் பெரிய சாலை இல்லை. ஒரு வண்டி சென்றால் எதிரே வரும் வண்டி ஆலமரத்தோடோ புன்னை மரத்தோடோ ஒதுங்கி நின்று வழி கொடுக்க வேண்டும். அப்படிப் பட்ட சின்னச் சாலை; வெறும் மண் சாலை.

மழைக்காலத்தில் சாலையில் உள்ள பள்ளத்தில் தண்ணீர் தேங்கி நின்றுவிடும். எப்பொழுதாவது அந்தப் பக்கமாகச் செல்லும் வண்டிகள் தண்ணீரில் இறங்கியேறிச் செல்லும். மற்றபடி தினமும் பள்ளிக்கூடம் செல்லும் பையன்கள் சிலேட்டுப் புத்தகத்தைத் தலைக்கு மேலே தூக்கிக்கொண்டு தண்ணீரில் இறங்கி ஆடுவார்கள். காலால் தண்ணீரை அடுத்தவன் மேலே எற்றியடிப்பார்கள்.

சின்னப் பள்ளத்தில் இரண்டு மூன்று பேர். எந்தப் பக்கத்தில் இருந்து யார் தண்ணீர் அடிப்பது என்று பார்ப்பதற்குள் கால்சட்டை நனைந்து மேல்சட்டை வரையில் தண்ணீர் வந்துவிடும். கால்சட்டை சொதசொதவென்று நனைந்ததும் பள்ளத்தில் இருந்து மேலேயேறி ஒரு கையால் கால் சட்டையைப் பிழிந்துவிட்டுக்கொண்டு, இன்னொரு கையால் தலைக்கு மேலே சிலேட்டுப் புத்தகத்தைத் தூக்கிக்கொண்டு போவார்கள். பள்ளிக்கூடம் போய்ச் சேர்வதற்குள் சிலேட்டுப் புத்தகம் லேசாகக் காய்ந்துவிடும். ஆனால் சட்டை அப்படியே ஈரமாக இருக்கும். சட்டையெல்லாம் ஈரமாக இருப்பது பையன்களுக்குச் சந்தோஷமாக இருக்கும்.

நல்லூரில் இருந்து திருக்கண்ணுடையார் கோவிலுக்குச் செல்லும் சாலையில், வெட்டாற்றை ஒட்டியிருக்கும் பெரிய ஆலமரத்திலிருந்து எதிராகச் சென்றால் பள்ளிக்கூடம் வந்து விடும். ஆனால் பள்ளிக்கூடம் போகவென்று தனியாகச் சாலையொன்றும் கிடையாது. பள்ளிக்கூடம் கட்டியபோது பாதை போட்டார்களோ என்னவோ தெரியவில்லை. இப்போது பையன்கள், ஆசிரியர்கள் எல்லாம், ஒற்றையடிப்பாதை வழியாகத்தான் பள்ளிக்கூடம் செல்கிறார்கள். மரங்களுக்கும் செடிகளுக்கும் கொடிகளுக்கும் இடையில் பள்ளிக்கூடப் பையன்கள் நடந்து நடந்து உண்டாக்கிய ஒற்றையடிப்பாதை கூடக் கொஞ்ச தூரந்தான்.

அப்புறம் ஒரு மணல் மேடு. உயர்ந்து சரிந்து கீழே இறங்கும் மணல்மேட்டில் பெரிய பெரிய இலுப்பை மரங்கள். உயர்ந்து நாலாப் பக்கமும் கிளைகளையும் தழைகளையும் பரப்பிக் கொண்டிருக்கும் மரங்கள். எந்தக் காலத்து மரம் என்று சொல்ல முடியாது. ஓராள் கட்டிப்பிடிக்க முடியுமா? மாலைநேரத்தில் இரண்டு பையன்கள் அப்படியும் இப்படியுமாக நின்று இலுப்பை மரத்தைக் கட்டியணைப்பார்கள். ஒருவன் கை விரலை இன்னொருவன் கை விரல் தொடாது. இன்னும் இன்னுமென்று மரத்தோடு அணைவார்கள். அப்பொழுதும் விரல்கள் ஒன்று சேராது.

ரொம்பப் பெரிய மரம்தான் என்று சலித்துக்கொண்டே போவார்கள். உயர்ந்த இலுப்பை மரமெல்லாம் ஒன்றாகச் சேர்ந்து இலைகளைக் கொண்டு சூரியனை மறைத்துக் கொண்டு இருந்தன.

மரங்களுக்குப் பின்னால் மணல்மேடு சரிந்து கீழே சென்று வாய்க்காலோடு சேர்ந்தது. மேட்டின் சரிவில் நெருஞ்சி. மணலுக்கும் நெருஞ்சி முள்ளுக்கும் வித்தியாசம் தெரியாது. குத்தினால்தான் தெரியும் நெருஞ்சி முள் கிடப்பதே. நெருஞ்சிக்கு எல்லாப் பக்கமும் முள். கால் மணலில் பதிவதற்கு ஏற்றாற்போல முள்ளும் குத்தும். சாதாரணமாக இரண்டு மூன்று இடத்தில் குத்திக்கொள்ளும். நெருஞ்சி முள்ளைக் காலிலிருந்து பிடுங்குவது தான் கஷ்டம். வலி உயிர் போவதுபோல இருக்கும். ரத்தம் வந்துவிடும். நெருஞ்சிக்கு அப்புறம் குட்டைகுட்டையாகக் காட்டாமணக்கு. அதைத் தாண்டிச் சப்பாத்திக் கள்ளி, வேலி போல,வாய்க்காலையொட்டி. நெருஞ்சியைத் தாண்டிச் சப்பாத்திக் காட்டுப் பக்கம் யாரும் சாதாரணமாகப் போகமாட்டார்கள். காரணம் சப்பாத்திக் காட்டில் நல்ல பாம்பு இருக்குமாம். சொல்லக் கேள்விதான். ஆனால் பிள்ளைகள் பயந்துகொண்டு அந்தப் பக்கமாகப் போக மாட்டார்கள்.

இலுப்பைத் தோப்பின் இடதுபக்கத்தில் ஒரு கீற்றுக் கொட்டகை. கீற்றுப் போட்டு வெகுநாட்கள் ஆகியிருக்கலாம். கீற்று மழையில் நனைந்து, வெயிலில் காய்ந்து கருத்து நிறம் மாறி உதிர்ந்துகொண்டிருந்தது. உதிர்ந்த ஓட்டை வழியாகச் சூரியக் கதிர்கள், உள்ளே நுழைந்துகொண்டிருந்தன. பெரிய கீற்றுக்கொட்டகைக்கு எதிர்த்தாற்போல இன்னொரு கீற்றுக் கொட்டகை. அது முன்னதைவிடக் கொஞ்சம் சின்னது. இரண்டு கொட்டகைகளும் சேர்ந்துதான் நல்லூர் நடுநிலைப் பள்ளி.

அதைச் சொல்ல இலுப்பைத் தோப்பின் முகப்பில் ஒரு பெயர்ப் பலகை. கருப்புப் பலகையில் வெள்ளை எழுத்துக்கள். ரொம்ப நாட்களுக்கு முன்னால் எழுதப்பட்டது போலும். எழுத்தின் மேலிருந்த வர்ணமெல்லாம் உரிந்து உதிர்ந்து கொண்டிருந்தது.

மாலைப்பொழுது. பள்ளிக்கூடம் விடுகின்ற நேரம். மணி இன்னும் அடிக்கவில்லை. ஆனால் பள்ளிக்கூடம் விட்டுவிட்டது போலத்தான் இருந்தது. பெரியவன், சிறியவன் என்று வித்தியாசம் இல்லாமல் எல்லோரும் இலுப்பை மரத்தைச் சுற்றி மணல் மேட்டில் ஆடிக்கொண்டிருந்தார்கள்.

கோபால் அவசரம் அவசரமாக ஓடி, ஒவ்வொரு இலுப்பை மரத்தடியிலும் நின்று மேலே அண்ணாந்து பார்த்தான். வேலு எந்த மரத்தில் ஏறி உட்கார்ந்துகொண்டிருக்கிறான் என்பதை அவனால் கண்டுபிடிக்க முடியவில்லை. தங்கவேலு மரம் ஏறிவிட்டால் அதுதான் கஷ்டம். அவனைக் கண்டுபிடிக்க முடியாது. தழை சொறியும் உச்சிக்குப் போய்க் கிளைகளுக்கிடை யில் மறைந்து போய்விடுவான். அவனாகச் சப்தம் போட்டுக் காட்டிக் கொண்டாலொழிய, கண்டுபிடிக்க முடியாது.

செல்லையா நெருஞ்சி முட்களுக்கிடையில் நடந்து சப்பாத்திக் காட்டைத் தாண்டி வாய்க்காலில் இறங்கி மறைந்துவிட்டான். அவனை மடக்கிப் பிடிக்க வேண்டும். சீக்கிரமாகப் போய்ப் பிடிக்க வேண்டும்.

கோபால் மணலில் கால் புதையப் புதைய வேகமாக ஓடினான். பெரிய இலுப்பை மரத்தின் கீழே நின்று மேலே பார்த்தான். உச்சிக்கிளையில், தங்கவேலு கால்களைத் தொங்கப் போட்டு உட்கார்ந்திருப்பது தெரிந்தது. உதட்டைக் குவித்து ஒருமுறை சீட்டியடித்தான்; சப்தம் வாயைவிட்டுக் கிளம்ப வில்லை.

அவன் யோசித்தான். காலால் மணலைக் கிளறி ஒரு கூழாங் கல்லை எடுத்தான். சற்றுப் பின்னே வந்து மேல்நோக்கிக் கல்லை

விட்டான். இடதுகைப் பழக்கம். கல் அடிக்க இரண்டு மூன்று முறைகள் தங்கவேலு கற்றுக்கொடுத்தான். ஆனால் கல் கிளம்பி மேலே போகவில்லை. "உனக்கு இதெல்லாம் வராது. மாட்ட மேய்ச்சிக்கிட்டு இரு!" என்று வேலு சொல்லிக்கொண்டே போய்விட்டான். அவனுக்கு அழுகை வருவது போல இருந்தது. கல்லையெடுத்து அடித்தான். ஒரு புளியங்காய் விழுந்தது. அடுத்த நாள் வேலுவிடம் சொன்னதும் அவன், "அப்படியா?" என்று கேட்டுவிட்டுப் பேசாமல் இருந்துவிட்டான். அதிலிருந்து கோபால் கல் அடிக்கப் போவதில்லை.

செல்லையா போய்க்கொண்டிருக்கிறான். அவனை மடக்கிப் பிடிக்க வேண்டும். என்ன செய்வது? கோபால் மறுபடியும் மறுபடியும் யோசித்தான். மேலே நிமிர்ந்து பார்த்தான். தங்கவேலு காலைக் காணோம். வேறு கிளைக்குத் தாவிவிட்டானோ? வாயில் விரலைக் குவித்துவைத்து, நாக்கை உள்ளுக்கு வாங்கி ஒரு இழுப்பு இழுத்தான். ஒரு சப்தம், ரயில் எஞ்சின் ஊதுவதுபோல ஒரு சப்தம். இவனுக்கே ஆச்சரியமாக இருந்தது.

நீண்ட விசில் சப்தம் தங்கவேலுவைக் கீழே குனிய வைத்தது. தலையைத் தொங்கப்போட்டுக்கொண்டு இவனைப் பார்த்தான். அவன் போகிறான், செல்லையா போகிறான் என்று இவன் தலையையும் கையையும் ஆட்டினான். சற்று நேரம் இவன் சொல்வது அவனுக்குப் புரியவில்லை. அப்புறம் புரிந்து கொண்டான். புரிந்துகொண்டதும் மரத்தில் உட்கார்ந்து இருக்க முடியவில்லை. மேல் கிளையிலிருந்து கீழ்க் கிளைக்குத் தாவினான். அவன் தாவிய வேகத்தில் கிளையே முறிந்துவிடும் போல இருந்தது. ஒவ்வொரு கிளையும் கீழே தாழ்ந்து மேலே உயர்ந்தது.

"பார்த்து... பார்த்து!"

கோபால் போட்ட சப்தம் அவனுக்குக் கேட்டதோ இல்லையோ தெரியவில்லை. மேல் கிளையில் இருந்து திடீரென்று மணலில் குதித்தான். குதித்த வேகத்தில் எழுந்து, இரண்டு கையிலும் ஒட்டிக்கொண்டிருந்த மணலைத் தட்டி, "எங்க? எந்தப் பக்கமாப் போறான்?" என்று கேட்டான்.

"கள்ளிக் காட்டு வழியா!" இவன் நெருஞ்சி, சப்பாத்திக் கள்ளி மண்டிக்கிடந்த பகுதியைச் சுட்டிக்காட்டினான்.

"அப்படியா?"

"..."

"என் கண்ணுல படவே இல்லியே!"

சா. கந்தசாமி

"நீதான் மரத்து மேல ஏறிக்கிட்டு இந்தப் பக்கம் பார்க்கவே இல்லியே!"

"இப்படிப் போகமாட்டான்னு நினச்சேன்."

"அவனப்பத்தி அப்படி நினைக்கலாமா?"

"ரொம்பத் தைரியந்தான் அவனுக்கு!"

"பின்ன?"

"நம்ப பிரப்பன் காட்டிலே புகுந்துபோய் அவனைக் காவேரி ஆத்தங்கரையில் மடக்கிப்பிடிக்கலாம்."

கோபாலுக்கு அது சரியான யோசனையாகத்தான் பட்டது. காவேரிக்கரைக்குப் போகப் பிரப்பங் காட்டில் புகுந்து போவதுதான் குறுக்கு வழி. சிறிதுநேரத்தில் போய்விடலாம். அப்படிப் போனாலும் செல்லையாவை மடக்கிப்பிடிக்க முடியுமா?

"இந்நேரம் அவன் காவேரியைத் தாண்டியிருப்பான்."

"ஆத்தத் தாண்டியிருந்தா ஐயனார் கோவில் கூந்தப் பனையாண்ட பிடிச்சிடலாம்... நீ வா" தங்கவேலு முன்னால் அடியெடுத்து வைத்து ஓட ஆரம்பித்தான். அவனுக்கு நீண்ட கால். வேகமாக ஓடினான். அவனுக்கு இணையாகக் கோபாலால் ஓட முடியவில்லை. கொஞ்ச தூரம் ஓடியதும், வயிறு வலிப்பது மாதிரி இருந்தது. வலிக்கும் வயிற்றை ஒரு கையால் அழுத்திப் பிடித்துக் கொண்டு ஓடினான்.

தங்கவேலு ஈச்ச மரத்தடியில் உட்கார்ந்து வலதுகாலைத் திருப்பிப்பார்த்துக்கொண்டிருந்தான். அப்புறம் பாதத்தைப் பல்லால் கடித்து, ரத்தத்தை வாயால் உறிஞ்சிக் கீழே துப்பினான்.

"என்ன?" கோபால் இரைக்க இரைக்க முன்னால் போய் நின்றான்.

"முள்ளு... நல்லாக் குத்திடுச்சி." உமிழ்ந்த ரத்தத்தைப் பார்த்தான். புல்லெல்லாம் சிவப்பாக இருந்தது.

கோபால் கால்சட்டையை மேலே தூக்கிவிட்டுக்கொண்டு, "செல்லையா ஐயனார் கோயில்கிட்ட போயிருப்பான்!" என்றான்.

"நிஜமாவா?" தங்கவேலு எழுந்து நின்றான். பாதத்தை ஒரு முறை கோவைக்கொடியில் அழுத்திச் சரிப்படுத்திக் கொண்டான்.

"அவன, இன்னக்கி அவன் வூட்டு வாசல்லயாவது மடக்கிப் பிடிச்சி அடிக்கணும்... வா," என்று முன்னே காலெடுத்து வைத்து

ஓடினான். வேகமாக ஓட முடியவில்லை. பாதம் தரையில் பட்டால் வலித்தது. வலியைப் பொறுத்துக்கொண்டு நொண்டி நொண்டிக் கொண்டே ஓடினான். கூட ஓடிய கோபாலுக்குக் கால்சட்டை கழன்றுவிட்டது. அவன் கால்சட்டைக்குப் பொத்தான் கிடையாது. அரைஞாண் கொடியைத்தான் மேலே தூக்கிப் போட்டு இருந்தான். ஓடிய வேகத்தில் கால்சட்டை நழுவிக் கீழே வந்துவிட்டது. நின்று அதை மேலே தூக்கிப்போட்டுக் கொண்டான்.

தங்கவேலு திரும்பிப் பார்த்தான். இவன் நிற்பதைக் கண்டதும், "வாடா" என்று கத்தினான். அந்தச் சப்தத்தில் இரண்டு பச்சைக் கிளிகள் மேலே எழுந்து பறந்தன.

"வந்துட்டேன்."

கோபால் கால்சட்டைமீது அரைஞாண் கொடியை அவசரம் அவசரமாக இழுத்துப்போட்டான். பரபரப்பிலும் அவசரத்திலும் சரியாகப் போடமுடியவில்லை. ஆனால், போட்டது போதுமென்று ஓடினான். கொஞ்சதூரம் ஓடிச் சின்ன வாய்க்காலைத் தாண்டிக் குதித்ததும் கால்சட்டை கீழே இறங்கியது. இனிமேல் நின்று, சரிப்படுத்திக்கொண்டிருந்தால் தங்கவேலு உதைத்தாலும் உதைப்பான் என்று இவன் நினைத்தான். எனவே நழுவிய கால் சட்டையை இடதுகையில் பிடித்துக் கொண்டு அவனையும் முந்திக்கொண்டு ஓடினான்.

கோபால் முன்னே ஓடுவது இவனை வெறிகொள்ள வைத்தது. தலையை அசைத்துக்கொண்டான். காலில் முள் குத்தியதை மறந்தான். கொஞ்சதூரம் சென்றதும் செல்லையாவைக் கூட மறந்தான். அவனை முந்திக்கொண்டு போகவேண்டும் என்ற எண்ணத்தோடு புல்லிதழ்களை மிதித்துத் துவைத்துக் கொண்டு முன்னே வழிமறித்த கிளைகளையும் இலைகளையும் தள்ளியபடி வேகமாக ஓடிக்கொண்டே இருந்தான்.

2

செல்லையா திரும்பித் திரும்பிப் பார்த்தபடி வேகமாக நடந்தான். இவனுக்குத் தான் தப்பி விட்டது மாதிரி இருந்தது. காவிரியாற்றைத் தாண்டி ஐயனார் கோவில் பின்னால்போய்க் களத்துமேட்டை ஒட்டிக் கருவேல மரங்களோடு நடந்துபோனால் வாய்க்கால் அருகில் இவன் வீடு. பள்ளத்திலிருந்து மேடு ஏறினான்.

காவிரியாற்றின் கரையில் நின்று பின்னால் திரும்பிப் பார்த்தான். புளிய மரங்களும் இலுப்பை மரங்களும் சாலையை மறைத்துக்கொண்டிருந்தன. பின்னால் ஒன்றும் கண்களுக்குப் புலப்படவில்லை. சுற்றுமுற்றும் பார்த்தான். ஆட்கள் யாரும் தென்பட வில்லை. இடது கையிலிருந்து வலது கைக்குப் புத்தகப் பையை மாற்றிக்கொண்டான். காக்கிப் பை. ஒரு காது அறுந்துவிட்டது. அதை இன்னொரு காதோடு சேர்த்து முடிச்சுப்போட்டிருந்தான்.

ஒரு பச்சைக்கிளிக் கூட்டம் சப்தம் போட்டுக் கொண்டு வேகமாகப் பறந்து ஆற்றைத் தாண்டிச் சென்றது.

செல்லையா கோரையைக் கையில் பிடித்துக் கொண்டு பள்ளத்தில் கால்வைத்து மெதுமெதுவாகக் காவிரியில் இறங்கினான். ஆற்றில் அதிகமாகத் தண்ணீர் இல்லை. எதிர்க்கரையை ஒட்டினாற் போலத் தண்ணீர் சலசலத்துச் சென்றது.

காய்ந்த மணலில் காலை எட்ட எட்ட எடுத்து வைத்து இவன் நடந்தான். மணிப்புறா இறகு ஒன்று மணலில் புதைந்துகிடந்தது. புதிய இறகு. மெருகு கெடாமல் இருந்தது. அவசரம் அவசரமாக அதை எடுத்து ஒரு புத்தகத்தில் வைத்து மீண்டும் புத்தகப் பையில் வைத்துக்கொண்டு நடந்தான். ஈர மண்

வந்தது. திரும்பிப் பின்னால் பார்த்தான். ஒரு வெள்ளைப் பசு அக்கரையிலிருந்து கீழே இறங்கிக் கொண்டிருந்தது. ஆற்றைத் தாண்டிவிட்டால் தப்பித்துக்கொண்டு போனது மாதிரித்தான். ஐயனார் சிலைக்குப் பின்னால் நடந்து கூந்தல்பனையோடு நடந்து ஈச்ச மரத்திற்கு அடியில் திரும்பி ஓடிவிடலாம். ஓடிவிட முடியுமா? இவனுக்குப் பயமாக இருந்தது.

இவன்கூடக் குமரேசன் வருவான். ஐயனார் கோவில் வரையில் அவன்தான் துணை. பெரிய பையன். நான்கு நாட்களாகப் பள்ளிக்கூடம் வரவில்லை. கொஞ்ச நாட்களாகவே அவன் சரியாகப் பள்ளிக்கூடம் வருவதில்லை. அடிக்கடி மட்டம். அவன் அப்பா செத்ததில் இருந்துதான் அப்படி. அதற்கு முன்னாலெல்லாம் சரியாகப் பள்ளிக்கூடம் வந்துவிடுவான். ஆனால் படிப்புதான் வராது. கேள்வி கேட்டால் எழுந்து நின்று ஆசிரியரையே பார்த்தபடி நிற்பான். அவன் நிற்பது ஏதோ சண்டைக்குத் தயாராக இருப்பதுபோல இருக்கும். உட்கார் என்று சொல்கிறவரையில் நிற்பான்; தானாக உட்கார மாட்டான்.

அவன் ஏழாம் வகுப்பில் இரண்டாம் வருஷம், ஒவ்வொரு வகுப்பிலும் அவன் அப்படித்தான். தங்கித்தங்கி மெதுவாகப் போவான். படிப்புதான் வரவில்லையே தவிர மற்றயெல்லாம் நன்றாக வந்தது. ஒருமுறை ஐயனார் குதிரைமீது ஐயனார் மாதிரி உட்கார்ந்திருந்தான்.

சண்டையில் அவன் சூரன். ஆனால் தானாகச் சண்டைக்குப் போகமாட்டான்; வந்தால் விடமாட்டான். கடைசிவரையில் எதிர்த்து நிற்பான். கையைவிடத் தலைதான் அவனுக்கு அதிகமாகச் சண்டை செய்யும். அவன் சண்டைமுறையே தனியானது. அடித்தால் முதலில் வாங்கிக்கொள்வான். ஒன்றுமே தெரியாதது மாதிரி நிற்பான். எதிராளி ஏமாந்து நிற்கும்போது திடீரென்று அவன் வயிற்றில் தலையால் முட்டி மேலே தூக்கிக் கீழே போடுவான். ஒருமுறை அவன் தலையால் மோதிவிட்டால் போதும், யாரும் அதிலிருந்து தப்பமுடியாது. குடல் அறுந்தது போல இரண்டு கையாலும் வயிற்றைப் பிடித்துக்கொண்டு கத்துவார்கள். இரண்டு மூன்றுபேரைக் குமரேசன் முட்டித் தூக்கிப்போட்டு இவன் பார்த்திருக்கிறான்.

கடைசியாக அவன் முட்டித் தள்ளியது தங்கவேலுவைத் தான் என்பது செல்லையாவுக்கு நினைவுக்கு வந்தது. இரண்டு பேரும் பள்ளிக்கூடம் விட்டு வந்துகொண்டிருந்தார்கள்.

இலுப்பை மரத்தடியில் சாய்ந்து உட்கார்ந்து மணலை அள்ளிக் காற்றில் பறக்கவிட்டுக் கொண்டிருந்த தங்கவேலு கையைத் தட்டிக் கூப்பிட்டான்.

குமரேசன் நின்று திரும்பிப் பார்த்தான்.

"உன்னதான். இங்க வா." அவன் கையாலேயே அழைத்தான்.

செல்லையாவுக்குப் போக வேண்டாம் என்று பட்டது. அவன் கையைப் பற்றி முன்னே இழுத்தான்.

"கூப்பிடுறானே, பார்த்துட்டுப் போகலாம்," என்று இவனையும் அழைத்துக்கொண்டு முன்னே போய் நின்றான்.

"என்னடா, என்னப் பார்த்துவிட்டு நேரா போற?"

குமரேசன் அவனையே பார்த்தபடி நின்றான்.

"எங்க போற?"

"உனக்கு அவசியம் தெரியணுமா?"

"பின்ன?"

"அப்படியா?" குமரேசன் புத்தகப் பையைச் செல்லையா விடம் கொடுத்தான்.

தங்கவேலு மணலில் கையூன்றி எழுந்தான். ஓரடி முன்னால் வந்து, "சண்டையெல்லாம் ரொம்ப நல்லா போடுறியாமே!" என்று தலையில் ஒரு தட்டுத் தட்டினான்.

குமரேசன் ஒன்றும் பேசவில்லை. அப்படியே நின்றான்.

"தலையெல்லாம் நல்லாதான் இருக்குது. சண்டை நல்லாதான் செய்வ. நம்பகூடச் சேர்ந்துடு."

அவன் ஓரடி முன்னால் எடுத்துவைத்தான். அப்புறம் திடீரென்று பாய்ந்து தங்கவேலு வயிற்றில் முட்டித் தள்ளிக் கொண்டு போய் இலுப்பை மரத்தில் சாய்த்தான். தங்கவேலு வயிற்றைப் பிடித்துக் கொண்டு அலறிக்கொண்டு கீழே விழுந்தான். தலை இலுப்பை மர வேரிலும், கால் மணலிலும் கிடந்தது. முகம் கோணக்கோணக் கத்தினான். அவன் கீழே கிடப்பதையும் கத்துவதையும் பார்க்கச் செல்லையாவுக்குப் பயமாக இருந்தது. அவன் கையைப் பிடித்தபடிப் பின்னால் திரும்பினான். கோபால் இன்னொரு இலுப்பை மரத்தடியில் மறைந்து கொண்டிருந்தான்.

சூரிய வம்சம்

"வா. போகலாம்," என்றான் குமரேசன் இவன் பக்கம் திரும்பி.

ஆலமரத்தடிக்கு வந்ததும் செல்லையா கேட்டான்: "எப்படி அவனத் தள்ளின?"

"எப்படியா? உன்னத் தள்ளிக்காட்டட்டுமா?" ஆலம் விழுதைப் பிடித்துத் தாவிப் பின்னால் போய்விட்டு, முன்னே வந்து இவனுக்கு நேர் எதிரே குதித்தான்.

"எனக்கா? வேணும்."

"பயப்படாத. உன்ன முட்டமாட்டேன். உனக்கு முட்டுறது எப்படியின்னு அப்புறமாக் கத்துத் தர்றேன்."

குமரேசன் சொன்னதோடு சரி. அதிலிருந்து சரியாகப் பள்ளிக்கூடம் வரவில்லை; வந்தால் சொல்லிக்கொடுத் திருப்பான்.

செல்லையா எட்டஎட்டக் கால்களை எடுத்துவைத்து நடந்தான். வேகமாக நடக்கையில் கால்சட்டை நழுவியது. மேலே தூக்கிவிட்டுக் கொண்டு நடந்தான். கால் தண்ணீரில் நனைந்தது.

காவிரிக்கரையில் புங்க மரத்தின் பின்னால் இருந்து சிரிப்பு; பெரும் சிரிப்பு. இரண்டுபேர் மாறிமாறிச் சிரிக்கும் சிரிப்பு; ஏளனமான சிரிப்பு; பரிகாசமான சிரிப்பு. இவன் தலையை நிமிர்த்திப் பார்த்தான்.

சிரித்து ஓய்ந்து தங்கவேலும் கோபாலும் இவனையே பார்த்தபடி நின்றுகொண்டிருந்தார்கள். இவன் இன்னொரு அடியெடுத்துத் தண்ணீரில் வைத்தான்.

"தப்பிச்சிக்கிட்டுப் போயிடலாமென்னு நினைச்ச போல இருக்கு!" காவிரிக்கரையில் இருந்து சறுக்கிக்கொண்டு தங்கவேலு கீழே வந்தான். செல்லையா முன்னே நின்று ஒரு சிரிப்புச் சிரித்தான். பின்னால் கோபால் நிற்பது தண்ணீரில் தெரிந்தது.

"செல்லையா, நான் யாருன்னு உனக்குத் தெரியுமா?"

"..."

"தெரியாது?"

"தெரியாது."

"நிஜமாவா?"

"நிஜமாதான்."

"இப்பத் தெரியுதான்னு பார்!" அவன் முன்னே வந்து செல்லையாவின் கன்னத்தில் பளீரென்று ஓர் அறை விட்டான். பல் ஈறிலெல்லாம் வலித்தது. உயிர் போவது போல இருந்தது. பின்னால் நகர்ந்து கன்னத்தில் கைவைத்து அழுத்திக்கொண்டான். கண்களில் நீர் சுரந்தது. கை பையை ஒரு சுழற்றுச் சுழற்றியது.

"வேலு, உன்ன அடிக்க பையைச் சுழற்றுறான்!" என்று கோபால் கத்தினான். தங்கவேலு திடீரென்று கீழே குனிந்து இரண்டு பிடி மணலை அள்ளி இவன் மூஞ்சியில் அடித்தான். கண்ணில் மணல் விழுந்து விட்டது. ஒரு கணம் கண்களை மூடித் திறந்தான். கண்களுக்கு முன்னே ஒன்றுமே தெரியவில்லை.

தங்கவேலு இவன் மேலே பாய்ந்து புத்தகப் பையைப் பிடுங்கி எறிந்துவிட்டு, மணலில் உருட்டித் தள்ளினான். கீழே விழுந்த வேகத்தில் செல்லையா புரண்டு அவனை உருட்டினான். இரண்டு பேரும் மாறி மாறி அடித்துக்கொண்டு புரண்டு உருண்டார்கள்.

செல்லையாவின் சட்டை கிழிந்துபோய்விட்டது. மூக்கில் பட்ட அடியில் இருந்து ரத்தம் வந்தது. அப்புறம் இவனால் சண்டை போட முடியவில்லை. சோர்ந்து மணலில் அப்படியே கிடந்தான்.

தங்கவேலு கையில் ஒட்டியிருந்த மணலைத் தட்டியபடி எழுந்து நின்று இவனை ஒரு பார்வை பார்த்தான்.

"உன்னையே எதிர்த்து நிற்கிறான்!" என்றான் கோபால், அவன் பக்கமாக வந்து.

"இப்ப நிக்கட்டும்."

"சார் ஒரு கொட்டு வையின்னதும், குதிச்சிக்கிட்டு முன்ன வந்து கொட்டு வச்சிய. இப்ப உனக்கு யாரு வருவா!" என்றான்.

"அந்த வாத்தியானே வரட்டும்!" தங்கவேலு இரண்டு கை தண்ணீரை மொண்டு முகம் அலம்பிக்கொண்டு வந்தான்.

செல்லையா ஒருமுறை கண்களை மூடித் திறந்தான்.

"இன்னம ஒழுங்கா இருந்துக்க."

இவன் புரண்டான்.

"இத வந்து சார்கிட்ட சொன்ன, அவ்வளவுதான், நினைவுல வச்சிக்க."

சூரிய வம்சம்

செல்லையா எழுந்து பையைக் கையில் எடுத்துக்கொண்டு திரும்பிப் பார்த்தான். தூரத்தில் ஏதோ வண்டி வரும் சதங்கைச் சப்தம் கேட்டது. அவர்கள் இரண்டுபேரும் திரும்பினார்கள்.

பையைத் தோளில் போட்டுக்கொண்டு தண்ணீரில் இறங்கி மெதுவாக நடந்து இக்கரைக்கு வந்தான். ஒருகல்லில் புத்தகப் பையை வைத்துவிட்டுத் தண்ணீரை மொண்டுமொண்டு மூஞ்சை அலம்பிக்கொண்டான். காயத்தில் தண்ணீர் பட்டதும் எரிந்தது. முகத்தைச் சுளித்துக் கொண்டான். அப்புறம், மேல்சட்டையைக் கழற்றினான். பின்னாலும் முன்னாலும் ரொம்பத்தான் கிழிந்து போயிருந்தது. சட்டையை உதறி மாட்டிக்கொண்டு பையை எடுத்துக்கொண்டு காவிரிக்கரை ஏறி நடக்க ஆரம்பித்தான்.

ஐயனார் சிலை வந்ததும் கொஞ்ச நேரம் நின்றான். பார்வை வீட்டுப்பக்கம் சென்றது. அம்மாவிடம் என்ன சொல்வது? யோசிக்க யோசிக்க ஒன்றும் தெரியவில்லை. மெதுமெதுவாகக் காலெடுத்து வைத்து வீட்டிற்குச் சென்றுகொண்டிருந்தான்.

3

ஏழாம் வகுப்பிற்குள் நுழைந்த சண்முகம் சார் பிரம்பால் மேசைமீது படபடவென்று தட்டினார். அங்குமிங்கும் நின்றுகொண்டிருந்தவர்களும் இடம்மாறி இருந்தவர்களும் அவசரம் அவசரமாகத் தங்கள் இடத்தில் வந்தமர்ந்தார்கள். இரைச்சலும் கூச்சலும் அடங்கியது. உட்கார்ந்த மாணவர்கள் நிமிர்ந்து சாரையே பார்த்தபடி இருந்தார்கள்.

சண்முகம் சார் ஏழாம் வகுப்பு முழுவதையும் ஒரு கணம் நோட்டமிட்டார். அவருக்கு வகுப்பு ஒழுங்கில் இருக்க வேண்டும். அவனவன் இடத்தில் அவனவன் இருக்க வேண்டும்; இடம் மாறி இருக்கக் கூடாது; யாரும் பேசக் கூடாது. வெளியே வேடிக்கை பார்க்கக் கூடாது; ஓட்டை வழியாக உள்ளே இறங்கும் சூரிய ஒளிக் கதிரைப் பிடிக்கக் கூடாது.

ஏழாம் வகுப்பு அமைதிக்கு வந்துவிட்டது. பிரம்பை மேசைமீது வைத்துவிட்டுப் புத்தகத்தைக் கையில் எடுத்தார். மாணவர்களை ஒரு பார்வை பார்த்துவிட்டு ஏடுஏடாகப் பக்கங்களைத் தள்ளினார். ஒரு பாடத்தில் பார்வை நிலைத்தது.

சண்முகம் சார் பாடம் நடத்தும் முறையே ஒரு விதம். முந்திய வகுப்பில் நடத்திய பாடத்தை நினைவு கூர வைப்பார். அதில் கேள்வி கேட்பார். கேள்வியைத் தொடர்ந்து விளக்கம் கூறுவார். அவர் பாடம் நடத்தும் வழிமுறையெல்லாம் மற்றவர்கள் பாடம் நடத்தும் விதத்திலிருந்து வித்தியாசப்பட்டிருந்தது. முதலில் அவரே ஒரு மாணவன்போல இருந்தார். எனவே பெரிய பையன்களுக்கு அவர் ஆசிரியர் மாதிரிப் படவில்லை.

புத்தகத்தை மூடிக் கையில் எடுத்துக்கொண்டு சார் மேசைமீது கையூன்றி நின்றார். அப்புறம் எல்லோரையும் பார்த்து, "போன வகுப்பில் என்ன பாடம்?" என்று கேட்டார்.

சூரிய வம்சம்

"பாபர் பாடம் சார்."

"பாபர் பாடத்தில் முதலில் ரெண்டு கேள்வி. அப்புறம் அடுத்த பாடம்."

முதல் பெஞ்சில் உட்கார்ந்திருந்த மாணவர்கள் தலையசைத்தார்கள். புத்தகத்தை மூடிவைத்துவிட்டுக் கையைக் கட்டிக்கொண்டு சார் கேட்கும் கேள்விக்குப் பதில் சொல்ல ஆயத்தமாகிக்கொண்டிருந்தார்கள்.

சார் தலை முன்னே சென்று திரும்பியது. தங்கவேலு அவசரம் அவசரமாகப் புத்தகத்தைப் புரட்டிக் கொண்டிருந்தான். சண்முகம் சார் அவனைத்தான் கேள்வி கேட்கிறார்.

போன வாரங்கூட ஒரு கேள்வி கேட்டார். எழுந்து நின்றான். பதில் சொல்லத் தெரியவில்லை. ரொம்ப நேரம் நின்று கொண்டு இருந்தான். 'அடுத்த வகுப்புக்குப் படித்துக்கொண்டு வரணும்' என்று அவனை உட்காரச் சொன்னார்.

இந்த வாரமும் கேள்வி கேட்பாரோ? – தங்கவேலு புத்தகத்தைப் புரட்டினான்.

"அது யார், தங்கவேலா? எழுந்திரி." சார் வந்து நான்கு மாதந்தான் ஆகிறது. வகுப்பில் உள்ள எல்லா மாணவர்கள் பெயரும் தெரிகிறது.

தங்கவேலு மெதுவாகத் தயங்கி எழுந்து நின்றான். வகுப்பிலேயே அவன்தான் பெரியவன், முகத்தில் பருவெல்லாங் கூடக் கிளம்ப ஆரம்பித்துவிட்டது. ஏழாம் வகுப்பில் அவன் இரண்டாம் முறை; ஆறாம் வகுப்பிலும் அப்படித்தான். படிப்பு தான் அவனுக்குச் சரியாக வரவில்லையே தவிர மரம் ஏறுவது, சண்டை போடுவது, விளையாடுவது – எல்லாவற்றிலும் முன்னே நிற்பான்.

சார் கேள்வியை அவன் மனத்தில் வாங்கிக்கொண்டான், ஆனால் பதில் வரவில்லை. சாரையே பார்த்துக்கொண்டு இருந்தான்.

சாதாரணமாக தங்கவேலுவை யாரும் கேள்வி கேட்க மாட்டார்கள். கணக்கு மணவாள நாயுடு அவனை விட்டு விட்டுத்தான் அடுத்தவனைக் கேட்பார். ஆனால் சண்முகம் சார் அப்படியில்லை. அவர் இன்னொருவர் வழியைப் பின்பற்றாமல் மற்றொரு வழியில் சென்றுகொண்டிருந்தார்.

"தங்கவேலு, பதில் தெரியுமா?"

அவன் தலையை அசைத்தான்.

சா. கந்தசாமி

"வாயைத் திறந்து சொல்."

அவன் இவரையே பார்த்துக்கொண்டிருந்தான்.

"கோபால், நீ?"

அவன் எழுந்து நின்றான். அவனும் கிட்டத்தட்ட தங்கவேலு மாதிரிதான். ஆனால் எப்பொழுதாவது ஒன்றிரண்டு கேள்விகளுக்குப் பதில் சொல்லிவிடுவான்.

"இது சரியில்ல; ரொம்பத் தப்பு." சண்முகம் சார் பார்வை மறுபடியும் வகுப்பு முழுவதும் சென்றது. யாரைப் பிடிக்கலாம்; பார்வை செல்லையாமீது விழுந்தது.

"செல்லையா நீ சொல்லு."

அவன் அவசரஅவசரமாக எழுந்து நின்றான். இரண்டு கைகளையும் மார்போடு அணைத்துக் கண்களை மூடிய நிலையில் சப்தமாகப் பதில் சொல்லி முடித்தான்.

சண்முகம் சார் பிரம்பை எடுத்து மேசையில் ஒரு தட்டுத் தட்டினார்.

"செல்லையா, பதில் சொல்லாத ரெண்டுபேரு தலையிலும் ரெண்டுரெண்டு கொட்டு வை."

செல்லையா திரும்பிப் பார்த்துவிட்டுப் பேசாமல் நின்றான்.

"சீக்கிரம், நேரமாகுது." அவர் கையில் இருந்த பிரம்பு படபடவென்று மேசையில் அடித்தது. அதுகூடத் தங்கவேலு பிரப்பங்காட்டில் இருந்து வெட்டி வந்த பிரம்புதான். சார் பள்ளிக் கூடத்திற்கு வந்தபிறகு அமைப்புமுறையே மாறியிருக்கிறது. மாறிமாறி எல்லோரையும் கேள்வி கேட்கிறார்; பதில் சொல்ல வைக்கிறார். சரியாகப் பதில் சொன்னவர்களைத் தட்டிக் கொடுக்கிறார். பதில் சொல்ல முடியாதவர்களை, நாளை படித்துக் கொண்டுவா என்கிறார். பதிலைக்கூடச் சொல்லிக் கொடுக்கிறார். குறித்துக்கொள்ளச் சொல்கிறார். இரண்டு முறை மூன்று முறை பார்க்கிறார். அப்படியும் படித்துக்கொண்டு வரவில்லையா? தங்கவேலு பிரப்பங்காட்டில் வெட்டித் தீயிட்டுக் கொளுத்திப் பதப்படுத்திய பிரம்பால் சுளீர்சுளீரென்று விளாசுகிறார்.

"ரெண்டுபேருக்கும் கொட்டு வச்சியா?" பிரம்பை சார் காற்றில் வீசினார். தனக்கு அடிபடுமோ என்று பயந்து மெதுவாகச் செல்லையா வெளியே வந்தான்.

"அடுத்த கேள்வி இருக்கிறது; அப்புறம் புதுப்பாடம் ஆரம்பிக்கணும்" பிரம்பை இவனை நோக்கி வீசினார்.

செல்லையா பின்னால் சென்றான். விரல்களை மடித்து, வேகமாகக் கையை மேலே தூக்கி மெதுவாகத் தங்கவேலு தலையில் ஒரு கொட்டு வைத்தான்.

அது, 'என்னை – தங்கவேலு – தவறாக எடுத்துக்கொள்ளாதே. சாருக்காகத்தான் உன்னைக் கொட்டுகிறேன்' என்று சொல்வது போல இருந்தது. இவன் பார்வை அவன் முகத்தில் இறங்கியது. அவன் உதட்டைக் கடித்து இவனையே பார்த்தபடி இருந்தான். இவனுக்குப் பயமாகப் போய்விட்டது. அவசரம் அவசரமாகத் திரும்பிவந்து தன் இருக்கையில் அமர்ந்தான்.

"செல்லையா, இங்க வா." சார் குரல் அதட்டுவதுபோல இருந்தது. துணுக்குற்று எழுந்து நின்றான். பிரம்பை ஆட்டி அழைத்தார். முன்னே போய் நின்றான்.

"தங்கவேலு, நீயும் இங்க வா." இரண்டு முறைகள் கூப்பிட்ட பிறகு, தயங்கிக்கொண்டே வந்து இவனுக்கு எதிராக நின்றான்.

"எங்க, செல்லையா தலையில ஒரு கொட்டு வை. கொட்டுன்னா அவனுக்குத் தெரியல. நீ வச்சிக் காட்டு."

தங்கவேலு கை விரல்களை மடக்கினான். மடக்கிய விரல்களை ஒருமுறை எச்சில்படுத்திக்கொண்டு தரையிலிருந்து எழும்பித் தன் பலமனைத்தையுங் கொண்டு இவன் தலையில் ஒரு கொட்டு வைத்தான்.

இவனுக்குச் சுரீரென்றது; தாளமுடியவில்லை. தலையே உள்ளே அழுந்திப் போவது போல இருந்தது. இரண்டு கையாலும் தலையை அழுத்திக்கொண்டான். கண்களில் நீர் சுரந்தது. உதட்டைப் பல்லால் அழுத்திக் கடித்துக்கொண்டான்.

நாற்காலியைச் சரேலென்று பின்னுக்குத் தள்ளிக்கொண்டு சார் துள்ளியெழுந்தார்.

"படிக்கத் துப்பு இல்ல. கொட்டுடாயின்னா அவனக் கொன்னுடுவபோல இருக்கே!" என்று முட்டிக்காலுக்குக் கீழே இரண்டு வீச்சு வீசினார். அவன் துள்ளிப்பாய்ந்து பின்னால் சென்றான். செல்லையாவை அருகே அழைத்துத் தலையைத் தேய்த்துவிட்டார்.

"ரொம்ப வலிக்குதா?"

இவன் தலையசைத்தான்,

"ரொம்பதான் வலிக்கும்." சார் பார்வை திரும்பியது. தங்கவேலு தகப்பனாரைப் பற்றி விசாரித்தார். அவனுக்கு அப்பா இல்லையென்று கோபால் சொன்னான். சாருக்குந்தான்

சா. கந்தசாமி

அப்பா இல்லை. சின்ன வயதிலேயே போய்விட்டார். அப்பா இல்லாத ஒரு பையனைத்தான் ரொம்பத்தான் காயப்படுத்தி விட்டதுபோல இவருக்குப் பட்டது. எழுந்து போய்த் தோள்மீது கை போட்டு, "நாளையில இருந்து நல்லாப் படிக்கணும்; ஏதாவது தெரியல என்றால் என்ன வந்து பார். நீ நல்லாப் படிச்சிப் பெரிய ஆளா வரணும்!" என்றார்.

தங்கவேலு பதிலொன்றும் சொல்லவில்லை. அப்படியே நின்றான்.

"போய் உன் இடத்திலே உட்கார்."

ஒருமுறை திரும்பிச் செல்லையாவைப் பார்த்து விட்டுத் தன்னிடத்தில் போய் உட்கார்ந்தான். உட்கார்ந்ததும், காலெல்லாம் வலிப்பது மாதிரி இருந்தது. குனிந்து காலைத் தடவிப் பார்த்தான். வரி வரியாகத் தழும்புகள்.

பிரம்படி.

சண்முகம் சார் வரும்போதெல்லாம் தனக்கு ஏதாவது நேர்ந்துவிடுகிறது என நினைத்தான். நேரம் ஆக ஆக, சார் மனத்தில் இருந்து மறைய செல்லையா முகம் இவன் நினைவில் நிலைத்து நின்றது. தன்னை அவன் மறக்காமல் இருக்க ஏதாவது செய்ய வேண்டும் எனத் தீர்மானித்துக்கொண்டான்.

மணி அடித்தது. சண்முகம் சார் வகுப்பு முடிந்தது. அப்புறம் கணக்கு. மணவாள நாயுடு அவனை ஒன்றும் கேட்கமாட்டார். பாதிக் கணக்கு வகுப்பில், ஒற்றை விரலை நீட்டிவிட்டு இவன் வெளியே வந்தான். இவன் வந்த பிறகு, புத்தகங்களை வீட்டிற்குக் கொண்டுவர ஏற்பாடு செய்துவிட்டுக் கோபால் வெளியே வந்தான். ஆனால் இவனைக் காணவில்லை. தேடினான். மணி அடித்தது.

செல்லையா புத்தகப்பையை எடுத்துக்கொண்டு சுற்று முற்றும் பார்த்தபடி வேகமாக நடக்க ஆரம்பித்தான்.

4

ஐயனார் கோவில் குதிரைகளையும் சூந்தல் பனையையும் தாண்டிக் களத்துமேட்டின் வரப்பில் நடந்து வரிசையாக இருக்கும் நான்கு பனை மரங்களையும் கடந்து தெற்காகத் திரும்பினால் சின்ன வாய்க்கால் மழைக்காலத்தில் வாய்க்காலில் தண்ணீர் இரண்டு பக்கமும் நிறைந்தோடும். அப்போது கோரையும் புல்லும் கரையெல்லாம் முளைத்துவிடும். ஆண்கள் வேட்டியைத் தொடைக்குமேல் தூக்கிக் கொண்டு தண்ணீரில் இறங்கிக் கரையேறுவார்கள். பெண்கள், வாய்க்காலைத் தாண்ட வடக்கில், வாய்க்கால் திருப்பத்தில், பூவரசு மரத்தடியில் சின்ன மூங்கில் பாலம். பயந்துகொண்டே பெண்கள் இந்தக் கரையிலிருந்து அந்தக் கரைக்கு மூங்கில் பாலத்தைக் கடந்துபோவார்கள்.

வாய்க்காலை ஒட்டி ஒரு பெரிய இலுப்ப மரம். இலுப்ப மரத்திற்குப் பின்னால் ஓலைவேய்ந்த ஐந்தாறு வீடுகள். அதில் முதல் வீடு செல்லையா வீடு. சின்ன வீடு. மண் சுவர் வீடு. வாய்க்காலில் இருந்து பூவரசு மரத்தோடு நடந்து, மூங்கில் படலைத் திறந்து கொண்டு நடந்துசெல்ல வேண்டும். வீட்டுக்குப் பின்னால் ஒரு குளம். எனவே மற்றப் பக்கமெல்லாம் வேலி. முள் வேலி. மூங்கிக் குத்தில் இவன் அப்பா வெட்டிய முள். அப்பா வெட்டி முள்ளை இழுத்துப் போட்டார். இவன் அதை எடுத்து ஒன்றின் மேல் ஒன்றாக அடுக்கிவைத்தான். அப்புறம் இரண்டு பேரும் முள்ளை இழுத்துவந்து வேலி கட்டினார்கள்.

வேலி கட்டும்போதே அப்பா இருமினார். இருமி இருமிக் காறித் துப்பினார். இருமும்போது இரைத்து மூச்சு வாங்கியது. கையில் இருந்த முள்ளைக் கீழே போட்டுவிட்டு அப்பா அருகில் போய் "என்னப்பா ?" என்று கேட்டான்.

அப்பா ஒரு கையைத் தரையில் ஊன்றி இவனை நிமிர்ந்து பார்த்தார். அப்புறம் இன்னொரு முறை இருமி எச்சிலைக் கீழே உமிழ்ந்துவிட்டு, "முள்ளச் சரியா... அழுத்திப் பிடி..." என்பார்.

இவன் அவரையே பார்த்துக்கொண்டு நிற்பான்.

"முள்ள எடுக்கல?"

இவன் திரும்பிச் சென்று முள்ளை உதறியெடுத்து நொச்சியோடு அழுத்திப்பிடிப்பான்.

"இதான்... இப்படித்தான்." அப்பா ஒரு கிளையோடு முள்ளை இணைத்துப் பனைநாரால் கட்டுவார்.

இது கோடை. எனவே வாய்க்காலில் தண்ணீர் இல்லை. தண்ணீர் போனாலும் சரி, செல்லையா கீழே இறங்கிப் போக மாட்டான். புத்தகப் பையைச் சிலேட்டு உடையாமல் தூக்கிப் புல்லின் மேலே போடுவான். அப்புறம் பின்னால் வந்து, முன்னே ஓடி வாய்க்காலைத் தாண்டிக் குதிப்பான்.

செல்லையா மெதுவாக வாய்க்காலில் இறங்கினான். பனை மரத்தின் கீழே, ஒரு பொன்வண்டு நாயுருவியில் வந்து உட்கார்ந்தது. பையை ஒரு பக்கமாக வைத்தான். கையைப் பின்னால் கட்டியபடி முன்னே சென்றான். குனிந்து பார்த்தான். திடீரென்று எழுந்து பறந்து இவன் வீட்டுப் பக்கம் சென்றது. பையை எடுத்துத் தோளில் மாட்டிக்கொண்டு கரையேறினான்.

ஒரு ஆடு வேலியில் நுழைந்து வெளியே வந்தது. அப்பா இருந்தால் வேலி கட்டுவார். வேலி கட்டியதும் தோட்டம் போடுவார். அப்பாவுக்குத் தோட்டத்தில் ஏதாவது பூத்துக் கொண்டே இருக்க வேண்டும். இப்போது அப்பாவும் இல்லை; தோட்டமும் இல்லை.

செல்லையா ஆடு நுழைந்த வழியாக உள்ளே புகுந்து சென்றான். கோழியை விரட்டியபடி வந்த பாப்பா இவனைப் பார்த்ததும் நின்றாள். அப்புறம் திரும்பி, "அம்மா... அம்மா, இங்க வந்து பாரேன்!" என்று கத்திக்கொண்டு உள்ளே ஓடினாள்.

ஓடிய வேகத்திலேயே அம்மா கையைப்பிடித்து இழுத்து வந்தாள்.

"பாரு அம்மா. எங்கேயோ போய்ச் சண்டையெல்லாம் போட்டுக்கொண்டு சட்டையெல்லாம் கிழிச்சிக்கிட்டு வந்து இருக்கான்."

இவனைப் பார்த்ததும் அம்மாவுக்குத் தாளமுடியவில்லை.

"என்னடா... இதெல்லாம் என்ன?"

சூரிய வம்சம் 33

இவன் பின்னால் நகர்ந்தான்.

"எங்க போய், யாரோட சண்டை போட்ட?"

"சண்டை ஒண்ணும் இல்ல அம்மா."

"சண்டை இல்லாமதாம்மா... மூக்கில அடிப்பட்டுக்கிட்டு சட்டையெல்லாம் கிழிச்சிக்கிட்டு வந்து இருக்க" என்றாள் பாப்பா.

"யாரோடடா சண்டை?"

"சண்டை இல்ல அம்மா."

"பாரு அம்மா. பொய் சொல்லுறான்!"

"செத்த உன் வாய மூடு!" என்று பாப்பாவைப் பார்த்து ஒரு அதட்டல் போட்டுவிட்டு அம்மா இவன் அருகே சென்றாள். சட்டை தாறுதாறாகக் கிழிந்திருந்தது. அதோடு முகத்தில் வேறு காயம். இவன் கையைப் பிடித்து முகத்தைப் பார்த்தாள். கையெல்லாம் நகக்கீறல்.

"அம்மா! மூக்கில கூடக் காயம்."

அம்மா தலையை அசைத்தாள்.

"யாரு உன்ன அடிச்சா?"

"தங்கவேலு, அம்மா."

"அவனா? அவன் எதுக்கு உன்ன அடிக்கணும்?"

"பள்ளிக்கூடத்துல சார் ஒரு கேள்வி கேட்டார். சரியா அவன் பதில் சொல்லல. நான் பதில் சொன்னேன். அதுனால அவன் தலையில ஒரு கொட்டு வக்கச் சொன்னார். நான் கொட்டு வச்சேன்னு காவேரி ஆத்துல மறிச்சிக்கிட்டு அடிச்சான் அம்மா" செல்லையாவுக்குத் திடீரென்று அழுகை வந்தது. தேம்பித்தேம்பி அழ ஆரம்பித்தான்.

"நல்லா இருக்குது நீ பள்ளிக்கூடம் போறதும் அடி பட்டுக்கிட்டு வந்து நிக்கறதும்."

"பெரிய சண்டைதாம்மா. பாரேன், எவ்வளவு காயம்!"

"இன்னம உன்னச் சும்மா வச்சிக்கிட்டு இருந்தா சரிப்பட்டு வரமாட்ட... நீ படிச்சது போதும். இன்னம நீ ஒண்ணும் பள்ளிக்கூடம் போகவும் வேணாம்... ஊர்ல உதைபட்டுக்கிட்டு வந்து அழவும் வேணாம்."

இவன் அவசரம்அவசரமாகப் பின்னால் நகர்ந்து கண்ணீரைத் துடைத்துக்கொண்டான்.

"இல்ல அம்மா. இன்னம ஒழுங்காப் போய்விட்டு ஒழுங்கா வர்றேம்மா."

"வேலைக்குப் போ. அதுதான் உனக்குச் சரி."

"இல்ல அம்மா?"

"என்னாடா இல்ல. உன் வயசுப் பிள்ளைங்க எல்லாம் வேலைக்குப் போய், நாலு காசு சம்பாரித்தாந்து அம்மா அப்பாவைக் காபந்துபண்ணுது. நீ என்னாடா என்றால், சாப்பிட்டுட்டு ஊர்ல உதைபட்டுக்கிட்டு வந்து நிக்கற!" அம்மா இவன் கையைப் பிடித்து முன்னே தள்ளினாள். தடுமாறிக் கீழே விழப்போனவன் வாழை மரத்தைப் பிடித்துக்கொண்டு நின்றான்.

"எதுக்க நிக்காத! வர்ற கோபத்துக்கு நானே உன்னக் கொன்னுடுவேன்!"

புத்தகப் பையைத் தோளில் மாட்டிக்கொண்டு செல்லையா உள்ளே சென்றான். சட்டையைக் கழற்றிக் கொடியில் போட்டான். உடம்பு அரிப்பது போல இருந்தது. கொடியில் கிடந்த துண்டை எடுத்து மேலே போட்டுக்கொண்டு கொல்லைப் புறமாக வெளியே வந்தான்.

கொல்லையில் மாமரம். அதற்கு அப்பால் மூங்கில்குத்து. மூங்கில்குத்தை எட்டினாற்போல் குளம். மழைக்காலத்தில் குளத்தில் தண்ணீர் நிறைந்துவிடும். குளத்தில் தண்ணீர் வந்ததும் மீன்குத்திக் குருவி வரும். மூங்கிலில் உட்கார்ந்து அப்புறம் திடீரென்று எழுந்து நீரில் பாயும்.

இவன் பார்வை மூங்கில்குத்துப் பக்கம் சென்றது. மீன் குத்திக் குருவியைக் காணோம். இருப்பிடம் சென்று விட்டதோ என்று நினைத்தான். திடீரென்று மணிப்புறா சப்தம் எழுப்புவது கேட்டது. எங்கிருந்து சப்தம் வருகிறது? இவன் குனிந்து முன்னே போய் மாமரத்தைப் பார்த்தான். மணிப்புறா மாமரத்திலிருந்து கிளம்பிக் குளத்திற்கு மேலாகப் பறந்து சென்றது.

செல்லையா துண்டை எடுத்துத் தலையில் முண்டாசு மாதிரிக் கட்டிக்கொண்டு குளத்தில் இறங்கினான். முழங்கால் அளவு நீரில் நின்று இரண்டு கையாலும் தண்ணீரை அள்ளி முகம் அலம்பினான்.

அம்மா குரல் கேட்டது. ரொம்ப நேரமாகக் கூப்பிடுவது போலவும் இருந்தது, அவசரஅவசரமாகக் கரையேறி "என்னம்மா?" என்றான்.

"குளத்துல என்ன பண்ணிக்கிட்டு இருக்க?"

"மூஞ்சி அலம்பினேன் அம்மா."

"சீக்கிரமா இங்க வா; தண்ணிபட்டுப் புண்ணு புடம் வச்சிடப் போகுது."

துண்டால் முகத்தை அழுத்தித் துடைத்தபடி முன்னே ஓடி வந்தான்.

அம்மா முருங்கை மரத்தடியில் அம்மியில் பச்சிலை அரைத்துக்கொண்டிருந்தாள். வெகுநேரமாக அரைக்கிறாள் போலும். தலையில் முருங்கைப்பூவும் பழுத்த இலைகளும் உதிர்ந்திருந்தன.

இவன் குனிந்து ஒரு முருங்கைப்பூவைக் கையில் எடுத்து, "அம்மா தலையெல்லாம் ஒரே முருங்கப்பூ" என்றான்.

"அது கிடக்கட்டும், நீ இப்படிக் குந்து." அம்மியில் இருந்து பச்சிலையை வழித்தெடுத்தாள். பயந்துகொண்டே இவன் உட்கார்ந்தான்.

"உன்னப் படிக்கப் போவச் சொன்னா ஊர்ல உதைபட்டுக்கிட்டு வர்ற!"

"இல்ல அம்மா."

"மூஞ்ச இப்படித் திருப்பு." அம்மா இவன் மூஞ்சைப் பிடித்துத் திருப்பி மூக்கில் பட்டிருந்த காயத்தின் மேல் மருந்து போட்டாள். எரிந்தது. இவனால் தாளமுடியவில்லை. முகத்தைச் சுளித்துக் கொண்டு திமிறினான்.

"செத்த நேரம் அப்படித்தான்டா இருக்கும். அப்புறம் எல்லாம் சரியாப் போயிடும். சண்டை போடுற அப்ப அறிவு இருக்கணும்."

"இல்ல அம்மா."

"மணி ரெண்டு மாசமா வந்துக்கிட்டே இருக்கான். நாளையில இருந்து நீ பள்ளிக்கூடம் போகவேண்டாம். அவன் கடைக்குப் போ. அப்பத்தான் நீ உருப்படுவ. படிப்பெல்லாம் இன்னம உனக்குச் சரிப்பட்டு வராது."

"இன்னம சண்டையெல்லாம் போடுல அம்மா."

"படிச்சதெல்லாம் இன்னயோட போதும். நாளைக்குக் கடைக்குப் போ. கடைக்குப் போகாம அங்க இங்க ஓடிட்டேன்னா, கால முறிச்சிடுவேன் முறிச்சி. ஞாபகத்துல வச்சிக்க." அம்மா

சா. கந்தசாமி

இன்னொரு முறை பச்சிலையைப் பூசினாள். எரிந்தது. பல்லைக் கடித்துக் கொண்டு அப்படியே இருந்தான். அழுகை வரும் போல் இருந்தது.

நாளைக்குக் கமலம் டீச்சர் தமிழ் நோட்டுக் கொண்டுவரச் சொல்லியிருந்தாள். ஆய்வாளர் வருகிறார். வகுப்பிலேயே இவன் கையெழுத்துத்தான் நன்றாக இருக்கும். எல்லா நோட்டிற்கும் மேல் டீச்சர் இவன் நோட்டுப் புத்தகத்தை வைப்பாள். ஆனால் நாளை கமலம் டீச்சரிடம் தமிழ் நோட்டை நீட்டமுடியாது. அவள் இவனுக்காகக் காத்துக்கொண்டிருப்பாள்.

கோழியைப் பிடித்து மார்போடு அணைத்துக் கொண்டு வந்த பாப்பா, "அம்மா, சொர்ணம் அக்கா சினிமாவுக்கு வர்லீயான்னு கேட்கறாங்க!" என்றாள்.

"புறப்பட்டு வந்தாச்சா?"

"மரத்தடியில நிக்கிறாங்க."

"இவன்தான் ஊர்லஅடிபட்டுக்கிட்டு வந்து நிக்கறானே. அதுக்கு மருந்து போடுறதுலேயே பொழுது சரியாப்போகுது. இதோ வந்துட்டேன்னு செத்த நிக்கச் சொல்லு." அம்மா அவசரம் அவசரமாக எழுந்து கையை அலம்பிக்கொண்டு அலம்பிய கையைப் புடவையில் துடைத்தபடி வாசல் பக்கம் சென்றாள்.

செல்லையா அம்மா போவதையே பார்த்துக்கொண்டு நின்றான். ஒரு மைனா கூவியது. திரும்பிப் பார்த்தான். நொண்டி மைனா. போன வருஷம் காலை முறித்துக்கொண்டு குளத்தங் கரையில் கிடந்தது. பிடித்து மஞ்சள் அரைத்துக் காலில் கட்டி விட்டான். ஒரு வாரத்தில் சரியாகிவிட்டது. அதில் இருந்து மைனா எங்கும் போகவில்லை. துணைசேர்த்துக்கொண்டு வீட்டையே சுற்றிக்கொண்டிருக்கிறது. இவனைப் பார்த்து விட்டால், பேசுவதுபோலக் கத்தும். மைனா பின்னாலேயே சென்று மாமரத்தில் ஏறி உட்கார்ந்தான்.

கொஞ்சநேரங்கழித்து, "செல்லா, செல்லா!" என்று கூப்பிட்டபடி பாப்பா வந்தாள். இவன் பதிலொன்றும் சொல்லவில்லை. எம்பி மேல்கிளையைப் பற்றி ஓர் உலுக்கு உலுக்கினான்.

"எங்கடா சண்டை போட்ட?" பாப்பா இவன் கீழே வந்து நின்றாள்.

"நான் ஒன்னும் சண்டை போடுல."

"அப்ப யாரு உன்ன அடிச்சா?"

“என்ன யாரும் அடிக்கல. நீ போ.”

“அதுக்குத்தான் ஊர்ல நல்லா உதைபட்டுக்கிட்டு வந்து நிக்கற!”

“நான்தானே உதைபடுறேன். உனக்கென்ன?”

“எனக்கென்ன? எனக்கொன்னும் இல்லே.”

“அப்ப எதுக்கு இங்க நிக்கற? போ.”

“நான் போறேன். எனக்கென்ன? அம்மா உன்ன மீன் பிடிச்சிக் கொடுக்கச் சொல்லிட்டுப் போயிருக்காங்க. அதச் சொல்லத்தான் வந்தேன்.” பாப்பா திரும்பினாள்.

இவன் மாமரத்தில் இருந்து கீழே குதித்தான்.

“ராத்திரி கொளம்புக்கா?”

“பின்ன நாளைக்கா?”

“இப்ப நீ சண்டைக்கா வந்து இருக்க. . .”

“அதுக்கெல்லாம்தான் ஊர்ல ஆள் இருக்கே. இப்ப நீ மீன் பிடிச்சாந்து தரப்போறீயா இல்லீயா? எனக்கு வேல கிடக்குது.”

“சொல்லிட்டீயில்ல. அப்ப வரும் போ.” இவன் வேகமாகத் தூண்டிலை எடுக்கச் சென்றான். பாப்பா மாமரத்தில் சாய்ந்து இவன் போவதையே பார்த்து ஒரு சிரிப்புச் சிரித்தாள்.

“சிரிச்சா பல்ல உடைச்சிடுவேன்!” இவன் திரும்பிக் கத்தினான்.

பாப்பா இரண்டு கையாலும், வாயை மூடிக்கொண்டு தலையை அசைத்தாள். இவன் கொஞ்சநேரம் அப்படியே நின்றான். பிறகு நடந்து சென்றான்.

5

குளத்தில் சூரியனின் கடைசிக் கதிர்கள் பரவி இருந்தன. மூங்கில் குத்திலிருந்து செம்போத்து கூவியது. திரும்பிப் பார்த்தான். கருத்துச் சற்றே நீண்ட வாலை ஆட்டிக்கொண்டு பறந்தது. பழுப்பு நிறம், பறக்கையில் கருப்புபோலத் தெரிந்தது.

"செல்லா, மீன் புடுச்சிட்டியா?" பாப்பா டக் டக்கென்று காலையெடுத்துவைத்து முன்னே வந்தாள். இவன் பதிலொன்றும் சொல்லவில்லை. மூங்கில் குத்தையே பார்த்தபடி இருந்தான்.

"என்னாடா, தூண்டில இங்க போட்டுட்டு அங்க வேடிக்கை பார்த்துக்கிட்டு இருக்க?"

"வாய மூடமாட்ட!"

"செல்லா, தக்க அமுங்குது. டேய், நல்லா அமுங்குது ... இழுடா இழு." இவனைப் பிடித்துக் குலுக்கினாள்.

"சும்மா இரு." அவளைத் தள்ளிவிட்டுத் தூண்டிலைச் சொடுக்கி இழுத்தான். ஒரு பெரிய கெண்டை துடித்துக்கொண்டு வந்து விழுந்தது.

"பார்த்தியா, நான் சொன்னதுதான்."

"ஆமாம், நீதான் மீனைப் புடிச்ச."

தரையில் விழுந்து துள்ளிய மீனைப் பிடித்து வாழைச்சருகில் சுற்றி எடுத்துக்கொண்டு பாப்பா இவன் அருகில் வந்தாள்.

"போதுமில்ல?"

"எதுக்குடா சும்மாச்சும்மா சண்டை போட்டுக் கிட்டே இருக்க?"

"நீ இங்க இருந்து போ—" அவள் கையைப் பிடித்து இழுத்துத் தள்ளினான். தடுமாறியவள் தரையில்

கையூன்றி எழுந்தாள். மீன் கைநழுவித் தரையில் விழுந்தது. விழுந்த வேகத்தில் துள்ளி இவள் பாவாடை மேல் பாய்ந்தது. பாவாடையை உதறி மீனை அழுத்திப் பிடித்துக்கொண்டு இரண்டடி சென்றாள். முருங்கை மரத்தடியில் நின்று திரும்பி, "இரு இரு . . . நாளைக்கு ஒன்னும் நீ பள்ளிக்கூடம் போக முடியாது. அல்லியூர் மணிகிட்ட அம்மா ஐம்பது ரூபா வாங்கிட்டாங்க. இன்னம நீ சரியாப் போயிடுவ!" என்றாள்.

செல்லையா கீழே குனிந்து ஒரு சின்னக் கல்லையெடுத்து வீசினான். அவள் கல் வருவதற்குள் வீட்டிற்குள் ஓடி நுழைந்து விட்டாள். இவன் தூண்டிலைச் சுற்றி எடுத்துக்கொண்டு வீட்டிற்கு வந்தான்.

பாப்பா இவனைவிட இரண்டு வயதுதான் பெரியவள். இவனுக்குப் பதினான்கு வயது ஆகிறது. அவள் அம்மா கூடவே இருந்துஇருந்து தினுசுதினுசாகப் பேசக் கற்றுக்கொண்டு விட்டாள். பேச்சின் தோரணையில் பெரியமனுஷித்தனம் புகுந்துவிட்டது. நேரான பதில் என்பது அவளிடமிருந்து வருவது அரிதுதான். ஒன்று கேட்டால் இன்னொன்று சொல்லுவாள். அதனால் இரண்டுபேருக்கும் சண்டை; ஓயாத சண்டை. சண்டையைப் பார்த்தால் அக்கா தம்பி சண்டை மாதிரி இருக்காது. உன்னைத் தீர்த்துவிட்டுத்தான் மறுவேலை என்று சொல்கிற பரம விரோதிச் சண்டை மாதிரி இருக்கும். சண்டையில் எல்லாம் அம்மா எப்போதும் பாப்பா பக்கம்தான். நியாயம் அநியாயம் எல்லாம் கிடையாது.

"நீ ஆம்புளப் புள்ளதானே. அவகிட்ட உனக்கென்ன பேச்சு. வெட்கமா இல்லே!" இவன் கன்னத்தைப் பிடித்துக் கிள்ளித் தலையில் கொட்டுவாள்.

செல்லையா வீட்டிற்குள் நுழைந்தான். பாப்பா வெங்காயம் நறுக்கிக்கொண்டிருந்தாள். இவன் அவள் பக்கத்தில் ரொம்ப நெருங்கி உட்கார்ந்தான்.

"நகர்ந்து உட்கார். வெங்காயம்!" பாப்பா புறங்கையால் தன் கண்களைக் கசக்கிக்கொண்டாள்.

"கண்ணு எரியுதா. இங்க கொடு."

"நீ கொஞ்சம் தள்ளி உட்கார். அது போதும்."

இவன் பின்னால் நகர்ந்து உட்கார்ந்தான்.

"பாப்பா!"

"காதுல விழுது."

"மீன் பிடிச்சித் தர்லேன்னு அம்மாகிட்டச் சொல்லுவியா?"

"இல்ல."

"நிஜமா?"

"பின்ன!"

இவன் அவள் பக்கமாக நெருங்கிச் சென்றான். அவள் வெங்காயத்தை நறுக்கி முடித்தாள்.

"பாப்பா!"

"உம்..."

"மணி கிட்ட அம்மா நிஜமாவே பணம் வாங்கிட்டாங்களா?"

"அதெக் கேட்கத்தான் கிட்டக்கிட்டச் சுத்திக்கிட்டே இருக்கிறீயா?"

"சொல்லு."

"என்னக் கேட்டா?"

"உனக்கு எல்லாம் தெரியும்."

"எனக்கு என்ன தெரியும்?"

அல்லியூர் மணி சட்டை போட்டு அதற்கு மேலே வேட்டிக்கட்டி, வேட்டிக்கு மேலே அகலமான பெல்ட் போட்டுக் கொண்டு வருவான். சைக்கிள்தான் அவன் வாகனம். அதை, நன்றாக ஜோடித்து வைத்திருப்பான். முன்னே டைனமோ, ஹேன்ட்பாரில் இரண்டு கண்ணாடி. முன் மட்கார்டில் ஒரு கம்பி சின்னக்கம்பி, கம்பியில் ஐந்தாறு கலர் ரிப்பன், சைக்கிள் ஓடும்போதெல்லாம் ரிப்பன் பறக்கும். அப்புறம் விநோதமாகச் சப்தம் எழுப்பும் ஒரு மணி. அந்தச் சப்தமே மணியைக் காட்டிக்கொடுக்கும்.

ஒரு நாள், பள்ளிக்கூடம் விட்டுவரும்போது மணி சைக்கிளில் வந்து இவன் பக்கத்தில் நிறுத்தினான். இவன் ஒருமுறை திரும்பிப் பார்த்துவிட்டு நடையை எட்டிப்போட்டான்.

"உங்க வீட்டுப் பக்கந்தான் போறேன். ஏறு," என்றான் மணி. இவன் அதைக் காதில் வாங்கிக்கொள்ளவில்லை. முன்னே செல்லும் குமரேசனைப் பிடிக்க வேகவேகமாக நடந்தான்.

அடுப்பங்கரைக்குச் சென்ற பாப்பாகூடவே இவனும் சென்றான்.

"சொல்லு பாப்பா."

"மணி நல்ல ஆளுன்னு அம்மா சொன்னாங்க!"

"எப்ப?"

"நேத்தி."

"நேத்தியா?"

"உன்னக் கூட்டிக்கிட்டுப் போறேன்னு மணி பணங் கொடுத்துட்டுப் போன அப்ப."

"அவன் பணம் கொடுத்த அப்ப நீயும் இருந்தீயா?"

"தண்ணி கொடுக்க நான் அப்பதான் வந்தேன்."

"அப்பத்தான் வந்தீயா?" எட்டிக் காலால் அவள் கையில் ஒரு உதை விட்டான். கையில் இருந்த வெங்காயமெல்லாம் சிதறிக் கீழே விழுந்தது.

"இரு... இரு. என்னயா உதைக்கற, அல்லியூர் மணிகிட்டச் சொல்லி உன்னப் பின்னச் சொல்லுறேன்."

"என்னப் பின்ன அவன் யாரு?"

"அப்படியா கேட்கற?"

"ஆமாம்."

"அது கொஞ்ச நாளில் தெரியும்."

"தெரியும் தெரியும்..." என்று சொல்லிக்கொண்டே செல்லையா கொல்லைப்பக்கம் சென்றான். கொல்லை இருட்டி விட்டது. மூங்கிக்குத்தில் வந்தடைந்த மடையான்களும் கொக்குகளும் கத்திக்கொண்டிருந்தன. அந்தச் சப்தம் அடங்க இன்னும் கொஞ்சநேரமாகும் என்று நினைத்தான். இருட்டில் நிற்க முடியவில்லை. திரும்பி வந்தான். கொல்லைக்கதவு சாத்தி இருந்தது. தட்டலாமா என்று நினைத்தான். ஆனால் தட்ட வில்லை. நடந்து தெருப்பக்கமாக உள்ளே நுழைந்தான்.

பாப்பா அடுப்பில் விறகைத் தள்ளிக்கொண்டிருந்தாள். "அக்கா!"

திரும்பிப் பார்த்தாள்.

"விளக்க எடுத்துக்கிடட்டுமா அக்கா?"

"எதுக்குடா?"

"தமிழ் எழுதுணும் அக்கா."

"நல்ல விளக்கக் கொளுத்தி வச்சிட்டு இத எடுத்துக்க."

சா. கந்தசாமி

அடுப்பு மேடையில் இருந்த தீப்பெட்டியை எடுத்துப் பாப்பா முன்னே போட்டாள். இவன் நல்ல விளக்கில் எண்ணெய் இருக்கிறதா என்று பார்த்தான். சாயந்திரம்தான் ஊற்றினாள் போலும். நிறைய எண்ணெய் இருந்தது. விளக்கை ஏற்றி மெதுவாக எடுத்துச்சென்று அடுப்பங்கரை மாடத்தில் வைத்தான்.

"அக்கா போதுமா?"

"சரி."

இவன் மண்ணெண்ணெய் விளக்கை எடுத்துக்கொண்டு வந்து முன்னே உட்கார்ந்தான். தமிழ்ப் புத்தகத்தையும் நோட்டையும் எடுத்தான். காற்று அடித்தது. விளக்கு அணைவது மாதிரி இருந்தது.

எழுந்து வந்த பாப்பா இவனுக்காகக் கதவைச் சாத்தினாள். விளக்கு நின்று எரிய ஆரம்பித்தது. இவன் கேள்விக்குப் பதில் எழுத ஆரம்பித்தான். தலைகுனிந்தபடியே இவன் எழுதிக் கொண்டிருப்பதைச் சிறிது நேரம் பாப்பா நின்று பார்த்தாள். அப்புறம் தரையில் கையூன்றி உட்கார்ந்தாள். பார்வை இவன் எழுத்தின் மீது விழுந்தது.

"நல்லாதான் எழுதுற!" பாப்பா சொன்னது காதில் விழுந்தாலும் கவனம் கலையவில்லை. இவன் எழுதுவதில் ஆழ்ந்தவனாக ஆய்வாளரையும் டீச்சரையும் நினைத்துக் கொண்டு எழுதிக்கொண்டே போனான்.

6

அடுத்த நாள்.

செல்லையா நோட்டுப் புத்தகத்தை எடுத்து அடுக்கிப் பையில் வைத்தான். புத்தகத்தால் பை நிறைந்தது. அடிக்கடி பை இப்படித்தான் நிறைந்து விடுவதுபோல இருந்தது. பெரிய பை ஏதாவது கொடியில் கிடக்கிறதா என்று பார்த்தான். ஒன்றும் கண்ணில்படவில்லை. தலையை அசைத்துக் கீழே உட்கார்ந்தான். பையில் வைத்த புத்தகம், நோட்டு எல்லாவற்றையும் வெளியே எடுத்துவைத்தான்.

எதை இன்று பள்ளிக்கூடம் எடுத்துக்கொண்டு போக வேண்டும்? கணக்குப் புத்தகத்தையும் நோட்டையும் எடுத்துப்போய் மாடத்தில் வைத்தான். திரும்பிவந்து பையைப்பிரித்து நோட்டுப் புத்தகங்களை அடுக்கினான். கடைசியாகத் தமிழ் நோட்டு. அதைக் கீழே பிரித்துவைத்து ஒவ்வொரு பக்கமாகத் தள்ளினான். இவனுக்குத் திருப்தியாக இருந்தது.

சென்ற ஆண்டு ஆய்வாளர் வந்தபோது கமலம் டீச்சர் இவன் தமிழ் நோட்டுப் புத்தகத்தைத் தான் தேடியெடுத்து மேலே வைத்தாள். அவர் கண்ணாடியைத் துடைத்துப் போட்டுக்கொண்டு நோட்டைப் புரட்டினார். பின்னால் கமலம் டீச்சர் பயந்து நின்றாள். இரண்டு பக்கங்களைப் புரட்டினார். அதுவே போதுமென்று பட்டதுபோல, சட்டைப்பையில்இருந்து பேனாவை எடுத்துவெரிகுட் என்று பச்சை மசியால் எழுதிக் கையெழுத்திட்டு வைத்தார்.

இவன் அந்த நோட்டைப் பத்திரமாகத்தான் வைத்துக்கொண்டிருந்தான். ஆனால் அப்பா காலமான சமயத்தில் எப்படியோ காணாமல் போய்விட்டது. இனிமேல் நோட்டை அப்படி

யெல்லாம் தவறவிடக் கூடாது. பத்திரமாக வைத்துக் கொள்ள வேண்டும் என்று சொல்லியபடி பையைத் தூக்கித் தோளில் போட்டுக்கொண்டு திரும்பிப் பார்த்தான்.

பாப்பா உள்ளே இருந்து வெளியே வந்தாள். இவனைப் பார்த்ததும் நின்றாள்.

"பாப்பா, அம்மா எங்க?"

பாப்பா, "அம்மாவா, கொல்லையில்!" என்றாள்.

செல்லையா வாசலுக்கு வந்தான். கொல்லையிலிருந்து ஆடுகள் ஒன்றின்பின் ஒன்றாக ஓடிவந்தன. அவற்றுக்குப் பின்னால் அம்மா ஒரு குச்சியை வீசியபடி வந்தாள். இவனைப் பார்த்ததும், "எங்க... எங்கடா புறப்பட்டுட்ட?" என்றாள்.

இவன் பதிலொன்றும் சொல்லவில்லை. கொஞ்சநேரம் அம்மாவையே பார்த்துக்கொண்டிருந்தான். அப்புறம் அதுவும் கஷ்டமாக இருந்தது போலும். தோளிலிருந்து, புத்தகப் பையை எடுத்தான்.

"எதுக்கு நின்னுக்கிட்டு இருக்க? ஆட்ட விரட்டிவிட்டுட்டு படலச் சாத்திட்டு இங்கே வா."

"இல்ல அம்மா."

"என்ன இல்ல, சண்டை போடப் பள்ளிக்கூடம் போகணுமா? அதெல்லாம் ஒண்ணும் வேணாம். இப்பத் தம்பி வரும்."

"இன்னிக்கி இன்ஸ்பெஷம்மா."

"போடான்னா..." அம்மா கையிலிருந்த குச்சியால் இவன் காலில் அடித்தாள். அடியை வாங்கிக்கொண்டு முன்னே காலெடுத்து வைத்தான். கத்தரிச்செடியைக் கடித்த ஆட்டை விரட்டிவிட்டான். மூங்கில் படலை நன்றாகச் சாத்தினான்.

பள்ளிக்கூடம் போவதா இல்லையா? இவனால் தீர்மானிக்க முடியவில்லை. பார்வை திரும்பியது. அம்மா இவனையே பார்த்தபடி நின்றாள்.

சைக்கிள் மணிச்சப்தம் கேட்டது; திரும்பினான். வாய்க்காலுக்கு அப்பால் – அல்லியூர் மணி பச்சை சைக்கிளில் இருந்து இறங்கினான். அவசரம் அவசரமாகப் பனைமரத்தின் பக்கத்தில் ஸ்டாண்ட் போட்டு நிறுத்திவிட்டு, வாய்க்காலில் இறங்கிப் படலைத் திறந்துகொண்டு உள்ளே வந்தான்.

"வாங்க தம்பி!"

அவன் இவன் தலையை அன்போடு தடவுவதுபோலத் தடவிவிட்டு முன்னே சென்றான். பெல்ட்டைத் தூக்கிவிட்டுக் கொண்டான்.

அம்மா முன்னே வந்து பூவரசு மரத்தின் கீழே நின்றான். "ராத்திரி சினிமா எப்படி அக்கா?"

"என்ன சினிமா... வரவர ஒன்னும் நல்லா இல்ல. ஒரே கூத்துதான் போ."

"அடுத்த வாரம் நல்ல படம் போடுறான் அக்கா."

"ஒவ்வொரு தடவையும் அப்படித்தான் சொல்லுற!"

அவன் சிரித்தான்.

"நிஜமா அக்கா!"

"நீயும் ஆச்சு... உன் நிஜமும் ஆச்சு... போ..."

"இப்பயெல்லாம் ஜனங்களுக்கு என்ன புடிக்கிதோ அது மாதிரிதான். ஆமாம் அக்கா இவன் எங்க புறப்பட்டுட்டான்?"

"பள்ளிக்கூடம் போறானாம். எதுக்குடா நிக்கற? அதெ உள்ள போட்டுட்டு வாயின்னு உனக்கு எப்ப சொன்னேன்?"

செல்லையா திரும்பி அம்மாவைப் பார்த்தான்.

"சொல்றது மனுஷியா இல்ல?"

இவன் திரும்பி மெதுவாக ஒவ்வொரு அடியாக எடுத்து வைத்துச் சென்றான்.

மணியின் பார்வை இவன் பக்கம் சென்றது.

"பய கொஞ்சம் இடும்பு பண்ணுறவன் மாதிரிதான் இருக்கு. நீங்க ஒன்னும் கண்டிக்கறது இல்லீயா அக்கா?"

"கண்டிக்காம என்ன? தினமும் அடியும் உதையுந்தான். எங்க அதெல்லாம் உறைக்குது?"

"சின்ன வயசில வளச்சிவளக்காட்டா அப்புறம் அப்படித் தான். பின்னால ஒன்னுக்கும் புண்ணியம் இல்லாமப் போயிடுவான்."

"இப்ப எனக்கு இருக்கற பயமெல்லாம் அதுதான் தம்பி."

மணியின் பார்வை இவன் பக்கம் சென்றது.

"செல்லா, இங்க வா" பூவரசு மரத்தின் கிளையை வளைத்து ஒடித்தாள். இவன் அம்மா எதிரே வந்து நின்றான். அவள்

திடீரென்று இவன் காலிலும் முதுகிலும் மார்பிலும் மாறிமாறி அடித்தாள். கிளையிலிருந்த இலையெல்லாம் கீழே உதிர்ந்தன. இவன் அசையாமல் அம்மாவையே பார்த்தபடி நின்றுகொண்டிருந்தான்.

"எதுக்கு அக்கா அடிக்கிறீங்க" மணி முன்னே வந்து இவனை அணைத்துக்கொண்டான்.

"விடுங்க தம்பி. வரவர ஒரே அழும்பு. தாளமுடியல. பள்ளிக்கூடத்துக்குப் போனா அங்க சண்டை. இந்த மாதிரி ஒரு பிள்ளையை வச்சுக்கிட்டு நான் ஒண்டி மனுஷி என்னத்தப் பண்ணுறது?"

"எல்லாம் சரியாப் போயிடும்."

"எங்க போயிடும்? நான்தான் ஒரேயடியாப் போகணும். அப்பதான் சரியாப் போகும்."

பாப்பா உள்ளேயிருந்து வெளியே வந்தாள். மணியைப் பார்த்ததும் முருங்கை மரத்திற்குப் பின்னால் சென்று மறைந்தாள். அவளுக்கு மணியைப் பார்க்க ஒவ்வொரு சமயம் சந்தோஷமாகவும் இன்னொரு சமயம் பயமாகவும் இருக்கும்.

"சின்னப் பயதானே அக்கா!"

"சின்னப் பையனா. பதினாலு வயசு முடிஞ்சி பதினஞ்சி தொடங்கிடுச்சி. ஆனா, இன்னமும் பொறுப்பு இல்லாம, அப்பன் மாதிரியே ஊர் சுத்திக்கிட்டு இருக்குது."

"எல்லாம் சரியாப் போயிடும்" மணி பாப்பாவை ஒரு பார்வை பார்த்துக்கொண்டே இவன் தலையை வருடிவிட்டான், இவனுக்கு மணியைப் பிடிக்கவில்லை; அவன் தலையை வருடி விடுவதும் பிடிக்கவில்லை. அதைப் பிரகடனப்படுத்துவதுபோல அவன் பிடியிலிருந்து திமிறிக்கொண்டு போய் அம்மாவுக்கு எதிரே நின்றான்.

"இன்னக்கி இப்படி இருக்கறது, நாளைக்கு எப்படி வரும்? அதுதான் ஒரே கவல."

"அதெல்லாம் சரியாகிடும் அக்கா."

"அப்படியா?"

"இரண்டு மாசத்துல பாருங்க அக்கா."

அவன் இவனைப் பார்த்து ஒரு சிரிப்புச் சிரித்தான். நேசம் நிறைந்த நட்பாக இவனுக்குப் படவில்லை. இவன் முன்னே காலடியெடுத்து வைத்துச் சென்றான். ஒரு பச்சை வெட்டுக்கிளி

சூரிய வம்சம்

வந்து இவன் தோளில் உட்கார்ந்தது. மணி அவசரம் அவசரமாகப் பாய்ந்து அதைத் தட்டி விட்டுவிட்டு இவன் கையைப் பிடித்தான். பிடியிலிருந்து நழுவிக்கொண்டு போகப்பார்த்தான். முடிய வில்லை. திரும்பி அம்மாவைப் பார்த்தான்.

"நல்ல பிள்ளையா இருந்துக்க."

"இல்ல அம்மா ... நான் மாட்டேன்." இவனுக்கு அழுகை வந்தது. தலையைத் தலையை அசைத்துக்கொண்டான்.

"சண்டை இன்னம் பாக்கி இருக்கா!"

"இல்ல. நான் ஒண்ணும் சண்டை போடுல அம்மா."

"பேசாதே. பின்னிடுவேன்."

"அப்ப அக்கா ..." மணி முன்னே வந்தான்.

"நின்னா இப்படித்தான். இடும்பு பண்ணிக்கிட்டே இருப்பான். இழுத்துக்கிட்டுப் புறப்படு தம்பி."

"வாடா." கையைப் பிடித்து முறுக்கி இழுத்துக்கொண்டு மணி முன்னே சென்றான். தப்பிக்க வழி உண்டா? இவனுக்குத் தெரியவில்லை. ஒவ்வொரு அடியாக எடுத்துவைத்துக் கொண்டே யோசித்தான். கொஞ்சதூரம் போனதும் பாப்பா நினைவு வந்தது. திரும்பிப் பார்த்தான்.

அவள் வாசலில் நின்றுகொண்டிருந்தாள். முகம் மாறி இருந்தது. அவளும் வருத்தப்படுகிறாளா?

மணி மூங்கில்படலைத் திறந்துகொண்டு வெளியே வந்தான். இவன் கையை விட்டான். சைக்கிள் வாய்க்காலுக்கு எதிர்க்கரையில் இருந்தது.

"அப்ப வரட்டுமா அக்கா?"

அம்மாவுக்குத் திடீரென்று என்னவோ தோன்றியது. முன்னே வந்து இவனைக் கட்டியணைத்துக் கொண்டு முகத்தை நிமிர்த்திப் பார்த்தாள். இவன் தேம்பித்தேம்பி அழுதுகொண்டிருந்தான். கண்களிலிருந்து புறப்பட்ட கண்ணீர் வாயருகே வந்தது. அம்மா கண்ணீரைத் துடைத்துவிட்டாள்.

"தம்பி, பையன உன்ன நம்பித்தான் விடுறேன், அதுக்கு மேல என்ன சொல்லுறதுன்னு தெரியல."

"அதெல்லாம் நீங்க சொல்லணுமா அக்கா?"

"மனசு கேட்குதா!"

சா. கந்தசாமி

"இன்னயில இருந்து, ரெண்டு வருஷத்துல பாருங்க. தம்பியப் பெரிய ஆளா ஆக்கிடுறேன்."

"பெரிய ஆளோ... சின்ன ஆளோ உன்ன மாதிரி வந்துட்டாப் போதும் தம்பி."

"நான் என்ன, என்னவிட நாலு மடங்கு பெரிய ஆளா தம்பி ஆகிடுவான்."

"அதுக்கெல்லாம் கடவுள் கண் திறக்கணும்."

"அம்மாகிட்டச் சொல்லிக்க" மணி இவன் தோள்மீது கை வைத்தான். திரும்பிப் பார்த்தான், அம்மாவிடம் சொல்லிக் கொள்ள ஒன்றும் தோன்றவில்லை. பார்வை வீட்டுப்பக்கம் சென்றது. பாப்பா மூங்கில் படலைப் பிடித்துக்கொண்டு நின்றாள். இவன் தலையை அசைத்துக்கொண்டான். அப்புறம் வேகமாக வாய்க்காலில் இறங்கிக் கரையேறி சைக்கிள் பக்கம் போய் நின்றான்.

"அக்கா வர்றேன்." மணி பாப்பாவைப் பார்த்து ஒரு சிரிப்புச் சிரித்தான். அவள் நொச்சி இலைகளுக்குப் பின்னால் மறைந்துகொண்டாள். வாய்க்காலில் இறங்கிக் கரையேறினான். சைக்கிளைக் கையில் பிடித்தான். ஏறி உட்கார்ந்தான். அப்புறம் திரும்பிப் பார்த்தான்.

இவன் அப்படியே நின்றுகொண்டிருந்தான்.

"உட்காரு. போகணும்."

சைக்கிள் நகர்ந்தது. கொஞ்சதூரம் போனதும் இவன் ஓடிப்போய் சைக்கிளில் ஏறி உட்கார்ந்தான். சைக்கிள் மேட்டில் இருந்து கீழே இறங்கியது. பின்னால் திரும்பிப் பார்த்தான். பனை மரமும் ஈச்ச மரமும் தென்னை மரமும் தெரிந்தன.

கட்டுப்படுத்த முடியாத வேகத்தில் சைக்கிள் போவது மாதிரி இருந்தது. நிதானம் தவறினால் சைக்கிள் வயலில்தான் விழும். திடீரென்று சைக்கிள் விழுந்துவிடுமோ என்ற பயம் வந்தது. உட்கார்ந்திருக்க முடியவில்லை. புங்க மரத்தடியில் கீழே குதித்தான். இவன் கீழே குதித்ததும், மணி நிதானம் இழந்தான். சைக்கிள் முறுக்கிக்கொண்டுபோய் வயலில் விழுந்தது. மணி கீழேயும் – சைக்கிள் மேலேயும் விழுந்தது.

இவன் வரப்பு மேலே ஓடி, வயலில் குதித்து சைக்கிளைத் தூக்கி நிறுத்தினான். மணி வயலில் கையூன்றியெழுந்தான். நிற்கமுடியவில்லை. காலில் அடி. காலை ஒருமுறை உதறிக் கொண்டான். காலைக் கையால் தடவிவிட்டுக் கொண்டான்.

நொண்டிக்கொண்டே ஓரடி முன்னே எடுத்துவைத்து இவன் பக்கம் வந்தான்.

“எதுக்குடா சைக்கிள ஆட்டின?”

இவன் அவனை ஏறிட்டுப் பார்த்தான்.

“நானும் அப்பவே பிடிச்சிப் பாத்துக்கிட்டுதான் இருக்கேன். நீ ரொம்பதான் அழும்பு பண்ணற!” என்று எட்டி இவன் இடுப்பில் ஒரு உதை விட்டான். நிலைகுலைந்து சைக்கிள் மேலே விழுந்தான். கை சைக்கிள் கம்பியில் மாட்டிக் கொண்டது. வலித்தது, பல்லைக் கடித்துக்கொண்டு கையை உருவி வெளியே எடுத்தான்.

“உனக்கு ஆளப்பத்தித் தெரியல.”

இவன் எழுந்து, சைக்கிளைத் தூக்கி நிறுத்திவிட்டுக் கையையும் காலையும் துடைத்துக்கொண்டான்.

மணி வந்து சைக்கிளை ஒரு பார்வையிட்டான். அது ஒன்றும் ஆகவில்லை. சரியாக இருந்தது. வயலில் இருந்து வரப்பு மேலே தூக்கிக்கொண்டு வந்து நிறுத்தினான்.

இவன் மேலே ஏறி வந்தான்.

மணி சைக்கிள் வரப்பு மேல் நிதானமாகச் செல்ல ஆரம்பித்தது. பின்னால் உட்கார்ந்திருந்த இவன் ஐயனார் சிலையையும், கூந்தல் பனையையும் பார்த்துக்கொண்டே இருந்தான். சைக்கிள் ஒரு முறை மணி அடித்தது. அப்புறம் சாலைக்குள் சென்றது. இடுப்பு வலித்தது. கையால் தடவி விட்டுக்கொண்டு கண்களை மூடிக் கொண்டான்.

சைக்கிள் வேகமாகச் சென்றுகொண்டிருந்தது.

7

மணியின் சைக்கிள் நல்லூர்ச் சாலையில் சென்றது. இவன் இரண்டு பக்கமும் பார்த்துக் கொண்டே வந்தான். ஆலவிழுதைப் பிடித்துக் கொண்டு ஒரு பெரிய குரங்கு முன்னே தாவியது. மணி சைக்கிள் வேகத்தைக் குறைத்துக் கையை உயர்த்திக் குரங்கை மிரட்டினான். அது அவனைக் கவனிக்கவில்லை. விழுதை விட்டுவிட்டு மரக் கிளையில் தாவி மேலே சென்றது.

"ரொம்பதான் குரங்கு பெருத்துப் போச்சு." மணி இவன் பக்கம் திரும்பிச் சொன்னான். இவனொன்றும் பதில் சொல்லவில்லை. சாலையையே பார்த்துக் கொண்டு வந்தான்.

பள்ளிக்கூடத்திற்கு மாணவர்கள் வந்து கொண்டிருந்தார்கள். அவர்களைப் பார்த்ததும் பள்ளிக்கூட நினைவு வந்தது. தனக்குத் தெரிந்தவர்கள் யார் வருகிறார்கள் என்று பார்த்தான்.

புன்னை மரத்தடியில் இவனைப் பார்த்த சரவணன் "வர்லீயா?" என்று சாடையால் கேட்டான். இவன் பதிலொன்றும் சொல்லவில்லை. அவன் மூஞ்சையே பார்த்தபடி இருந்தான். சைக்கிள் முன்னே சென்றது.

இந்த நேரம் பள்ளிக்கூடத்தில் மணி அடித்திருக்கும். சரவணன் எப்போதும் தாமதமாக வருகிறவன். அதற்காக வெளியில் நிற்பான். முட்டி போடுவான்.

இறைவணக்கத்திற்குப் பிறகு வகுப்பு தொடங்கும். முதல்வகுப்பு தமிழ். கமலம் டீச்சர். இவனைத் தேடுவாள். இவனைக் காணாதுபோகவே வெளியே வந்து தலையை நீட்டிப் பார்ப்பாள். அப்புறம் உள்ளே வந்து குமரேசனைப் பார்த்து, "எங்கே செல்லையா?" என்று கேட்பாள்.

சூரிய வம்சம்

ஒரு ஆலம்பழம் தோள்பட்டையில் விழுந்தது. சற்றே நெளிந்தான்.

"எதுக்கு ஆடுற?"

"உம்."

"வாயில என்ன இருக்கு. திறக்க முடியலீயா?"

இவனுக்கு என்ன சொல்வது என்று தெரியவில்லை. திரும்பிப் பார்த்தான். திடீரென்று ஒரு மிருகம் சைக்கிள் ஓட்டிக் கொண்டு போவதுபோல இவனுக்கு இருந்தது. முகம் தெரியாத மிருகத்தின் முதுகையே பார்த்துக்கொண்டிருந்தான்.

"நாளையில இருந்து ஒழுங்கா கடைக்கு வந்துடணும்."

"வந்துடுறேன்."

"பள்ளிக்கூடம் வர்றது மாதிரி!"

"சரி."

"வராம கிராம நின்னுட்ட, செத்த. பின்னி எடுத்துடுவன். மனசுல வச்சிக்க."

சைக்கிள் தாமரைக்குளத்து மேட்டில் ஏறியது. தங்கவேலும் கோபாலும் சில்லெறிந்துகொண்டு இருந்தார்கள். அதுதான் இரண்டுபேருக்கும் விளையாட்டு. சில்லெறிவது சலித்தால், தாமரைப்பூவை அடிப்பார்கள். அதுவும் சலித்தால் சாலையில் போகின்றவர்கள் – கொஞ்ச தூரம் போகவிட்டு அடிப்பார்கள். அப்பொழுதுதான் பிடிக்க முடியாது. பிடிக்க ஓடிவந்தாலும் முடியாது. குளத்தைச் சுற்றி ஓடிவிடுவார்கள்.

தங்கவேலு முதலில் இவனைப் பார்த்தான். இவன்தானா சைக்கிளில் போவது என்ற சந்தேகம் வந்தது. கோபாலைக் கூப்பிட்டுக் காட்டினான். அவன் தலையை அசைத்தான். சைக்கிள் மேட்டில் இருந்து கீழே இறங்கியது. டயருக்கு முன்னே ஒரு கல் வந்து விழுந்தது. மணி திரும்பினான். பார்வையிலிருந்து குளம் மறைந்துவிட்டது.

"ரெண்டும் உன்கூடப் படிக்கற பசங்களா?"

"ஆமாம்."

"இதுங்க மாதிரிதான் பள்ளிக்கூடம் போறேன்னு புறப்பட்டு வந்து, சாலையில போறவங்க மேல கல்லுவிட்டு அடிப்பீயா!"

"இல்ல."

சா. கந்தசாமி

"என்ன இல்ல?"

"ஒழுங்கா நான் பள்ளிக்கூடம் போவேன்."

"அப்ப எப்ப சண்டை போடுவ?"

"நான் ஒண்ணும் சண்டை போடுறது இல்ல!"

"நேத்தி யாரோட சண்டை போட்ட?"

செல்லையா மௌனமானான். இவனுக்கு ஒன்றும் சொல்லத் தோன்றவில்லை. எப்படி நேற்று விஷயம் மணிக்குத் தெரிந்தது என்று யோசித்துக்கொண்டே வந்தான்.

"உங்க அப்பா இருந்தவரைக்கும் ஒழுங்கா இருந்தியாமே! அப்புறம் இப்ப உனக்கு என்ன ஆச்சி. அப்பன் போயிட்டா வால அவுத்துவிடணுமென்னு இருக்கா?"

எதிரே ஒரு பெரிய வண்டி வந்தது. வைக்கோல் வண்டி. மணி சைக்கிளை இலுப்ப மரத்தடியில் நிறுத்தினான். இவனுக்குக் கீழே இறங்குவதா, உட்கார்ந்து இருப்பதா? தீர்மானிக்க முடிய வில்லை.

"அறிவு இருக்கா சைக்கிள் நின்னா கீழ இறங்க வேணாம்!"

இவன் அவசரம் அவசரமாக சைக்கிளில் இருந்து கீழே குதித்தான்.

"சைக்கிள் நிக்குத. ஏன் நிக்குது. எதுக்கு நிக்குது என்ன பண்ணணும். அதெல்லாம் புத்தி இருக்கறதாத் தெரியல. படிக்கப் போறேன் படிக்கப்போறேன்னு மட்டும் கத்துற... என்னத்தப் படிச்சி நீ உருப்படப் போற!" என்று மணி பெல்ட்டில் கைவிட்டு ஒரு பீடியை எடுத்துப் பற்றவைத்துக்கொண்டான். புகையை இவனைப் பார்த்துக்கொண்டே மேலே ஊதினான்.

"பெரிய ஆளு மாதிரிதான் எதுத்துக்கிட்டு நிக்கற. ஆனா, கடைசில நோஞ்சான் மாதிரியில்ல அடிபட்டுக்கிட்டு வர்ற." பீடியைத் தரையில் போட்டுவிட்டு இவன் பக்கம் வந்தான். சைக்கிளில் சாய்ந்துகொண்டான்.

"சண்டையின்னா தெரியுமா! முதல் அடி எப்பவும் நம்ப கையா இருக்கணும். முதல்ல கொடுக்கற அடியிலேயே எதிராளி போயிடணும். அத அவன் சாகறவரைக்கும் நினைவுல வச்சிக்கணும்."

மணி சொன்னது இவனுக்குப் புதிதாக இருந்தது. யாரும் முதலில் சண்டையில் நீ அடி என்று சொன்னது இல்லை. அவன் நிஜமாகத்தான் சொல்கிறானா என்ற ஐயத்தோடே பார்த்தான்.

சூரிய வம்சம்

"அடிக்கும் உதைக்கும் பயப்படாதது உலகத்துல ஒன்னுமே இல்ல!" பெல்ட்டில் இருந்து இன்னொரு பீடியை எடுத்தான். பிறகு காதில் செருகிக்கொண்டான்.

"நேத்திப் பசங்க நல்லா அடிச்சிட்டாங்களா" சைக்கிளைத் தள்ளி ஏறினான். பின்னால் இவனும் ஏறிக்கொண்டான். சைக்கிள் வேகமாகச் சென்றது.

"நம்ப கடை தெரியுமா?"

"இல்ல."

"உங்க அம்மாகூடச் சினிமாவுக்கு வர்றது இல்ல."

"இல்ல."

"அக்கா?"

"அதுவுந்தான்..."

"அக்கா பேரு என்ன?"

இவன் பேசாமல் இருந்தான்.

"பாப்பாதானா?"

"இல்ல. லட்சுமி. ஆனா பாப்பான்னுதான் கூப்பிடுறது."

"அக்கா படிச்சியிருக்கா?"

இவன் சைக்கிளிலிருந்து கீழே குதித்தான். மணி சைக்கிளை நிறுத்திக்கொண்டு, "எதுக்கு இப்பக் கீழ குதிச்ச?" என்று கத்தினான்.

"சைக்கிள்ல காத்து கம்மியா இருக்குது. தரையில இடிக்குது."

மணி கீழே இறங்கி டயரை அமுக்கிப் பார்த்தான். காற்று குறைவாகத்தான் இருந்தது. இரண்டு பேர் போக அது போதுமான காற்று இல்லை. வழியில் முள் குத்திவிட்டது. பஞ்சர்தான்.

"உனக்கு சைக்கிள் விடத்தெரியுமா?"

தலையை அசைத்தான்.

"தெரியுமா?"

"உம்."

"பரவாயில்ல."

"அப்ப இத தள்ளிக்கிட்டுவா." சைக்கிளை மணி இவனிடம் கொடுத்தான். இவன் ஹேண்டில்பாரைப் பிடித்து சைக்கிளைத்

சா. கந்தசாமி

தள்ளிக்கொண்டு சென்றான். சைக்கிள்விடத் தெரியாவிட்டால் தள்ளிக்கொண்டு போகமுடியாது. பெடல் காலில் இடிக்கும்.

மணி தலையை அசைத்தான். காதிலிருந்த பீடியை எடுத்துப் பற்றவைத்துக்கொண்டான். சைக்கிளைத் தள்ளியபடிச் செல்லும் இவனைப் பிடித்துவிட வேண்டும் என்பதுபோல வேகவேகமாக முன்னே சென்றான்.

புன்னை மரத்தடியில் ஒரு கொட்டகை. வெளியில் நான்கு சைக்கிள்கள். ஒரு பக்கத்தில் கும்பலாக ஐந்தாறு டயர். டயர் பக்கத்தில் வாளியில் பாதித் தண்ணீர். தண்ணீருக்குப் பக்கத்தில் சுவரோடு காற்று அடிக்கும் பம்பு. அதுதான் மணி சைக்கிள் கடை. கடைக்கு இடதுபக்கம் ஒரு பெஞ்சு. பெஞ்சில் உட்கார்ந்து ஒரு தாடி பேப்பர் படித்துக்கொண்டிருந்தது. இவன் தாடி பக்கத்தில் சைக்கிளைக் கொண்டுபோய் நிறுத்தினான்.

தாடி கரத்தில் இருந்து பேப்பர் ஒதுங்கியது.

"ஒரு வழியாப் புடுச்சிட்ட!"

தாடி இவனைப் பார்த்துக்கொண்டே சொன்னது. மணி தலையை அசைத்தான்.

செல்லையா சைக்கிளை ஸ்டாண்ட் போட்டு நிறுத்தினான்.

"காத்துன்னா அடிச்சிப் பாக்கிறீயா?"

"சரி." சுற்றும்முற்றும் பார்த்துக் காற்றுஅடிக்கும் பம்பை எடுத்துக்கொண்டு வந்தான். அதைப் பொருத்திக் காற்று அடிக்க ஆரம்பித்தான். காற்று ஏறவில்லை. பம்பு வழுக்கிக்கொண்டு போனது. மணி இவனையே பார்த்துக்கொண்டு இருந்தான். பம்பின் கைப்பிடியைக் கொஞ்சம்போல சுழற்றிக் காற்று அடிக்க ஆரம்பித்தான். பம்பு இறுகியது. காற்று ஏற ஆரம்பித்தது. இவன் எம்பியெம்பிக் காற்று அடிக்க ஆரம்பிந்தான்.

மணி சந்தோஷமுற்றதுபோலப் பெஞ்சில் உட்கார்ந்து பேப்பரைக் கையில் எடுத்துப் படிக்க ஆரம்பித்தான்.

8

மணி இவன் செய்யும் ஒவ்வொரு செயலையும் பார்த்துக்கொண்டே இருந்தான் - பார்க்காதது போல. சீக்கிரத்தில் இவனைப் பிடித்துவர முடியுமென்று அவன் நினைக்கவில்லை. காரணம் படிக்கிற பையன்; நன்றாகப் படிக்கிற பையன் என்று அவன் கேள்விப்பட்டிருக்கிறான். அது மாதிரியே இவன் அம்மாவைப் பற்றியும் கேள்விப் பட்டிருக்கிறான். அதெல்லாம் ஒன்றும் நல்லதாக இல்லை.

பாப்பாவைப் பார்த்ததும் அதெல்லாம் மணிக்கு ஒரு பொருட்டாகவே படவில்லை. புகையை ஊதுவது மாதிரி மனத்தில் இருந்து ஊதிவிட்டான். யாராவது சொல்ல வந்தாலும் சரி, அவன் காது கொடுப்பது இல்லை.

ஒரு நாள், வாழைத்தார் வாங்குவதற்கு அந்தப் பக்கமாக மணி சைக்கிளில் சென்றான். பாப்பா வாழைப் பூவை அறுத்துக்கொண்டு இருந்தாள். சைக்கிளை நிறுத்திவிட்டு இவளையே பார்த்துக் கொண்டிருந்தான். கீழே விழுந்த வாழைப்பூவை எடுத்துக்கொண்டு நிமிர்ந்த பாப்பா மணியைப் பார்த்தாள். பார்த்ததும் பயந்துபோனாள். பூவைக் கையில் எடுத்துக்கொண்டு குனிந்து கத்தரிச் செடிகளுக்கிடையே மறைந்து உள்ளே ஓடினாள்.

"எதுக்கு இப்படி ஓடியாற?"

"வந்து..."

"சொல்லு சனியன!"

உள்ளே சென்று கதவுக்குப் பின்னால் மறைந்து கொண்டு திரும்பிப் பார்த்தாள். மணி வாய்க்காலைத் தாண்டி, மூங்கில்படலைத் திறந்து உள்ளே வந்து கொண்டிருந்தான்.

சா. கந்தசாமி

“அதோ அம்மா... யாரோ வராங்க.”

“யார் வந்தா என்ன? அதுக்கு இப்படியா ஓடியாரணும். நான் என்னமோ ஏதோன்னு பயந்துபோயிட்டேன்!” அம்மா எழுந்து வெளியே வந்தாள்.

மணி பெல்ட்டை மேலே இழுத்துவிட்டுக் கொண்டு பூவரசு மரத்தைத் தாண்டி வந்தான். யார் அது? சினிமாவுக்குப் போகும் போதெல்லாம் நல்லூர் சைக்கிள் கடையில் பார்த்திருக்கிறாள். பேசிப் பழக்கம் இல்லை.

“தெரியலீயா அக்கா?”

“வாங்க தம்பி.”

“அக்காவுக்கு அடையாளம் தெரியுதான்னு பார்த்துக் கிட்டே வர்றேன்.”

“அது எப்படி அடையாளம் தெரியாமப் போகும்?”

வாழையோரமாகச் சாத்திவைத்திருந்த கயிற்றுக்கட்டிலை எடுத்துப்போட்டாள்.

“உட்காருங்க தம்பி.”

மணி உட்கார்ந்தான். பார்வை ஒருமுறை உள்ளே சென்று திரும்பியது.

“இந்தப் பக்கமா ஒரு வேலயா வந்தேன். அப்புறம் திடீரென்று அண்ணன் ஞாபகம் வந்துச்சி, சைக்கிளத் திருப்பிட்டேன்.”

“போன அப்புறமாவது அண்ணன் ஞாபகம் இருக்கே!”

“என்னக்கா அப்படிச் சொல்லிட்டீங்க, அண்ணன் எப்படிப்பட்ட ஆளு? அவுங்ககிட்ட செத்தநேரம் பழகினாப் போதும், அப்புறம் சாகறவரைக்கும் மறக்கமுடியாது. அந்தக் காலத்து மக்கள் கட்சியில சேர்ந்து நானும் அண்ணனும் ஒன்னா ஜெயிலுக்குப் போனோம். ஜெயில்லதான் அவுங்க எவ்வளவு பெரியமனுஷன்னு தெரிஞ்சிச்சி. ஆனா பாருங்க அக்கா... உள்ளே இருந்து வெளியில வந்ததும், கட்சியில ரெண்டுபேராலும் இருக்க முடியல. அண்ணன் ஒரு பக்கம் போயிட்டாங்க... நான் ஒரு பக்கம் வந்துட்டேன்.”

“நீங்கதான் தம்பி இப்பச் சொல்லுறீங்க.”

“அண்ணனுக்கும் பத்து வருஷம் சின்னவன் அக்கா. அப்பக்கூட அண்ணன் என்ன வாடா என்னு கூப்பிட்டது இல்ல. என்ன மட்டுந்தானா. எல்லாரையுந்தான்... யாரைப் பார்த்தாலும் தம்பிதான்.”

கதைகேட்பதுபோல அவன் சொல்வதையெல்லாம் கேட்டபடி இருந்தாள். தன் கணவன் அப்படிப்பட்ட ஆளா என்று இவளுக்குத் தோன்றியது. இவளுக்குத் தெரிந்ததெல்லாம் காலையில் எழுந்து குளித்துவிட்டு வெள்ளையாக உடுத்துக் கொண்டு சென்ற பெரியசாமி, அப்புறம் இருமி இருமிக்கொண்டு இருந்த பெரியசாமி. இந்த இரண்டு பெரியசாமியையுமே இவளுக்குப் பிடித்தது இல்லை. பிடித்தது இல்லை என்பது இல்லை. வெறுத்தாள். மனத்தாலும் உடலாலும் வெறுத்தாள். உயிரோடு இருந்தபோது மட்டுந்தான் என்றில்லை. செத்தபிறகும் வெறுத்தாள்.

"அக்கா, கொஞ்சம் தண்ணி கொடுங்க."

"பாரு தம்பி. நான் ஒரு மூளை கெட்டவ. கத கேட்டுக் கிட்டே நிக்கறேன்!" என்றவள் உட்பக்கம் திரும்பி, "பாப்பா! கொஞ்சம் தண்ணி கொண்டா தம்பிக்கு!" என்றாள். அப்புறம் என்னவோ நினைத்துக்கொண்டவள்போலத் தானே உள்ளே சென்றாள். பெரிய பித்தளைச் சொம்பில் தண்ணீர் கொண்டு வந்து கொடுத்தாள்.

மணி தலைக்கு மேலே சொம்பைத் தூக்கி மடமடவென்ற சப்தத்தோடு தண்ணீரைக் குடித்தான். உண்மையிலேயே தாகந்தான் போலும். பாதிச் சொம்புக்கு மேலே குடித்தான். குடித்து விட்டுச் சொம்பைக் கீழேவைத்து வாயைத் துடைத்துக் கொண்டான்.

செல்லையா பள்ளிக்கூடத்தில் இருந்து திரும்பி வந்தான். மூங்கில் படல் திறந்து கிடப்பதைப் பார்த்தான். யாரோ ஆள் வந்திருக்கிறது என்று தீர்மானித்துக்கொண்டான். புது ஆள் வந்தால் அதுதான். திறந்தால் படலை மூடுவது இல்லை. இது யார்? இவன் முன்னே சென்றான்.

"பையனா அக்கா?"

அம்மா தலையசைத்தாள்.

"இங்க வா." அவன் கையை நீட்டி அழைத்தான்.

இவன் சற்று ஒதுங்கி நின்றபடி அம்மாவையும் மணியையும் மாறிமாறிப் பார்த்தான்.

"உங்க அப்பா சிநேகிதன்டா தம்பி."

"சின்ன வயசில பார்த்தது. மறந்துபோயிடுச்சி."

"அதான்... அண்ணன் மாதிரியே இருக்கான் அக்கா."

சா. கந்தசாமி

"புத்திகூட அப்படித்தான். ஒன்னுக்கும் துப்பு இல்ல."

"இந்த ஒரு பையன்தானா அக்கா?"

அம்மா பெருமூச்சு விட்டாள்.

"கல்யாணத்துக்கு ஒரு பொண்ணு இருக்கு!"

"அடிக்கடி வராததால எல்லாம் மறந்து போயிடுச்சி. அண்ணன் நாலு ஐஞ்சி வருஷம் கட்சியவுட்டு ரொம்ப விலகிட்டாங்க. அதுவாவது சரி... பிடிக்கல... ஆனா பழைய ஆளுங்ககிட்டக்கூடச் சிநேகிதம் வச்சிக்கல. ஒதுங்கித் தனிச்சி நின்னுட்டாங்க."

"அவுங்க யார்கிட்டத்தான் சேர்ந்து இருந்தாங்க!"

"நீங்க பையனால முன்னுக்கு வந்துடுவீங்க அக்கா!"

"அவன நம்பித்தான் தம்பி இருக்கேன்."

செல்லையா மணியை ஒரு பார்வை பார்த்துக்கொண்டு உள்ளே சென்றான்.

பாப்பா கதவுக்குப் பின்னால் நின்றுகொண்டிருந்தாள்.

"நீ இங்கயா இருக்க? அவன் யாரு?"

"மெதுவாடா." பாப்பா இவன் வாயைப் பொத்தினாள். அவள் கையை உதறிவிட்டு உள்ளே போய்ப் புத்தகத்தை மாடத்தில் வைத்துவிட்டுத் திரும்பி வந்தான்.

மணி நின்றுகொண்டிருந்தான். இவனைப் பார்த்ததும் சந்தோஷமாகத் தலையசைத்து, "இங்கே வா," என்றான்.

இவன் காதில் அது விழுந்தது. ஆனால் நொண்டி நொண்டிக் கொண்டு பின்னால் ஓடி மறைந்தான்.

"அப்ப நான் வர்ரேன் அக்கா." அம்மாவிடம் விடைபெற்றுக் கொண்டு போனான். மூங்கில்படலைத் திறந்தான். ஆனால் மூடவில்லை. அப்படியே போட்டுவிட்டுப் போனான். அவன் போனதும் இவன் வந்து படலை மூடினான்.

மணி யோசித்துக்கொண்டே சைக்கிளில் ஏறினான்.

பையனைப் பிடித்துக் கடையில் போட்டுவிட்டால், பெண்ணை அமுக்கிவிடலாம். அதுவே அவனுக்கு நல்ல யோசனை மாதிரிதான் பட்டது. சைக்கிளை வேகமாக மிதித்தான். பின்னால் திரும்பிப் பார்த்தான். வாழை இலைகளுக்கிடையில் பார்த்த முகம் முன்னே வந்துகொண்டிருந்தது.

மணி கொஞ்ச நாட்கள் முன்னேற்றக் கட்சியில் இருந்தான். விலைவாசி எதிர்ப்புப் போராட்டத்தில் கலந்துகொண்டு சிறைக்குப் போனான். சிறைக்குப் போன பத்து நாட்களில் மன்னிப்புக் கடிதம் எழுதிக் கொடுத்துவிட்டு வெளியே வந்து விட்டான். வந்ததும் ஒரு சைக்கிள் கடை போட்டான். ஆரம்பத்தில் சுமாராக இருந்தது. அப்புறம் படுத்துவிட்டது. அது படுத்த போதுதான், சாராயம் விற்க ஆரம்பித்தான். ஆரம்பத்தில் கஷ்டம் மாதிரிதான் இருந்தது. இப்போது எல்லாம் சரியாகிவிட்டது. சைக்கிள் கடைக்குப் பின்னால் சாராயம், அதைப் பார்க்கத் தான் ஒரு பையன் வேண்டும்; துடிப்பான பயல் வேண்டும்.

இவன் முகம் மணிக்கு நினைவுக்கு வந்தது.

நல்ல பையன், துடியாக இருக்கிறான். சமாளித்துக் கொள்வான்.

பிடிக்க முடியுமா?

மணி ஒரு பீடியை எடுத்துப் பற்றவைத்துக்கொண்டான்.

தாடி பேப்பரை வைத்துவிட்டுச் சென்றது. அவன் திரும்பிப்பார்த்தான். கடையில் செல்லையாவைத் தவிர வேறு யாரும் இல்லை. எழுந்து இவன் பக்கமாக வந்தான். சைக்கிளைத் துடைத்துக்கொண்டிருந்த இவன் எழுந்தான். பெல்ட்டிலிருந்து நோட்டை எடுத்து "கடைக்கு போயிட்டுவர்றீயா?" என்றான்.

இவன் தலையசைத்தான்.

"கடை தெரியுமா?"

"தெரியும்."

"எப்பப் பார்த்த?"

"வரும்போது."

அவன் திருப்தியுற்றது போலச் சிரித்தான்.

"அப்படித்தான் இருக்கணும். ஒன்னு ஒன்னையும் சுயமாப் பத்திக்கணும்." நோட்டை இவன் கையில் கொடுத்தான்.

"என்னயெல்லாம் வாங்கியாறப் போற?"

"சொல்லுங்க."

"வெத்தலபாக்கு, பன்னீர் புகையில, ஒரு கட்டுப் பீடி, தீப்பெட்டி ஒன்னு, ஒரு கட்டிச் சவுக்காரம் அப்புறமா ரெண்டு டீ."

சா. கந்தசாமி

"அப்புறங்க."

"இப்ப அதான். எல்லாத்தையும் மறக்காம வாங்கிட்டு வந்துடுவீயா?"

தலையை அசைத்தான்.

"மாட்ட."

"பாருங்க. நான் வாங்கியாந்துடுவேன்!" என்ற இவன் கடையை விட்டு வெளியே சென்றான். இவன் செல்வதையே கொஞ்சநேரம் பார்த்துக்கொண்டிருந்த மணி அப்புறம் பேப்பரை எடுத்துப் புரட்ட ஆரம்பித்தான். படிக்க முடிய வில்லை. எழுந்து வந்து சாலையில் நின்று இவன் போவதைப் பார்த்துக்கொண்டிருந்தான்.

9

செல்லையா டீயை வாங்கிக் கொண்டு வந்தான். சுவரில் சாய்ந்து குத்தவைத்து உட்கார்ந்து மணி பேப்பர் படித்துக் கொண்டிருந்தான். எவ்வளவு நேரந்தான் அவன் பேப்பர் படிப்பான் என்று நினைத்தான். தீர்மானிக்க முடியவில்லை. இரண்டு டீயையும் பெஞ்சுமேல் வைத்தான். கை சூட்டில் சிவந்து இருந்தது. கைவிரல்களைச் சொடுக்கி விட்டு விட்டு ஒரு டீயை எடுத்துக்கொண்டு மணி அருகே சென்றான். அவன் பேப்பர் படித்தபடி இருந்தான். நிஜமாகவேதான் பேப்பர் படிக்கிறானா? இவனுக்குச் சந்தேகமாக இருந்தது.

கொஞ்சநேரம் இவன் அப்படியே நின்றான். பிறகு நிற்க முடியவில்லை. மெல்லிய குரலில் "டீ!" என்றான். பேப்பர் மணியின் கரத்தில் இருந்து அகலவில்லை. தான் சொன்னது அவன் காதில் விழவில்லையோ என்று நினைத்தான்.

"டீங்க!" இவன் குரல் சப்தமாக ஒலித்தது. மணியின் கரத்தில் இருந்த பேப்பர் விலகியது. தலையை உயர்த்தி இவனை ஒருமுறை பார்த்தான். பேப்பரை கீழே போட்டுவிட்டுக் கையை நீட்டி டீயை வாங்கினான். ஒரு மிடறு குடித்தான்.

"டீ எனக்குன்னுதானே கடையில சொன்ன?"

"ஆமாங்க,"

"இல்லாட்டா டீ நல்லாப் போடமாட்டான். இல மாத்தினானா?"

"உம்."

"என்ன உம்... கவனிக்கலையா?"

"புதுசா டீத்தூளைக் கொட்டி டீ போட்டாங்க."

"நம்ப பேர சொல்லாட்ட மாத்தமாட்டான்.

சா. கந்தசாமி

பழைய இலையில டீ போட்டுக் கொடுத்துவிடுவான். அது குடிக்க முடியாது.” டீ ஆறிக்கொண்டு வந்தது போலும். அவசர அவசரமாகக் குடித்தான்.

இவன் பின்னால் சென்று பெஞ்சுமேல் இருந்த மற்றொரு டீயை அவனுக்குக் கொண்டுவந்து கொடுத்தான். கிளாசைக் கீழே வைத்துவிட்டு நிமிர்ந்த மணி சிரித்தான். பெரிதாகச் சப்தம் போட்டுச் சிரித்தான். அவன் சிரிப்பது எதற்கென்று இவனுக்குத் தெரியவில்லை. யாராவது இருக்கிறார்களா என்று பின்னால் திரும்பிப்பார்த்தான்.

“ஒரு ஆளு ரெண்டு டீயா குடிப்பான்? ரொம்ப நல்லா இருக்கு!”

இவன் டீயைப் பிடித்துக் கொண்டே நின்றான். “உனக்குத் தான்.குடி.”

“இல்ல, வேணாம்.”

“என்ன வேணாம்?” அவன் குரல் அதட்டியது. குடிக்கா விட்டால் அடிப்பான்போல இருந்தது. டீயைக் குடிக்க ஆரம்பித்தான்.

“டீ நல்லா இருக்கு, இல்ல!”

இவன் தலையசைத்தான்.

“அப்புறம், நான் சொன்னது எல்லாம் வாங்கியாந்து இருக்கிறீயா... எடு, பார்க்கலாம்.”

இவன் டீ கிளாசைப் பெஞ்சு மேல் வைத்துவிட்டுத் திரும்பி வந்து பையில் கைவிட்டு ஒவ்வொரு பொட்டலமாக எடுத்தான். ஒரு பை காலியானதும் இன்னொரு பையில் கைவிட்டான்.

““என்ன வாங்கியாந்து இருக்க, சொல்லு.”

“நாலணா வெத்தல, நாலணா கை சீவ, ஒரு பொட்டணம் பன்னீர் புகையில...”

“சுண்ணாம்பு?”

“அதுவும்.”

“நீ வைக்கச் சொன்னியா; அவனா வச்சானா?”

“வெத்தல சீவல கட்டறப்ப சுண்ணாம்பு இருக்காங்க என்றேன்... அடெட என்று அப்புறமா கட்டின பொட்டணத்தப் பிரிச்சுச் சுண்ணாம்பு வச்சாங்க.”

“எனக்கென்னு சொன்னீயா?”

இவன் பேசாமல் இருந்தான்.

"அதான் சரி... அப்புறம் சொல்லு."

"ஒரு கட்டுப் பீடி... ஒரு தீப்பெட்டி."

"சரி... அவ்வளவுதானா?"

இவன் கால்சட்டைப் பையில் கைவிட்டான். "இன்னும் ஒன்னு இருக்குது. சவுக்காரம்" அதையெடுத்து முன்னே வைத்தான்.

"பரவாயில்ல. எல்லாத்தியுந்தான் வாங்கி வந்திருக்கே."

திரும்பிப் போக இவன் காலடியெடுத்து வைத்தான்.

"எங்க போற?"

"சைக்கிள் துடைக்கங்க!"

மணி தரையில் கையூன்றி எழுந்தான்.

"நான் யாருன்னு உனக்குத் தெரியுமா?"

மெதுவாகத் தலையசைத்தான்.

"உங்க அம்மாவை எப்படிக் கூப்பிடுறேன் தெரியுமா?"

இவன் அவன் முகத்தையே பார்த்துக்கொண்டிருந்தான்.

"உங்க அம்மா என்ன எப்படிக் கூப்பிடுறாங்க?"

இவன் பார்வை தாழ்ந்தது.

"சொல்லு... தெரியுமா?"

"தெரியும்."

"என்னென்னு?"

"தம்பி"

"நான் எப்படிக் கூப்பிடுறேன்?"

"அக்கா"

"சரி... ரொம்ப சரி... அப்ப நீ என்ன எப்படிக் கூப்பிடணும்?"

இவனுக்குக் குழப்பமாக இருந்தது; என்ன சொல்வது என்று தெரியவில்லை.

"என்ன சொல்லு?"

இவன் தலையை அசைத்தான்.

"சொல்லு... உம்... சொல்லு..."

இவனுக்குக் கூச்சமாக இருந்தது. ஏறிட்டு அவனைப் பார்த்தான்.

"மாட்ட?"

"..."

"சொல்ல மாட்ட?"

"..."

"வெட்கமா இருக்கா?" அவன் ஓரடி முன்னே எடுத்து வைத்தான்.

"இல்லீங்க..."

"என்னடா இல்லே" மணி பளாரென்று இவன் கன்னத்தில் ஓர் அறை விட்டான். அறை கன்னத்திலும் செவியிலும் சேர்ந்து விழுந்தது; துள்ளிக் குதித்தான்.

"ஓடினா கொன்னுடுவேன்!"

இவன் பயந்து போய் நின்றான்.

"இங்க வா."

ஒவ்வொரு அடியாக எடுத்து வைத்து அவன் முன்னே வந்து நின்றான்.

"எங்க. இப்பச் சொல்லு."

"..."

"சொல்லுடா!"

"மாமா!"

"இன்னொரு வாட்டிச் சொல்லு."

"மாமா!"

"உதை வாங்கினாத்தான் சொல்ல முடியுது, இல்ல?"

இவன் பேசாமல் இருந்தான்.

"இன்னம எப்பவும் எப்படிக் கூப்பிடணும்?"

"மாமான்னு!"

"அதான்... அப்படித்தான்... அதெ அப்பவே சொல்லி இருந்தா இப்ப உதைபட்டு இருக்கவேணாம் இல்ல!" அவன் இவனைப் பார்த்துக்கொண்டே நடந்தான். கால் இடறி டீ கிளாஸ் உருண்டது. இவன் குனிந்து எடுத்தான்.

"நீ ஒன்னும் கிளாசைக் கொண்டு போய்க் கொடுக்க வேணாம். வந்து எடுத்துக்கிட்டுப் போவானுவோ?"

"சரிங்க மாமா."

சாலையில் யாரோ ஒருத்தன் சைக்கிளை நிறுத்திக் கொண்டு மணி அடித்தான். விட்டுவிட்டு மணி அடித்தான்.

"காத்தா?" என்றான் மணி.

"ஆமாங்க."

"பம்பு ரிப்பர்."

கையில் பம்பைக் காற்று அடிக்க எடுத்த இவன் நிமிர்ந்து மணியைப் பார்த்தான். பம்பைக் கீழே வைக்கும்படி அவன் சைகை காட்டினான். இவன் கீழே வைத்தான். வாசலில் நின்று காற்று அடிக்கச் சொன்னவன் கொஞ்ச தூரம் போனதும், "புதுசா ஆளுங்க வந்து காத்து அடிக்கச் சொன்னா, பம்ப நீ ஒன்னும் தூக்கிக்கிட்டு ஓட வேண்டாம்! ஐஞ்சி காசுக்கு நம்ப கடை இல்ல!" என்றான்.

"சரிங்க மாமா."

மணி திருப்தியுற்றுத் தலையசைத்தான்.

10

சேவல் கூவியது, மறுபடியும்மறுபடியும் கூவியது இவன் சேவல், சிவப்புச் சேவல். பெரிய சேவல். கொண்டையை ஆட்டிக்கொண்டு காலை எட்டயெட்ட எடுத்து வைத்துச் செல்லும். அம்மா போன புதன்கிழமை அதை அடித்து அல்லியூர் மணிக்கு ஆக்கிப்போடுவதாகச் சொன்னாள். பிடித்துக் கட்டிக்கூடப் போட்டுவிட்டாள். இவன் தான் அவிழ்த்து விட்டுவிட்டு, “அம்மா! சேவல் அவுத்துக் கிட்டுப்போயிடுச்சி!” என்றான்.

அம்மா நிமிர்ந்து இவனை ஒரு பார்வை பார்த்தாள்.

“தன்னால அவுத்துக்கிட்டுப் போயிடுச்சா!” என்று இவன் தலையில் ஒரு கொட்டுக் கொட்டினாள். தலையைத் தடவிக்கொண்டே வெளியில் ஓடி வந்தான். கூரைமீது ஏறிக் கூவிக்கொண்டிருந்த சேவல் பறந்து கீழே வந்தது. அம்மா கண்ணில் பட்டு விடக்கூடாதே என்று விரட்டிக் கொல்லைப் பக்கம் துரத்திக்கொண்டு போனான்.

சேவல் மறுபடியும் கூவியது. செல்லையா படுக்கையில் இருந்து எழுந்து உட்கார்ந்தான். வேலைக்குப் போனதிலிருந்து படுக்கை இவனுக்கு வெளியில்தான். இவனாகப் போட்டுக் கொண்டது. அதைப் பார்த்துவிட்டு அம்மா, “நீ இப்பஇப்ப ரொம்பத்தான் பெரிய மனுஷனாயிட்ட!” என்றாள்.

சேவல் கூவியது. அது கூவ ஆரம்பித்துவிட்டால் அவ்வளவுதான். அடங்கவே அடங்காது. இவனால் உட்கார்ந்திருக்க முடியவில்லை. எழுந்துபோய்க் கூட்டைத் திறந்துவிட்டான். அதற்கு மட்டும் தனியாகக் கூடு. சேவல் சிறகை அடித்துக்கொண்டு – தொடர்ந்து கூவிக்கொண்டு பூவரசு மரத்தில் போய் உட்கார்ந்தது. சாதாரணமாகச் சேவல் பறக்காது;

மரத்தில் ஏறி உட்கார்ந்துகொள்ளாது. ஆனால் இவன் சேவல் சிவப்புச் சேவல் தனி ரகம். கொஞ்சம் பறக்கும் நாயோடு, கழுகோடு எல்லாம் சண்டைபோடும்.

"உன்ன மாதிரிதான், உன் சேவலும் சண்டைக்கு முன்ன நிக்குது!" என்றாள் அம்மா ஒருநாள்.

இவன் சிரித்தான்.

"அது ரொம்ப நல்லதுதான். சிரிச்சிக்க."

இவன் சேவலைப் பார்த்துக்கொண்டே நடந்தான். அது பூவரசு மரத்திலிருந்து பறந்து கொல்லைப்பக்கமாக ஓடியது. அதன் பின்னாலேயே சென்றான். பாப்பா குளத்தில் குளித்து விட்டு வந்தாள். சேவல் அவள் காலைச் சுற்றிவந்து கேவியது. கையால் விரட்டிவிட்டுவிட்டு உள்ளே சென்றாள்.

பாப்பாவைப் பார்த்ததும், நேற்று மணி கேட்டது நினைவிற்கு வந்தது. சாயந்தரம். கடையில் இவனையும் அவனையும் தவிர வேறு ஆட்கள் இல்லை. கையில் இருந்த பீடியைக் கீழே போட்டு விட்டு இவன் பக்கத்தில் வந்து உட்கார்ந்தான். இவன் பார்க்காதது போல அந்தப் பக்கமாகத் திரும்பிக்கொண்டான். இப்போது மணி பழக்கம் கொஞ்சம் மாறியிருந்தது. இவனை அடிப்பது இல்லை; மிரட்டுவது இல்லை. மாறாக அன்பாகப் பேசுகிறான். சைக்கிள் தருகிறான். தானாக சைக்கிள் ஓட்டியோட்டிக் கற்றுக்கொண்டு விட்டான். ஏறவும் இறங்கவும்தான் தெரியவில்லை. "அதுவும் சீக்கிரம் உனக்கு வந்துடும்" என்றான் மணி ஒருநாள்.

"செல்லையா!" மணி இவன் தோளில் கை வைத்தான்.

இவன் திரும்பினான். அவன் ஒரு சிரிப்புச் சிரித்தான். அதைப் பார்த்ததும் இவனுக்கும் சிரிப்பு வந்தது. சிரித்தான்.

"எதுக்குச் சிரிக்கற?"

"ஒன்னும் இல்ல மாமா."

"சரி, உங்க அம்மா உன்ன எப்படிக் கூப்பிடுவாங்க?"

"செல்லையா."

"அக்கா?'

"செல்லா."

"நீ அக்காவ எப்படிக் கூப்பிடுவ?"

"பாப்பா."

"அம்மா?"

"அதான்."

"அக்கா பேரே அதுதானா?"

இவன் மணியை ஏறிட்டுப் பார்த்தான்.

"பாப்பாவுக்கு வேற பெயரு இருக்கா?"

தலையை அசைத்தான்.

"வேற பெயரு இருக்கு?"

"இருக்கு."

"என்னா?"

"லட்சுமி."

"அப்படியா?"

"ஆமாம்."

"அக்காள எல்லோரும் பாப்பான்னுதான் கூப்பிடுறதா?"

"அப்பா மட்டும் லட்சுமியின்னு கூப்பிடுவாங்க."

"அது சரி... அது சரி." மணி பெல்ட்டில் இருந்து ஒரு சோப்பை எடுத்து இவனிடம் கொடுத்தான். இவன் வாங்கிக் கொண்டான்.

"சிங்கப்பூர் சோப்பு. அக்காக்கிட்டக் கொடு."

இவனுக்கு அவனைப் பிடிக்காததால் சோப்பை அக்காளிடம் கொடுக்கவில்லை. ஆனால் மறுநாள் கடைக்குப் போனதும் மணி அதுபற்றித்தான் கேட்டான். இவன் கொடுத்துவிட்டதாகச் சொன்னான்.

"அக்கா சோப்ப வாங்கிக்கிட்டு என்ன சொல்லிச்சி?"

"ஒன்னும் சொல்லுல."

"ஒன்னும் சொல்லுல?"

"இல்ல."

"சோப்பு நல்லா இருக்கான்னு நாளைக்குக் கேட்டுக்கிட்டு வந்து சொல்லு."

தலையை அசைத்தான்.

"மறக்காம கேட்டாறணும்,"

செல்லையா ஒரு வேப்பங்குச்சியை ஒடித்துப் பல்லைத் துலக்கிக்கொண்டு மூங்கிக் குத்துப் பக்கம் சென்றான். இரண்டு

கொக்குகள் சிறகை அடித்துக்கொண்டு பறந்துசென்றன. மீன் கொத்திக் குருவி எங்கே இருக்கிறது என்று பார்த்தான். கிளை களில் காணோம். பார்வை திரும்பியது. மூங்கிக் குத்தில் ஒரு பாம்பு சட்டையை உரித்துப் போட்டுவிட்டுப் போயிருந்தது.

நேற்றோ இன்றோ உரித்துப்போட்டது போல இருந்தது. பள்ளிக்கூடத்திற்குப் போகும்போதெல்லாம் பாம்புச்சட்டை பொறுக்கி வைத்திருந்தான். மொத்தம் ஏழோ, எட்டோ இருந்தது. அதில் நல்லபாம்புச் சட்டைதான் அதிகம். பள்ளிக்கூடத்தில் வேறு யாரிடமும் அவ்வளவு இல்லை. தங்கவேலு கூட நான்கோ ஐந்தோதான் வைத்திருந்தான். எல்லாம் சாரைப்பாம்புச் சட்டை.

ஒரு நாள் தங்கவேலு இவனை வழிமறித்து, "டேய், செல்லையா, எனக்கு ஒரு நல்ல பாம்புச் சட்டை கொடு!" என்றான்.

"ஏங்கிட்ட இல்லியே."

"இல்லன்னா போய்ப் பொறுக்கியாந்து கொடு."

"நீ போய் அதைச் செய்யறது."

"அதெ நீ செய்தா என்ன?"

"தோட்டத்துக்குப் போய்ப் பாம்புச்சட்டை பொறுக்கினா அம்மா அடிப்பாங்க."

"கொண்டார்லேன்னா நான் அடிப்பேனே."

"எதுக்கு?"

"எதுக்குன்னா அதுக்குத்தான்." தங்கவேலு அடிக்கக் கையை மேலே தூக்கினான். இவன் குனிந்து ஒரு பிடி மணலையள்ளி அவன் மூஞ்சியில் கொட்டிவிட்டு ஓடிவந்துவிட்டான். அதிலிருந்து இரண்டு நாட்களுக்கு அவனிடம் அகப்பட்டுக் கொள்ளவில்லை. சண்முகம் சார் கூடவே சென்று தப்பித்துக்கொண்டான். ஆனால் தினமும் அப்படியே தப்பித்துக்கொள்ள முடியாது என்று பட்டது. எனவே ஒருநாள் கிழிந்துபோன ஒரு பாம்புச்சட்டையைக் கொண்டுபோய் அவனிடம் கொடுத்தான்.

தங்கவேலு அதைத் திருப்பித்திருப்பிப் பார்த்தான்.

"ரொம்ப நல்லா இருக்குது. யாருக்கும் கிடைக்காது. நீயே பத்தரமா வச்சிக்க."

"உனக்குத்தான்!"

"நல்லா இருக்குது. உங்கிட்டயே இருக்கட்டும்!"

"நிஜமா என்னிடம் வேற இல்ல!"

"சத்தியமா?"

"நிஜமாதான் சொல்லுறேனே!"

"நிஜமில்லாம் வேணாம். சத்தியமாச் சொல்லு."

"என்னா சத்தியம்?"

"சரஸ்வதி மேலே சத்தியமா! படிப்பு மேல சத்தியமாச் சொல்லு!"

"பாம்புத்தோலுக்குப் போய்ப் படிப்பு மேல சத்தியம் பண்ணுவாங்களா?"

"உங்கிட்டதான் வேற இல்லியே. சத்தியம் பண்ணினா என்ன?"

"கண்டதுக்கெல்லாம் சத்தியம் பண்ணக்கூடாது!"

"அப்படியின்னு யாரு சொன்னா?"

"எங்க அம்மா."

"நான் உங்க வீட்டுக்கு வர்றேன். உன்கிட்ட இருக்கற பாம்பு சட்டை எல்லாத்தையும் காட்டு. நல்லா இருந்தால் ஒன்னு எடுத்துக்கறேன். இல்லாட்டா இதயே எடுத்துக்கறேன்."

"வேற வீட்டுல இல்ல."

"நான் வந்து பார்க்கறேனே."

செல்லையா பாம்புச்சட்டை, மணிப்புறா இறகு, பட்டாம் பூச்சி, பொன்வண்டு, மயில் இறகு என்று தனித்தனியாக வைத்திருந்தான். அதில் பட்டாம்பூச்சிதான் அதிகம். இவனிடம் இருப்பதுபோல யாரிடமும் இருக்காது. வண்ணத்துப்பூச்சி மட்டும் நூறோ நூற்றிருபதோ இவனிடம் இருந்தது. பாப்பாவைக்கூட அந்தப் பக்கமாக விடமாட்டான். அப்படியிருக்கையில், தங்கவேலு வந்து பார்த்துவிட்டால் அவ்வளவுதான். இல்லாத சமயம் பார்த்து வந்து திருடிக்கொண்டு போய்விடுவான். அவனுக்குத் திருடத்தெரியும். ஒருமுறை சரவணன் கணக்குப் புத்தகத்தைத் திருடிவிட்டு மாட்டிக்கொண்டு விட்டான். சண்முகம் சார் அரை நாள் முட்டிப் போட வைத்திருந்தார்.

"நீ எப்ப வர்ற?"

"இப்ப."

“இப்பவேணாம். அம்மா இருப்பாங்க. நாளைக்கு ரெண்டு பேரும் போகலாம்.”

“நாளைக்கா ?”

“பள்ளிக்கூடம் விட்டு நேரா ரெண்டுபேரும் போகலாம்”

“இன்னிக்கிப் போய் எல்லாத்தையும் ஒளிச்சிவச்சிட்டு வந்து நாளைக்கிக் கூட்டிக்கிட்டுப் போறேங்கறியா ?”

“இல்லடா.”

“படிப்பு மேல சத்தியமா, சரஸ்வதி மேலே சத்தியமாச் சொல்லு !”

“அதான் சொல்லுறேனேடா.”

“பொய்தானே !”

“அப்படியின்னா வச்சிக்க.” செல்லையா வேகமாக நடந்தான். நடக்கையிலேயே எப்படி அவனிடமிருந்து தப்புவது என்று தோன்றியது.

மாந்தோப்பில் வழிமறித்துப் பிடித்துக்கொண்டான்.

“நாளைக்கு நீ கொண்டாற ?”

“என்னா ?”

“என்னாவா அது நாளைக்குத் தெரியும் !” தங்கவேலு இவனை ஒரு பார்வை பார்த்துவிட்டு வேகமாக நடந்தான்.

‘நாளைக்கு எப்படித் தப்புவது’ என்று யோசித்துக்கொண்டே நடந்தான்.

அம்மா ஒரு முறத்தில் குப்பைகளைக் கொண்டு வந்து வாய்க்காலில் கொட்டிவிட்டுப் போனாள். இவன் பள்ளத்தில் இருந்து மேடு ஏறினான். வாய்க்கால் நீரில் இவன் சேமித்துப் பாதுகாத்த பாம்புத்தோல், பொன்வண்டு ஓடு, வண்ணத்துப் பூச்சி, மணிப்புறா இறகு, மயில் தோகை மிதந்து கொண்டும் அமிழ்ந்து கொண்டும் இருந்தது.

“அம்மா !” இக்கரையில் இருந்து கத்தினான். அம்மா திரும்பிப் பார்த்தாள்.

“வா ... வா ... வீடு நிறையப் பூச்சி பொட்டு எல்லாம் புடுச்சி வச்சிக்கிட்டு இருக்க. இங்க வா ... உன் கை காலயெல்லாம் ஒடிச்சிடுறேன்.”

இவன் ஒரு கல்லையெடுத்து, நீரில் மிதந்து செல்லும் பாம்புத் தோலில் அடித்தான், அடி சரியாக விழுந்தது. கல்லும் தோலும் நீரில் அமுங்கினது.

"என்ன பண்ணுற?"

"ஒண்ணும் இல்ல அம்மா."

ஒருமுறை வாய்க்காலை நோட்டம் இட்டுவிட்டுத் தாவிக் குதித்து உள்ளே சென்றான். பாப்பா கத்தரிக்காய் பறித்துக் கொண்டிருந்தாள்.

"உன் வேலதானே?"

"எது?"

"எதுவா... இரு இரு."

"என்ன அங்க?"

"என்னை அடிக்க வரான் அம்மா."

"இங்க வாயேன்."

"நான் ஒண்ணும் பண்ணல அம்மா." செல்லையா வீட்டிற்குள் சென்று புத்தகத்தை வைத்தான்.

கையில் இருந்த வேப்பங்குச்சியைப் பாம்புத்தோலில் வீசியடித்துவிட்டுத் திரும்பினான். தலைக்கு மேலாக மைனா பறந்து சென்றது. குளத்தில் இறங்கி வாய் கொப்பளித்தான். பிறகு முகம் அலம்பினான். நிமிர்ந்து பார்த்தபோது இரண்டு அல்லிப் பூக்கள் தென்பட்டன. மேல்சட்டையைக் கழற்றிக் கரையில் வீசியடித்துவிட்டு நீரில் பாய்ந்தான். மூழ்கிக் குளித்துவிட்டு அல்லிப் பூவைப் பறித்துக்கொண்டு கரையேறி வீட்டிற்கு வந்தான்.

"இன்னும் உன் விளையாட்டுப்புத்தி போகல!" என்றாள் அம்மா.

இவன் தலையைத் துவட்டிக்கொண்டான்.

"தம்பி உன்னச் சீக்கிரமா வரச்சொல்லிச்சி, எங்கயோ போகணுமாம்... சைக்கிள் வேணுமாம்..."

"சோறு போடு."

அம்மா போட்ட சோற்றைத் தின்றுவிட்டு வெளியே வந்தான்.

பாப்பா சைக்கிளில் உட்கார்ந்து மிதித்துக்கொண்டிருந்தாள். சக்கரம் விர்விர்ரென்று சுற்றியது. இவனைப் பார்த்ததும் மணி அடித்துச் சிரித்தாள்.

“இறங்கு, நான் போகணும்.”

“முடியாது.”

“இறங்குன்னா...” சைக்கிளைப் பிடித்துக் கீழே சாய்த்தான்.

“கொஞ்சம் இருடா.”

“சீக்கிரமா இறங்கு.”

“செத்தப் பிடி.”

“அதெல்லாம் முடியாது. ஏறியது மாதிரி இறங்கு.”

பாப்பா கஷ்டப்பட்டுக் கீழே இறங்கினாள்.

“நாளைக்கெல்லாம் உங்கிட்ட சைக்கிள் கொடுக்காதேன்னு சொல்லிடுறேன்.”

“யார்கிட்ட?”

“யார்கிட்டேன்னா கேட்கற. அது நாளைக்குத் தெரியும்.”

“தெரியட்டும் தெரியட்டும்...”

“என்ன சண்டை?” என்று உள்ளே இருந்து வெளியே வந்த அம்மா, சைக்கிளைத் தள்ளிக்கொண்டு போன இவனைப் பார்த்து, “செத்த நில்லு” என்று முன்னே சென்றாள். பூவரசு மரத்தடியில் சைக்கிளை நிறுத்தினான்.

அம்மா அருகில் வந்தாள்.

“சாயந்தரம் தம்பியப் பார்த்தேன். நூறு ரூபா பணம் கொடுக்கும். வாங்கிக்கிட்டுப் பத்தரமா வா... வழியில சண்டை கிண்டை போட்டுக்கிட்டு நிக்காம!”

“சரி அம்மா.”

அம்மா முன்னே போய் மூங்கில் படலைத் திறந்தாள். இவன் சைக்கிளைத் தள்ளிக்கொண்டு வெளியே சென்றான்.

11

செல்லையா வேகமாக சைக்கிளில் போய்க் கடையில் இறங்கினான். இப்பொழுதெல்லாம் பெரும்பாலும் கடையை இவன்தான் திறக்கிறான்; மூடுவதும் இவன்தான். ஒரு சாவிக்கொத்தை மணி இவனிடம் கொடுத்துவிட்டான்.

இவன் கடையைத் திறப்பதற்கு முன்னால் இரண்டுபேர் வாசலில் நின்றார்கள். சைக்கிள் வந்த வேகத்தைப் பார்த்துவிட்டுக் கொஞ்சம் ஒதுங்கினார்கள். அவர்களைப் பார்க்காததுபோல இவன் கடையைத் திறந்தான். தூசு தட்டினான். பெஞ்சைத் தூக்கிவந்து வெளியில் போட்டான்.

"தம்பி! சைக்கிள் ரொம்ப வேகமாகத்தான் வருது!" என்று சொல்லிக்கொண்டே பக்கிரி வந்தான். கடை திறக்கும்போது, வாசலில் நிற்கும் ஆள் பக்கிரிதான். அவனுக்கு வயது ஐம்பது ஐம்பத்தைந்து இருக்கும். தலை, தாடி, புருவமெல்லாம் நரைத்துப் பார்க்கக் கொத்து மாதிரி இருந்தது.

முதல்நாள் காலையில் அவனைப் பார்த்ததுமே இவன் பயந்துபோய்விட்டான். கண்களை ஒருமுறை மூடித் திறந்தான். இவனைப் பார்த்து ஒரு சிரிப்புச் சிரித்தான். பெரிய பெரிய பற்கள். வெள்ளையாக வெளியே தெரிந்தன. மணி இவன் கையைப்பிடித்து, "நம்ப ஆளு!" என்றான். அப்படியென்றால் என்ன? இவனுக்குத் தெரியவில்லை.

மணி கடையை விட்டிறங்கிப் பின்னால் சென்றான். இவன் கடையில் இருந்தான். முன்னே சென்றவன் நின்று, "நீ இங்க வா," என்றான். கடையிறங்கி முன்னே சென்றான். இவனை முதலில் விட்டுவிட்டு மணி பின்னால் நடந்தான். அவனுக்குப் பிறகு பக்கிரி. செடிகளுக்கு மத்தியில் சின்ன வழி. அது புளியமரத்தில் சென்று முடிந்தது. அப்புறம் வழி இல்லை. ஒரே மரம் செடி கொடி. மரத்தின் மறைப்பில் ஒரு பானை, பக்கத்தில் இரண்டு மூன்று கிளாஸ்.

இவன் தோளில் மணி கை வைத்தான்.

"கடையில பெட்டிக்குப் பின்னால ஒரு கருப்புப் பான இல்ல; அத தூக்கியா; பத்தரமா. சரக்கு இருக்கு!"

செல்லையா போய்ப் பானையைத் தூக்கினான். கனத்தது. அதோடு ஒருவிதமான வேகம் அடித்தது. முகத்தைச் சுளித்துக் கொண்டே பானையைக் கொண்டு வந்தான். மணி அதை வாங்கிச் செடி மறைப்பில் வைத்தான். பிறகு ஒரு கிளாஸ் மொண்டு பக்கிரியிடம் கொடுத்தான். அவன் கண்ணை மூடிக்கொண்டு முகத்தைச் சுளித்துக்கொண்டு குடித்தான்... அதையே இவன் பார்த்தபடி இருந்தான்.

"இது என்ன தெரியுதா?"

செல்லையா தலையசைத்தான். பக்கிரி இன்னொரு குவளை குடித்தான். அப்புறம் வாயைத் துடைத்துக்கொண்டு முன்னே சென்றான். இவன் காலடி எடுத்துவைத்தான்.

" நீ இரு, அவன் போகட்டும்."

இவன் பக்கிரியைப் பார்த்தபடியே நின்றான்.

"அவன் ஒரு கொலைகாரன். பொண்டாட்டிய வெட்டிக் காவேரியில போட்டான்."

இவன் சரேலென்று மணி பக்கம் திரும்பினான்.

"கோர்ட்ல தூக்குத் தண்டனையின்னு தீர்ப்பு ஆச்சு. தூக்குல போடறதுக்குள்ள சுதந்திரம் வந்துடுச்சி. அதுனால் மன்னிச்சு விட்டுட்டாங்க. கொலை பண்ணினா என்ன? ரொம்ப நல்லவன். காலையிலதான் வருவான். ரெண்டு கிளாஸ் கொடுத்துடு. காசு வாங்கவேணாம்!" மணி இவனை அழைத்துக்கொண்டு கடைக்கு வந்தான்.

பெஞ்சில் உட்கார்ந்தான். பேப்பர் வந்து கிடந்தது. கையில் எடுத்து இவன் பக்கம் திரும்பி, "இந்தா, பார்!" என்றான். இவன் உள்ளே இருந்து வந்து பேப்பரை வாங்கிப் புரட்டிப் பார்த்தான்.

"உட்கார்ந்து படி."

திடீரென்று மணியை நிமிர்ந்து பார்த்தான். ஆளே மாறிப் போய் இருப்பதுபோல இருந்தது.

"பள்ளிக்கூடத்துல போய்ப் படிக்கறதுல என்னா இருக்குது. தினம் விடாமப் பேப்பரப் படி. பெரிய ஆளா ஆகிடுவ."

இவன் பேப்பரை எடுத்துப்போய் வைத்துக்கொண்டு படிக்க ஆரம்பித்தான். ஒரு பக்கம் புரண்டது. வாசலில் சைக்கிள்

மணிச் சப்தம் கேட்டது. பேப்பரைக் கீழே போட்டுவிட்டு எழுந்தான்.

"என்ன ?" மணி.

"பஞ்சர்."

"பஞ்சரா ? பம்பு ரிப்பரா இருக்குது. காத்துஅடிச்சிப் பாக்க முடியாதே !"

சைக்கிள்காரன் பரிதாபமாக இவனைப் பார்த்தான். இவன் அப்படியே நின்றான்.

"கொஞ்சம் பாருங்க."

"நான் விளையாட்டுக்கா கடை வச்சியிருக்கேன் ? ரெண்டு நாளா பம்பு ரிப்பர். கொடுத்துவிட்டேன். இன்னும் வர்ல. கொஞ்சதூரம் போய்த் தெக்காலத் திரும்புங்க. கடைஇருக்கு. அங்க போட்டுக்கலாம். கிட்டதான்."

அவன் சைக்கிளைத் தள்ளிக்கொண்டு போவதை இவன் பார்த்துக்கொண்டேயிருந்தான்.

"நம்ப இதுக்கா கடை வச்சியிருக்கோம். நீ பேப்பர் படி."

பேப்பர் படிக்க இவனுக்குத் தோன்றவில்லை. ஆனால் அதையே பார்த்தபடி இருந்தான். நாட்கள் ஆகஆக மணியிடம் இவன் கொண்டிருந்த வெறுப்பு சிறிதுசிறிதாக அகலுவது போல இருந்தது. ஆனால் பாப்பாவைப்பற்றிக் கேட்பதுதான் பிடிக்கவில்லை. எப்பப் பார்த்தாலும், பாப்பாதான். இவனுக்கு முதலில் பாப்பாவைப் பிடிக்காது. இருந்தாலும் இவன் பாப்பாவைப் பற்றி ஒன்றும் சொல்வதில்லை.

இரண்டு மாதம் போல ஆகிவிட்டது. மணி இப்போதெல்லாம் கடையில் உட்கார்வதில்லை. வேறு ஏதோ முக்கிய வேலை இருந்தது போலும். அலைந்துகொண்டும் திரிந்துகொண்டும் இருந்தான். ஐந்து சைக்கிளில் ஒருநாள் மூன்று விலை போய் விட்டது. ஒரு சைக்கிள் ஆக்ஸிடெண்டாகிக் கிடந்தது. மிஞ்சி இருந்தது அவன் சைக்கிள். இரண்டுநாளாகக் கடையில் இருந்தது. சைக்கிள் கைக்கு வந்ததிலிருந்து கொஞ்சநேரம் உட்கார மாட்டான். சைக்கிளை எடுத்துக்கொண்டு ஒரு சுற்று சுற்றிவிட்டு வருவான். அப்பொழுதெல்லாம் அநேகமாக இரண்டுபேராவது காத்துக்கொண்டிருப்பார்கள்.

"என்ன மாப்பிள்ள, எங்களக் காக்கவச்சிட்டுப் போயிட்ட !" என்பார்கள். இவன் பதிலொன்றும் சொல்லாமல் செடிகொடிகளை மிதித்துத் துவைத்துக்கொண்டு முன்னே செல்லுவான். காசை

வாங்கி முதலில் போட்டுச் சாராயத்தை ஊற்றிக்கொடுப்பான். கண்ணை மூடிக்கொண்டு முகத்தை இளித்துக்கொண்டு அவசரம்அவசரமாகக் குடிப்பார்கள். இவன் பார்வை அவர்கள் மேலேயே இருக்கும். எதற்கு இப்படிக் குடிக்கிறார்கள் என்று கேட்டுக்கொள்ளுவான்.

பக்கிரி போனதும், இவன் சைக்கிளைத் துடைத்தான். எண்ணெய் போட்டு அழுத்தித் துடைத்தான். ரொம்ப நாட்களுக்கு அப்புறம் இன்றுதான் சைக்கிளை நன்றாகத் துடைப்பது மாதிரி பட்டது.

அம்மா பண விஷயமாகச்சொன்னது நினைவுக்கு வந்தது. அம்மா சினிமாவில் பார்த்து இருக்குமா? இருக்கும். இப்பொழுது வருமா? வரவேண்டும்.

வாசலில் இரண்டு சைக்கிள்கள் வந்துநின்றன. மணியா? இவன் தலையை நீட்டிப் பார்த்தான். மணி இல்லை. புதிய முகங்கள். பக்கத்து ஊர் போலும். கிராப்பு வெட்டிக்கொண்டு. மேலே சட்டை போட்டுக்கொண்டு இருந்தார்கள். அதில் ஒருவன் இவனைப் பார்த்துச் சிரித்தான். பெரியபெரிய பற்கள்.

"என்ன தம்பி, அப்படிப் பார்க்கற?"

இவன் தலையசைத்தான்.

"முதலாளி எங்க?"

"நீங்க யாருங்க?"

"நாங்களா? நீதான் புதுசா இருக்க!"

"நான் மூணு மாசமா இருக்கேன்."

"அதான். நாங்க போகணும்... வா..."

செல்லையா கடையில் இருந்து கீழே இறங்கினான். இரண்டு பேர் பின்னால் சென்றார்கள். இவன் நின்று திரும்பி, "நீங்க..." என்றான் சைக்கிளைப் பிடித்துக்கொண்டு நின்றவர்களைப் பார்த்து.

"நாங்க இங்க பார்த்துக்கிட்டு இருக்கோம்."

இவன் இரண்டு அடியெடுத்து வைத்தான். திடீரென்று மணி சொன்னது நினைவுக்கு வந்தது. புதியவர்களைக் கண்டால் கடையைவிட்டு இறங்காதே; அவர்களோடு பேசாதே. இப்போது என்ன செய்வது? இவர்கள் யார்?

"வாடா."

சா. கந்தசாமி

இவனுக்குப் புரிந்துவிட்டது. போலீஸ் மத்தியில் இருப்பதை உணர்ந்தான்.

"இங்க வாடா."

முன்னே சென்றான். மரத்தடியில் இருந்த நான்கு பானைகளையும் காட்டினான்.

"வேற."

"இல்லீங்க."

"மணி எங்கடா?"

"தெரியலீங்க."

"சரி, தூக்கிக்கிட்டு வா."

இவன் ஒவ்வொரு பானையாகத் தூக்கிவந்து கடையின் முன்னே வைத்தான்.

"வேற எங்க இருக்குது?"

"அவ்வளவுதாங்க."

"நீ பின்னால போய் நில்லு."

இவன் பயந்துகொண்டே பின்னால் போய் நின்றான்.

வயல் வழியாக இரண்டு சைக்கிள்கள் வந்தன. கடையின் முன்னே நின்றன. ஒரு சைக்கிள் பின்னால் இருந்து மணி இறங்கினான். வெறும் ஜட்டியோடு இருந்தான். வேட்டியை அவிழ்த்துப் பின்னால் கையை மடக்கிக் கட்டியிருந்தார்கள். மேலே சட்டை இல்லை; பெல்ட் இல்லை. இந்த மணியை இவனுக்குப் பார்க்கச் சகிக்கவில்லை. திரும்பி நின்றுகொண்டான்.

ஒரு ஜீப் வந்து நின்றது. உட்கார்ந்திருந்தவர்கள் எல்லாம் எழுந்து நின்றார்கள். அவசரம்அவசரமாக இன்ஸ்பெக்டர் கீழே இறங்கி, "புடுச்சிட்டீங்க, இல்ல!" என்றார்.

"எங்களக் கண்டதும் ஓடிட்டான் சார். ரெண்டு மைல் வயல்ல விரட்டிப் புடிச்சோம்."

"சரக்கு?"

"புடுச்சிட்டோம்."

"பானதான?"

"ஆமாம் சார்."

"தலையில தூக்கி வை."

மணி கைக்கட்டு அவிழ்க்கப்பட்டது.

“சார்!” இன்ஸ்பெக்டரை அவன் கையெடுத்துக் கும்பிட்டான்.

“ராஸ்கெல், தூக்குடா!” அவன் கன்னத்தில் பளீரென்று அறைந்தார்.

அவன் குனிந்து ஒரு பானையைத் தலையில் வைத்துக் கொண்டான்.

“இன்னொன்ன தூக்கி வைடா.”

ஒரு பானைமீது இன்னொரு பானை ஏறியது.

“கீழ போட்ட, செத்த!” இன்ஸ்பெக்டர் ஒரு போலீசிடமிருந்து தடியை வாங்கி, மணி ஜட்டியில் குத்தினார்.

மணி நெளிந்தான்.

“பானை கீழ விழுந்துச்சி, நீ செத்த!”

பானையை இரண்டு கையாலும் அழுத்திப் பிடித்துக் கொண்டு சென்றான்.

“கடை, சைக்கிள் எல்லாம் இவனதுதானே. தூக்கி வண்டியில போடு!”

ஒருவன் சைக்கிளைத் தூக்கி ஜீப்பில் வைத்தான்.

“பின்ன யாரு, இவன் கூட்டாளி?”

செல்லையாவை முன்னே இழுத்துக்கொண்டு போய் ஒருவன் நிறுத்தினான்,

“யார் நீ?”

“செல்லையாங்க.”

இன்ஸ்பெக்டர் பூட்ஸ் காலால் எட்டி ஒரு உதைவிட்டார். சுருண்டு கீழே விழுந்தான்.

“படிக்கற வயசில சாராயமா விக்கற, சாராயம்!” என்று லட்டியால் புட்டத்தில் ஓங்கி அடித்தார்.

இவன் ஐயோ என்று கத்திக்கொண்டு ஓடினான். வயிறு வலிக்கவலிக்க நிற்காமல் ஓடினான். வெகுதூரம் ஓடிப்போய் மேட்டில் நின்று திரும்பிப் பார்த்தான்.

மணி பானை தூக்கிக்கொண்டு போவது சின்னதாகத் தெரிந்தது. மேட்டில் இருந்து கீழே இறங்கினான். புட்டம் ரொம்ப வலித்தது. நடந்து இலுப்பைத் தோப்பிற்குள் சென்றான்.

12

இலுப்பை மரங்களுக்கு இடையில் கொஞ்சதூரம் நடந்தான். நடக்கநடக்க வலித்தது. மெதுவாகத் தடவிப்பார்த்தான். தடித்து வீங்கி இருப்பது போல இருந்தது. நல்ல அடிதான். உடலே நடுங்குவது போல இருந்தது. இன்ஸ்பெக்டர் கண்ணும் மீசையும் நினைவுக்கு வந்தது. கால்கள் இலுப்பை இலையை மிதித்துக்கொண்டு முன்னே சென்றன.

பெரிய இலுப்பை மரத்தின் பின்னே போனதும் நின்றான். சுற்றுமுற்றும் பார்த்தான். ஒரு பெரிய வண்டு சப்தம் போட்டுக்கொண்டு போனது. கால் சட்டையை அவிழ்த்து மெதுமெதுவாகக் கீழே உருவினான். கழுத்தைத் திருப்பிப் புட்டத்தைப் பார்த்தான். பெரிதாக வீங்கித் தோல்கூடக் கொஞ்சம் வழன்று இருக்கிறது. தடவிப்பார்த்தான். கைப் பட்டதும் உடம்பு நெளிந்தது. வலிப்பது மாதிரி இருந்தது. சட்டையை இழுத்து மேலே மாட்டிக் கொண்டான். மெதுவாகக் காலெடுத்து வைத்து நடந்தான். வெய்யில் இல்லை. சூரியனை இலுப்பை மரங்கள் மறைத்துக்கொண்டிருந்தன. காலில் இலுப்பைக் காய்கள் மிதிபட்டன.

உதயத்திற்கு முன்னே இலுப்பைக் காய்கள் பொறுக்கியது நினைவிற்கு வந்தது. அம்மா எழுப்பிவிட்டுக் கையில் பையைக் கொடுத்து விடுவாள். இருட்டில் கையாலும் காலாலும் தடவித் தடவிப் பொறுக்கிக்கொண்டு வருவான். பத்துப் பதினைந்து நாளில் இரண்டு மரக்கால் சேர்ந்து விடும். அம்மா விற்றுக் காசாக்குவாள். வேலைக்குப் போக ஆரம்பித்ததில் இருந்து அம்மா இவனை எழுப்புவது இல்லை.

இவன் நடந்தான். காற்றில் ஒரு இலுப்பைப் பூ உதிர்ந்து தலையில் விழுந்தது. அதைக் கையில் எடுத்துக்கொண்டு நிமிர்ந்து பார்த்தான். கூட்டமாகப்

பச்சைக் கிளிகள் பறந்து சென்றன. இவனுக்கு எப்போதும் பச்சைக் கிளிகள் மீது ஈடுபாடு. ஆண்டிசாமி வீட்டிற்குப் போனபோது தென்னை மரப் பொந்தில் ஒரு பச்சைக்கிளியைப் பிடித்தான். குஞ்சு. இறக்கை முளைத்துக்கொண்டு வந்தது. கீழேவிட்டதும் தாவிப் பறந்து போய் மரக்கிளையில் உட்கார்ந்தது. அதை மரத்தில் ஏறிப் பிடித்தான். ஆண்டிசாமி வீட்டில் ஒரு கூண்டில் இரண்டு கிளி; பச்சைக்கிளி; பேசும் கிளி. இவன் எப்போது போனாலும் மாறி மாறி இரண்டும் பேசும். கேட்க வேடிக்கையாகவும் சந்தோஷமாகவும் இருக்கும். தானும் அப்படியொரு கிளி வளர்க்க வேண்டும் என்று தீர்மானித்துக் கொண்டான். பச்சைக்கிளியை எங்கே பிடிப்பது! ஆண்டிசாமி சொன்னதும் தென்னை மரம் ஏறிப் பொந்தில் கைவிட்டுப் பிடித்தான். மரம் ஏறும்போதே அவன் பார்த்து பார்த்து என்றான். பாம்பு இருக்கும் அதுவும் நல்ல பாம்பு. முட்டையைக் குடிக்க வரும். இவன் அதையெல்லாம் காதில் வாங்கிக்கொள்ள வில்லை. கிளி பிடிக்க வேண்டும். பொந்தில் கைவிட்டான். கீழே இருந்து மேலே ஒரு குஞ்சு எழும்பியது. பிடித்துக்கொண்டு தென்னைமரத்திலிருந்து சறுக்கியபடிக் கீழே வந்தான்.

"நல்ல கிளி!" என்றான் ஆண்டிசாமி.

இவன் கிளிக்குஞ்சை மார்போடு அணைத்துக் கூண்டிற்கு என்ன செய்வதென்று யோசித்துக்கொண்டே வீட்டிற்குச் சென்றான். அம்மா பூவரசு மரத்தடியில் ஆடுகளுக்கு இலை ஒடித்துப்போட்டுக் கொண்டிருந்தாள். ஒதுங்கி, கிளியை மறைத்துக்கொண்டு சென்றான்.

"செல்லா, என்னாடா அது?"

இவன் நின்றான். ஒருமுறை கிளிக்குஞ்சையும் அம்மாவையும் மாறிமாறிப் பார்த்தான்.

"அது என்ன, மறச்சிக்கிட்டு நிக்கற?"

அம்மா இவன் பக்கமாக வந்தாள்.

"பச்சைக் கிளி அம்மா."

"எதுக்கு?"

"ஆண்டிசாமி ரெண்டு பச்சைக்கிளி வளக்கறான் அம்மா. ரெண்டும் ரொம்ப நல்லாப் பேசுது அம்மா."

"நீ கெட்டக் கேட்டுக்குக் கிளி ஒன்னுதான் கொறச்ச!"

"பச்சைக்கிளி. நல்லா பேசும் அம்மா."

சா. கந்தசாமி

"ச்சீ! உடு அதெ." இவன் கையில் இருந்த கிளியைப் பிடுங்கி அம்மா பறக்கவிட்டாள். அது கத்திக்கொண்டு வாய்க்காலைத் தாண்டி ஈச்ச மரத்தில் போய் அமர்ந்தது. அதையே இவன் பார்த்தபடி இருந்தான்.

"இன்னம கிளி... அது இதுன்னு எதாச்சும் புடுச்சிக்கிட்டு வந்த பின்னிடுவேன் பின்னி!" அம்மா கீழே குனிந்து ஒரு மிலாறை எடுத்தாள். அம்மாவுக்கு அடிக்க எது கிடைத்தாலும் சரிதான். அடி தலையிலோ காலிலோ விழும்.

இவன் நடந்தான். நடக்கநடக்க வலிப்பது மாதிரி இருந்தது. நடக்கவே முடியாதுபோல இருந்தது. இலுப்பை மரத்தடியில் உட்கார்ந்தான். அப்புறம் சாய்ந்தான். கால்களை நீட்டிப் படுத்துக்கொண்டான். பார்வை மேலே சென்றது. கிளைகளையும், தழைகளையும் ஊடுருவிச்சென்றது. வளைந்து தாழ்ந்த ஒரு சின்னக்கிளையில் தேன்கூடு, பெரிய தேன்கூடு. தேன்கூட்டைச் சுற்றி இருபது முப்பது தேனீக்கள் ரீங்காரமிட்டுக்கொண்டு இருந்தன. கையைத் தரையில் ஊன்றி எழுந்தான். மரத்தின் கீழே நின்று பார்த்தான். தேன் எடுக்கலாம் என்று பட்டது. இலுப்பை மரத்தில் காலூன்றி மேலே ஏறினான்; புட்டம் வலித்தது, காலை மேலே தூக்கியபோது இன்னும் வலித்தது. சறுக்கிக்கொண்டே கீழே இறங்கினான்.

"இரண்டு நாள் போகட்டும்!" என்று சொல்லிக்கொண்டே நடந்தான். சாலை வந்தது. ஆடு ஓட்டிச்சென்ற பெருமாள், "எதுக்கு நொண்டுற?" என்று கேட்டான். இவன் பதிலொன்றும் சொல்லவில்லை. வீட்டை நோக்கி நடந்தான்.

பொழுது மாலையாகிவிட்டது. ரொம்ப நேரம் இலுப்பைத் தோப்பில் படுத்துவிட்டது இப்போதுதான் தெரிந்தது. அம்மாவிடம் என்ன சொல்வது என்று யோசித்தான். அம்மா சினிமாவுக்குப் போயிருக்கலாம் என்று நினைத்தான். அது நல்லதுதான். பாப்பாவிடம் ஒன்றும் சொல்ல வேண்டாம். அம்மா வருவதற்குள் தூங்கிவிடலாம். அது சரி என்றுதான் பட்டது. ஈச்ச மரங்களைத் தாண்டி நடந்தான்.

அம்மா மூங்கில் பாலத்தில் நடந்து முன்னே வந்தாள். அப்புறம், "செல்லையா... செல்லையா..." என்று முன்னே வந்தாள்.

இவன் நின்று தலைநிமிர்ந்து பார்த்தான்.

"போலீஸ் உன்னையும் புடுச்சிக்கிட்டுப்போயிடுச்சியின்னு சொன்னாங்களே!" அம்மா கையைப் பிடித்துக்கொண்டாள். அப்புறம், "சொல்லு, உன்னப் பிடிக்கலியே?" என்றுகேட்டாள்.

சூரிய வம்சம்

இவன் தலையசைத்தான்.

“மணிகூட உன்னையும் கட்டி இழுத்துக்கிட்டுப் போறாங்கன்னு சொன்னாங்க. எனக்குக் கையும் ஓடுல. காலும் ஓடுல!”

“...”

“பாப்பாவும் நானும் என்ன பண்ணுறதுன்னு தெரியாம பதறிக்கிட்டு இருக்கோம்.”

“என்ன ஒன்னும் பிடிக்கல அம்மா!” முன்னே வந்த பாப்பாவைப் பார்த்துச் சொன்னான்.

“பாரு அம்மா, இவன் நொண்டுறான்!” என்றாள் பாப்பா அம்மாவைப் பார்த்து.

“ஏன்டா... என்னா ஆச்சு. எதுக்கு நொண்டுற?”

இவன் மூங்கில்படலைத் திறந்துகொண்டு உள்ளே சென்றான்.

“சொல்லு.”

அம்மா முன்னே சென்று இவனைப் பிடித்து நிறுத்தினாள்.

“ஒன்னும் இல்லே அம்மா.”

“போலீஸ் அடிச்சிச்சா?”

தலையை அசைத்தான்.

“எங்க?”

“இங்க.” இவன் புட்டத்தைத் தொட்டுக்காட்டினான். அம்மா இவன் கால்சட்டையை உருவினாள். இவன் நெளிந்தான். வேண்டாம் என்றான்.

“சும்மா இருடா... என்னா வெட்கம்!”

குனிந்து பார்த்த பாப்பா, “அம்மா! எப்படி வீங்கி இருக்குது!” என்றாள். இவன் அவசரம்அவசரமாகச் சட்டையை மேலே இழுத்துவிட்டுக்கொண்டான்.

“பச்சைப் புள்ளய இப்படியா அடிப்பாங்க பாவிங்க... நல்லா இருப்பானுங்களா!” என்று அம்மா இவன் கையைப் பிடித்து வீட்டிற்குள்ளே அழைத்துக்கொண்டுபோனாள்.

இவன் சுவரோடு சாய்ந்து உட்கார்ந்தான்.

“சைக்கிள் கடைக்குன்னு புள்ளயக் கூட்டிக்கிட்டுப் போயிட்டு சாராயம் விக்க வச்சி இருக்கானே பாவி. அவன் உருப்படுவானா ... இன்னம இஞ்ச வரட்டும் ... மூஞ்சியில மொத்துறேன்!” அம்மா மணியைப்பற்றி நிறையக் குறை சொல்லிப் புலம்பிக் கொண்டே இருந்தாள். இவனுக்கு எதிரே உட்கார்ந்த பாப்பா மெதுமெதுவாக நகர்ந்து இவன் பக்கம் வந்தாள். அப்புறம் அம்மாவுக்குத் தெரியாமல் இவன் கையைப் பிடித்து, “செல்லா, ரொம்ப வலிக்குதா?” என்று ரகசியம் போலக் கேட்டாள்.

“ஒன்னும் இல்ல, நீ போ.” இவன் சப்தமாக எரிந்து விழுந்தான்.

“அவன்கிட்ட உனக்கு என்னாடீ. இப்படிப்போ!” அம்மா பாப்பாவைத் தொடையில் பிடித்துக் கிள்ளினாள் .

பாப்பா கத்தித் திரும்பி இவனை ஒரு பார்வை பார்த்து விட்டுக் கொல்லைப் பக்கம் ஓடினாள். அவள் போனதும், “தம்பி! ரொம்ப வலிக்குதா?” என்றாள் அம்மா.

இவன் தலையசைத்தான்.

“மணி இன்னம இந்தப் பக்கம் வருவானா? நான் பாக்கறேன்.”

இவன் அம்மாவைத் தலைநிமிர்ந்து பார்த்தான்.

13

செல்லையா நல்ல சட்டை போட்டுக்கொண்டு தலையைப் படியச் சீவிக்கொண்டு வெளியே வந்தான்.

பாப்பாவுக்குத் தலைவாரிக் கொண்டிருந்த அம்மா நிமிர்ந்து பார்த்தாள்.

“எங்க புறப்பட்டுட்ட? செத்த உடம்பு சரியாயிடுச்சின்னா வூட்டுல தங்காத!”

கத்தரிச்செடியை நோக்கிப் பறந்துசென்ற வண்ணத்துப்பூச்சியைப் பிடிக்க இவன் முன்னே பாய்ந்தான்.

“மணி வந்துட்டானாமே. அவனப் போய்ப் பாக்கறதுதான. பணம் கொடுப்பான் இல்ல!”

இவன் பேசாமல் இருந்தான்.

“அங்கதான போற?”

பட்டாம்பூச்சியைக் கையில் பிடித்துக் கொண்டு தலையை அசைத்தான். மணி போலீஸ் பிடித்துக் கொண்டு போன மூன்றாவது நாள் வந்துவிட்டான். வந்ததிலிருந்து போலீஸ் இன்ஸ்பெக்டரைத் தூக்கியடிக்கப் பாடுபட்டுக் கொண்டு இருக்கிறான். இன்ஸ்பெக்டர் பழனி ஆள். பழனி மணி விரோதி. சாராய வியாபாரி. பழனியை இவன் பார்த்திருக்கிறான். உயரமாகக் குண்டாக இருப்பான். ஒரு கண்ணில் பூ விழுந்திருக்கும். அவனிடம் இன்ஸ்பெக்டர் பணம் வாங்கிக்கொண்டு மணியைப் பிடித்துக்கொண்டு போனார் என்று பேசிக்கொண்டார்கள்.

“பழனிதானே மணியப் பிடிச்சிக் கொடுத்ததாமே!” என்று கேட்டாள் அம்மா. பாப்பா நீட்டிய காலை இழுத்து மடக்கி உட்கார்ந்தாள்.

“நான் வரேம்மா.”

"இல்ல கில்லேன்னு வந்துடாத. பணம் கேட்டு வாங்கிக்கிட்டு வா... அப்படியே நான் ரொம்பக் கேட்டேன்னு சொல்லு."

இவன் பட்டாம்பூச்சியை மேலே பறக்கவிட்டுவிட்டுத் துள்ளிப் பாய்ந்து முன்னே ஓடினான். வண்ணத்துப் பூச்சி இவனுக்கு முன்னே வாய்க்காலைத் தாண்டிக் கருவேல மரத்தில் போய் உட்கார்ந்தது. இரண்டு நாட்களுக்கு முன்னால் மழை பொழிந்தது. அடுத்தநாள் காலையில் இருந்து வண்ணத்துப் பூச்சியாக வந்து கொண்டிருக்கிறது. பள்ளிக்கூடம் போனபோது விதவிதமான வண்ணத்துப்பூச்சியைப் பிடித்துப் பாடம் பண்ணிவைத்தான். பள்ளிக்கூடத்தை விட்டதில் இருந்து, அந்தப் பழக்கமும் விட்டுப் போய்விட்டது.

செல்லையா நடந்து வள்ளியூர் போனான். நல்லூருக்கு அதுதான் கடைத்தெரு. திங்கட்கிழமைகளில் சந்தை கூடும். அப்பொழுது பக்கத்து ஊரிலிருந்து எல்லாம் வண்டியில் சாமான்கள் வரும். வள்ளியூரிலிருந்து ஏழாவது மைலில் அதிராம்பட்டினம். அதிராம்பட்டினத்திலிருந்து வண்டியில் கருவாடும், சைக்கிளில் மீனும் வரும். திங்கட்கிழமை என்றுதான் இல்லை. சாதாரண நாட்களில் கூடக் கூட்டம்தான்.

வள்ளியூரிலிருந்துதான் அதிராம்பட்டினம், கோவூர் புன்னைவனத்திற்குச் சாலை பிரிகிறது. வள்ளியூர் முக்கிட்டில் ஒரு வெற்றிலைப் பாக்குக் கடை; சோடாக் கடை. இரண்டு தையல் கடை. ஒரு பூக்கடை. பூக்கடைக்குச் சற்று அப்பால் சாம்பசிவம் சைக்கிள் கடை. ஒரேமாதிரி பதினோரு சைக்கிள்கள். டைனமோ வைத்த சைக்கிள்கள். ஒவ்வொரு சைக்கிளிலும், மஞ்சள் வண்ணத்தில் சிவம் 1, சிவம் 2, சிவம் 3 என்று எண்கள். எல்லாம் புதிய சைக்கிள். பழசு என்பதைக் கடையில் காணமுடியாது. ஒரு சைக்கிள் ஒரு வருஷமோ ஒன்றரை வருஷமோ ஓடிவிட்டால் போதும், அது விலைக்குப் போய்விடும். விலை போன சைக்கிள் இடத்தில் அதே மாதிரியான புதிய சைக்கிள் இரண்டு மூன்று நாட்களில் வந்துவிடும்.

அந்தப் பக்கமாகப் போக நேர்ந்தபோதெல்லாம் கடை வாசலில் செல்லையா நின்றுவிடுவான். சாலையை ஒட்டிய கடை. சைக்கிள் நிறுத்த ஒரு பந்தல். பந்தல் முனையில் ஒரு வேப்ப மரம். பெரிய மரம். வேப்ப மரத்தடியில்தான் பஞ்சர் பார்ப்பது. காற்றுஅடிக்கப் பம்பு எப்போதும் வேப்ப மரத்தடியில் தான் சாற்றியிருக்கும். அதற்கு அப்பால், ஒரு சின்னப்பையன் அழுக்கான அரைக்கால் சட்டையோடு உட்கார்ந்து, சைக்கிள் சாமான்களை எண்ணெய்யில் தேய்த்துத் துடைத்துக் கொண்டிருப்பான். பக்கத்தில் இரண்டு சைக்கிள் டயர்கள்

கிடக்கும். சைக்கிள் கடை வேலையென்றால் அதுதான் என்று பட்டது. கொஞ்ச நேரம் அப்படியே நின்றான். மணி கடை நினைவுக்கு வந்தது. உடனே இன்ஸ்பெக்டர் முகம், முறுக்கி விட்ட மீசையும் காக்கிச் சட்டையும் நினைவுத் தட்டுப்பட்டது. மெதுவாகக் காலெடுத்து வைத்து முன்னே சென்றான்.

சாம்பசிவம் குனிந்து பேப்பர் படித்துக் கொண்டிருந்தார். ஒருமுறை பேப்பர் புரண்டது. இவன் இன்னும் கொஞ்சம் முன்னே சென்றான். ஆனால் அவர் இவனைக் கவனிக்க வில்லை. இவன் அப்படியே நின்றுகொண்டிருந்தான். பேப்பரை மடித்து ஒரு பக்கமாக வைத்தவர் பார்வை இவன்மேல் இறங்கியது. வெகு நேரமாக நிற்கிறான் என்பதை இப்போதுதான் நினைவுகூர்ந்தார். எதற்கு நிற்கிறான் சைக்கிளுக்கா? தலையை அசைத்து அருகே அழைத்தார்.

"வணக்கங்க!" இவன் கையெடுத்து வணங்கினான்.

"வணக்கம். நீ யாரு?"

"நல்லூருங்க."

"நல்லூரரா, யாரு வீடு?"

"பெரியசாமித் தேவர்."

தலையை அசைத்தார். "சொல்லு–"

"ஒரு வேலங்க."

"உனக்கா?"

"ஆமாங்க."

"என்ன படிச்சிருக்க?"

"ஏழாவதுங்க."

"முன்னால, வேல பாத்தீயா?"

இவன் அவரையே பார்த்துக்கொண்டிருந்தான்.

"இல்ல?"

"பாத்தேங்க."

"எங்க"

"அல்லியூர் மணி கிட்டங்க!"

"..."

"நல்ல இடந்தான்."

"ஏன் விட்டுட்ட?"

"பிடிக்கிலீங்க."

சாம்பசிவம் இவனைக் குத்திட்டுப் பார்த்தார். பக்கத்தில் இருந்த பனைமட்டை விசிறியை எடுத்து ஒருமுறை விசிறிக் கொண்டார்.

"இங்க எதுக்கு வேலைக்கு வர்ற?"

"வேல கத்துக்கங்க."

"வேல கத்துக்கொள்ளவா. யாரு சொன்னா?"

"யாரும் இல்லீங்க. நானேதாங்க."

"நீயா?"

"ரெண்டு வாட்டி இந்தப் பக்கமாப் போறப்பப் பார்த்தேங்க. அப்பத் தோனுச்சிங்க."

"அடெடே. நீ பெரிய ஆளா இருப்பபோல இருக்கே!"

இவன் அவரையே பார்த்தபடி நின்றுகொண்டிருந்தான்.

"மணி கொடுத்த சம்பளம் இங்க கிடைக்காதே"

"சரிங்க."

"என்ன சரி?"

இவன் தலையை அசைத்தான்.

"சம்பளம் இங்க கொறச்சலா கிடைக்கும் சரியா?"

"சரிங்க."

"சைக்கிள் ஓட்டுவீயா?"

"நல்லா ஓட்டுவேங்க."

"வேல கொடுக்காட்டா, இங்க இருந்து போகமாட்ட போல இருக்கு!"

இவன் அவர் முகத்தையே பார்த்தபடி நின்று கொண்டிருந்தான். அவர் விசிறியைப் பின்னால் வைத்துவிட்டு, "சரி நாளைக்கு வா–" என்றார்.

இவன் அப்படியே நின்றான்.

"பின்ன சொல்லு."

“இன்னிக்கிங்க.”

“இப்பவே சேர்ந்துடுறியா. அதுவும் சரிதான்–” நாற்காலியை விட்டுக் கீழே இறங்கி வந்தார். இவன் தோளில் கைபோட்டுச் சுந்தரம் பக்கம் சென்றார். அவன் செவிட்டூமை. குனிந்து என்னவோ செய்துகொண்டிருந்தான். அவன் நிமிரட்டும் என்று சாம்பசிவம் நின்றுகொண்டே இருந்தார். கொஞ்சநேரங்கழித்து என்னவோ எடுக்க எழுந்தவன் முதலாளியைப் பார்த்ததும், பின்னுக்கு நகர்ந்தான்.

சாம்பசிவம் அவனுக்குச் செல்லையாவை அறிமுகப்படுத்தி வைத்தார். அவன் ஒன்றும் சொல்லவில்லை. ஒரு சப்தம் போட்டுவிட்டு வேகமாக உள்ளே போனான்.

“நல்ல வேலக்காரன். கூட இருந்துக் கத்துக்க.”

“சரிங்க.”

இவன் ஊமை சுந்தரத்தைப் பார்த்துக் கொண்டிருந்தான். சாலையில் மணிச்சப்தம் கேட்டது. திரும்பிப்பார்த்தான். அவன் பஞ்சர் போல இருக்கிறது என்றான். முன்னேபோய்ச் சைக்கிளை வாங்கி நிழலில் நிறுத்தினான். மரத்தடியில் பஞ்சர் போட சாமானெல்லாம் இருந்தது. அதை முன்னே எடுத்து வைத்துக் கொண்டு டியூப்பை வெளியே எடுத்துக் காற்று அடித்துத் தண்ணீரில் அமுக்கிப்பார்த்தான். ஏற்கெனவே பஞ்சர் போட்டதில் இருந்து குமிழிகள் வெளிப்பட்டன. டியூப்பைத் துடைத்து, பழைய பஞ்சரைப் பிய்த்தெடுத்தான். நன்றாகத் தேய்த்து மறுபடியும் ஒட்டினான்.

ஊமை பின்னால் வந்து இவன் செய்வதையெல்லாம் பார்த்துக்கொண்டே இருந்தான்.

“நீங்க கொஞ்சம் போடுங்க.” பெஞ்சில் உட்கார்ந்திருந்த சைக்கிள்காரன் எழுந்து சொன்னான்.

ஊமை ஒரு சப்தம் போட்டு, இவன் செய்வது சரியென்று உறுதிப்படுத்தினான். அப்புறம் இவன் முதுகில் தட்டிக் கொடுத்து விட்டுப் போனான்.

ஊமையின் செயல் இவனை உற்சாகம் கொள்ள வைத்தது. அவசரம்அவசரமாக டியூப்பை டயரில் திணித்து ஒருமுறை கையால் தட்டிவிட்டுவிட்டுக் காற்று அடிக்க ஆரம்பித்தான். தரையில் படுத்திருந்த டயர் மேலே எழும்பியது.

சைக்கிள்காரன் ஒருமுறை டயரை அழுத்திப் பார்த்துவிட்டு ஒரு ரூபாய் நோட்டை எடுத்து இவனிடம் நீட்டினான். பம்பை

இவன் மரத்தடியில் சாற்றிவிட்டுச் சாம்பசிவத்திடம் கொண்டு போய் நோட்டை நீட்டிப் பஞ்சர் என்றான்.

"யார் போட்டடா, நீயா?"

இவன் தலையசைத்தான்.

"பரவாயில்லியே. மணிகிட்ட இருந்து பஞ்சர் போடக் கூடக் கத்துக்கிட்டு இருக்கிறீயே. நீ பலே ஆளுதான்!" என்று மீதிச் சில்லறையை எடுத்துக்கொடுத்தார். இவன் அதைச் சைக்கிள்காரனிடம் சேர்த்தான். அவன் இரண்டுமுறை எண்ணிப் பார்த்துவிட்டுப் பையில் காசைப் போட்டுக் கொண்டு சைக்கிளைத் தள்ளினான். தயங்கி முன்சக்கரத்தை ஒருமுறை அழுத்திப் பார்த்தான்.

"சரியாப் பஞ்சர் போட்டு இருக்குதுங்க!" அவன் திரும்பி இவனைப் பார்த்துவிட்டுச் சைக்கிளில் ஏறி உட்கார்ந்தான். அவன் பார்வையில் இருந்து மறையும் வரை அப்படியே நின்றான். பிறகு, ஊமை பக்கம் சென்று உட்கார்ந்தான்.

14

இவன் எழுந்து கொல்லைப் பக்கம் சென்றான். இரவு காற்று அடித்தது. மழை பொழிந்தது. மூங்கில் மரம் குளத்தில் சாய்ந்து கிடந்தது. இவன் அதையே பார்த்துக்கொண்டிருந்தான். அப்பா இருந்தவரையில் அப்படியெல்லாம் மூங்கில் சாய்ந்ததே இல்லை. கோடையில் அப்பா குளத்து மண்ணை வெட்டியெடுத்து மூங்கில் குத்தில் அணைப்பார். இவன்கூட மண்ணைத் தூக்கவந்து மேலே போடுவான். அப்பா வேலை முறையே தனிதான். அவர் மேலேயிருந்து மூங்கில் குத்தில் மண் போட்டுக்கொண்டு வருவார். புதுமண் போட்டால்தான் மூங்கில் வெடித்துக் கிளம்பும் என்பார். கோடைக்குப் பின்னர் மழைக்காலம் தொடங்கும்போது பார்த்தால் நிறையப் புது மூங்கில் வெடித்துக் கிளம்பிக்கொண்டிருக்கும். அப்பா போன பிறகு தோட்டமும் போய்க்கொண்டிருக்கிறது.

இவன் திரும்பி வந்தான். பார்வை மா மரத்தின் பக்கம் சென்றது. இந்த வருஷம் மாங்காய் அதிகமில்லை. போன வருஷம் கொத்துக்கொத்தாக மாங்காய். எந்த வருஷமும் அப்படிக் காய்த்தது இல்லை. அப்பா போகத்தான் அப்படிக் காய்த்தது என்று அம்மா ஒருநாள் சொல்லிக்கொண்டு இருந்தாள்.

மா மரத்தைத் தாண்டிச் சென்றான். கூட்டமாக ஐந்தாறு மைனாக்கள் தத்தித்தத்திச் சென்றன. மாம்பழச் சிட்டுகள் மேல் கிளையில் இருந்து, கீழ்க் கிளைக்குத் தாவின.

அப்பாதான் இவனுக்குப் பறவைகளின் பெயர்களையெல்லாம் சொல்லிக்கொடுத்தார். தேன் சிட்டு எப்படி இருக்கும்? மாம்பழச்சிட்டு எது? அப்புறம் அவர் எந்தக் காலத்தில் அதிகமாக வரும், எப்படிக் கத்தும், எப்போது கூடு கட்டும், பறவைகள் என்றுதான் இல்லை; செடிகள், பூக்கள்,

சா. கந்தசாமி

கொடிகள், இலைகள் பற்றியெல்லாம் சொல்லிக்கொண்டே இருப்பார். தூரத்தில் வரும் வாசனையிலிருந்து இன்ன பூ பூத்துவிட்டது என்பார். அப்பாகூட இருக்கும்போதெல்லாம் இவனுக்குச் சந்தோஷமாக இருக்கும். அவர் சொல்வதை யெல்லாம் கவனமாகக் கேட்டுக்கொண்டேயிருப்பான்.

காலையில் தோட்டத்தைச் சுற்றிப்பார்ப்பதுகூட, அப்பா கூடத் தொடங்கியதுதான். இப்போது அவர் இல்லா விட்டாலும், அந்தப் பழக்கம் மட்டும் இருக்கிறது.

நிமிர்ந்து மாமரத்தைப் பார்த்தான். காம்பில் இருந்து கொண்டு ஒரு அணில் பெரிய மாங்காயைக் கடித்துக் கொண்டிருந்தது. அதன் பல்லால் கொறிபட்டு, மாங்காய் சிறுசிறு செதில்களாகச் சிதறி விழுந்தன. இவன் பின்னால் நகர்ந்து ஒரு கல்லையெடுத்து அடித்தான். கல் கிளையில் பட்டது. அணில் துள்ளி இன்னொரு கிளைக்குத் தாவ மாங்காய் தரையில் விழுந்தது. இவன் மாங்காயை எடுத்துக்கொண்டு வீட்டிற்கு வந்தான்.

கோழிக்கூட்டைத் திறந்து கோழிகளை வெளியே விரட்டிக் கொண்டிருந்த அம்மா இவனைப் பார்த்தாள்.

"பொழுது புலர்றதுக்குள்ள போய் மாங்காய் அடிச்சிக்கிட்டு வர்ற. இருந்தா ஒன்னா அறுத்து நாலு காசுக்குப் போடக்கூடாது?"

"அணில் கடிக்குது."

"அதுக்குப் போட்டியா நீயும் மாங்கா அடிக்க ஆரம்பிச்சிட்ட!"

நின்ற இடத்தில் இருந்தபடியே இவன் அம்மாவைப் பார்த்தான்.

"ரெண்டு நாளா சொல்லிக்கிட்டு இருக்கேனே, மணியப் பார்த்தீயா..."

"..."

"இந்த இன்ஸ்பெக்டரை உண்டு இல்லன்னு பாத்துடுறேன்னு அலஞ்சிக்கிட்டு இருக்கானாம். அதா கடைப் பக்கம்கூட வர்றதும் இல்லையாம். எல்லாம் நம்ப கஷ்ட காலம் நமக்கு முன்ன போய் நிக்குது. பணம் காசு தேவையின்னா சொல்லு அக்கா, தர்றேன்னு சொல்லிக்கிட்டே இருந்தான்... இப்பப் பாரு... கல்யாணம் வருது... அவனுக்குக் கஷ்டம்."

இவன் முன்னே வந்தான்.

"மணி கடைப் பக்கம் வந்தா, அம்மா பணம் கேட்டாங்கயின்னு கேளு. கொடுத்தா வாங்கிட்டுச் சீக்கிரமா வா. இங்க ஜனங்க எல்லாம் வராங்க."

இவன் வெளிப்பக்கம் சென்று பல் விளக்க ஒரு குச்சியை ஒடித்தான். மூங்கில் படலைத் திறந்துகொண்டு இரண்டு பேர் உள்ளே வந்தார்கள். மேலே முறுக்கி விட்ட மீசை. தலையில் சிவப்பு முண்டாசு. எங்கோ இவர்களைப் பார்த்ததுபோல இருந்தது. எங்கே என்று இவனால் தீர்மானிக்க முடியவில்லை. அவர்களையே பார்த்தபடி இருந்தான். பிறகு, "அம்மா" என்று அழைத்தான்.

பூவரசு மரத்தடியில் கட்டியிருந்த இரண்டு ஆடுகளும் ஒன்றாய்க் குரல் கொடுத்தன. அவர்கள் பார்வை ஆட்டின் பக்கம் சென்றது. கொல்லைப்பக்கத்தில் இருந்து வந்த அம்மா, இவர்களைப் பார்த்ததும், "வாங்க. நேத்தியே எதிர்பார்த்தேன்!" என்றாள்.

அவர்கள் பதிலொன்றும் சொல்லவில்லை. முன்னே போய் ஆட்டின் தலையைப் பிடித்துப்பார்த்தார்கள். இரண்டு ஆடும் தலையைச் சிலுப்பிக்கொண்டு துள்ளிப் பாய்ந்தன. இவன் அவர்கள் பக்கமாகச் சென்றான்.

"செல்லா, வேலைக்குப் போகல."

அம்மாவை நிமிர்ந்து பார்த்தான்.

"நான் சொன்னது ஞாபகத்துல இருக்கா?"

இவன் தலையசைத்துக் கொண்டு உள்ளே சென்றான். பாப்பா பாத்திரங்களை அலம்பிக்கொண்டு உள்ளே வந்தாள்.

"சோறு போடு."

"ரொம்ப அவசரமா?"

"ஆமாம்."

அவள் பழையதைப் போட்டு, நிறையத் தண்ணீர் ஊற்றிக் கொண்டு வந்து வைத்தாள்.

"தொட்டுக்க?"

"மிளகாய்தான்!"

பாப்பா இரண்டு காய்ந்த மிளகாய்களைக் கொண்டுவந்து இவன் முன்னே போட்டாள்.

"தினம் இதுதானா?"

"கருவாடு சுடட்டுமா?"

இவன் தலையை அசைத்தான்.

"மாங்கா இல்ல?"

சா. கந்தசாமி

இவன் கொண்டு வந்து போட்ட அணில் கடித்த மாங்காயை, அரிவாள்மணையில் நறுக்கி வைத்தாள். இவன் சாப்பிட்டுக் கொண்டே, "அது யாரு?" என்றான் வெளியே கையை நீட்டி.

"ஆடு வாங்கறவங்க!"

"எதுக்கு?"

"எதுக்கா? கசாப்புக்கு!"

இவன் பாதிச் சாப்பாட்டோடு எழுந்தான்.

"ஏன்டா, தொட்டுக்க இல்லைன்னு சாப்பிடலியா?"

இவன் பதிலொன்றும் சொல்லாமல் வெளியே வந்தான். அம்மா நோட்டுக்களை எண்ணிக்கொண்டிருந்தாள். இரண்டு ஆட்டையும் அவர்கள் பிடித்து இழுத்துக்கொண்டு போனார்கள். அப்பா இருந்தபோது, எட்டு ஆடுகள் இருந்தன. பின்னால் இரண்டு இரண்டாக மறைந்தன. எஞ்சி இருந்ததும் போய்விட்டது.

அம்மா மடியில் பணத்தை வைத்துக்கொண்டு, "ஏன்டா, மணிய பாக்கிறியா?" என்று கேட்டாள். இவன், அதுவே காதில் விழாததுமாதிரி, கத்தரிச்செடிப்பக்கமாக நடந்து மூங்கில் படலைத் திறந்துகொண்டு வெளியே வந்தான். வாய்க்கால் மேட்டில் நின்று திரும்பிப் பார்த்தான். எதற்காக இரண்டு ஆட்டையும் இழுத்துக் கொண்டு சென்றார்கள்?

இவன் குனிந்து ஒரு கல்லை எடுத்து வாய்க்கால் நீரில் அடித்து விட்டு வடக்குப் பக்கமாக நடந்தான்.

"செல்லா, ஏன்டா பள்ளிக்கூடம் வர்ல"

இவன் நிமிர்ந்து பார்த்தான். கோபால். ஒன்றும் பதில் சொல்லத் தோன்றவில்லை. அவனையே பார்த்துக்கொண்டு இருந்தான்.

"நானும், தங்கவேலும் ஒருநாள் உங்க வீட்டுக்கு வந்து கேட்டோம். உங்க அம்மா, அவன் இன்னம வரமாட்டான். வேலைக்குப் போறான்... அப்படியின்னு சொன்னாங்க" என்றான்.

"நீயும் அவனுமா?"

ஒரு வண்டி இவர்களைத் தாண்டிப் போனது.

"மணி கிட்டவா இருக்கல?"

"இல்ல, அங்க இல்ல!" இவன் திரும்பி முன்னே சென்ற வண்டியைப் பிடித்துக்கொண்டே நடந்தான்.

சூரிய வம்சம்

15

சாயந்திரம் இவன் வீட்டிற்குத் திரும்பி வந்தான். வாய்க்கால் ஓரத்தில் சாப்பிட்ட வாழை இலைகள் கிடந்தன. அவற்றை ஒரு பார்வை பார்த்துக்கொண்டு உள்ளே சென்றான். பூவரசு மரத்தடியில் ஒரு நீண்ட பெஞ்சு. அதில் இரண்டு ஆண்கள் அமர்ந்திருந்தார்கள். அவர்களுக்கு வலது பக்கத்தில் மூன்று பெண்கள். அப்பால் அம்மா பணிவாகவும் அடக்கமாகவும்.

இவன் தயங்கி நின்றான்.

"சொர்ணம், உன் பையனா?" கூட்டத்தில் இருந்து ஒருத்தி கேட்டாள்.

அம்மா திரும்பிப் பார்த்தாள். அப்புறம், "ஆமாம் அக்கா!" என்றாள்.

"ஒழுங்காப் படிச்சிக்கிட்டு இருக்கானா?"

"எங்க இருக்கான்? பள்ளிக்கூடம் போடாயின்னா மண்டையை உடச்சிக்கிட்டு வந்து நிக்கறான். அப்புறம் ஊர்ல சண்டை. இவனப் பத்தித்தான் அக்கா எனக்கு ஒரேகவலை. பொண்ணு இருக்கிற இடம் தெரியாது. அதுக்கு இது நேரெதிர்... என்னப் பண்ணறது... சொல்லுங்க அக்கா... ஒன்னு புருஷனால சுகம் இருக்கணும், இல்ல பெத்தபுள்ளயால சுகம் இருக்கணும். எனக்கு ரெண்டாலும் சுகம் இல்ல அக்கா–"

"நீ இந்தப் புள்ளயாலதான் சொர்ணம் சுகப் படப் போற!"

"தெய்வம் கணக்காச் சொல்லுறீங்க அக்கா. இதுங்க சம்பாரிச்சிப் போடுவாங்கயின்னுதானா நம்ப காத்துக்கிட்டு இருக்கோம்."

இவன் எல்லோரையும் மாறிமாறிப் பார்த்தான். புதிய முகங்கள். யாரையும் இவனால் அறிந்து

கொள்ள முடியவில்லை. மெதுவாகக் காலடி எடுத்துவைத்து முன்னே சென்றான்.

தங்கக்காப்பு போட்டுக்கொண்டிருந்த கிழவர் கையில் இருந்த தடியால் தரையில் ஒரு தட்டுத் தட்டினார். அப்புறம் திரும்பிப் பெண்களைப் பார்த்து, "சரி, அப்புறம்–" என்றார்.

"அப்புறம் என்ன, சொர்ணம்தான் சொல்லணும்."

"நான் என்ன அக்கா புதுசாச் சொல்லப் போறேன். அவுங்க எனக்கு என்னத்த வச்சிட்டுப் போய் இருக்காங்க? அவுங்களுக்கு உயிர் போற அப்ப, ராஜாக்கா! 'தம்பி'ன்னு கையப் பிடுச்சிக்கிட்டு, "உன் பொண்டாட்டிக்கு என்ன சொல்லிட்டுப் போற?"ன்னு கேட்கிறாங்க. அதுக்கு அவுங்க "என்னத்த வச்சிட்டுப் போறன், இந்தப் புள்ளயதான்"னு காட்டினாங்க. இது என்னாடான்னா ஊர் பொறுக்கிட்டு உதைபட்டுக்கிட்டு வந்து நிக்குது."

"சின்னப் புள்ளதானே, எல்லாம் சரியாப் போயிடும்."

"அதான் அக்கா!"

"அப்புறம் சொல்லு."

"நீங்கயெல்லாம் யாரு? அசலா அன்னியமா. எங்கிட்டே பெரிசா செய்ய என்ன இருக்குது. குந்த இருக்கற இந்த இடத்தை வித்துதான் கல்யாணம் பண்ணணும். காதுல மூக்கில போடுறேன். மூனு பவுனுல ஒரு செயினு போடுறேன். நான் மட்டும் ஆரு அக்கா... உங்க பொண்ணு இல்ல–"

"சொர்ணத்துக்கிட்டப் பேசி வெல்ல முடியுமா?"

"சொர்ணம் நம்பப் பொண்ணுதான். அது என்ன பண்ணினாலும் சரிதான்" தங்கக்காப்பு தடியைத் தரையில் ஊன்றி எழுந்தார். அவருக்குக் கால் கொஞ்சம் ஊனம். எத்தி எத்தி நடந்தார்.

"தம்பி, மாமாவை அழச்சிக்கிட்டுப் போ."

இவன் அவர் பக்கமாகச் சென்றான். அவர் புன்னகை பூத்துத் தோள்மீது கை போட்டுக்கொண்டார். மூங்கில் பாலத்தைத் தாண்டி சாலைக்கு வந்தார்கள். சாலையில் வண்டி நின்றது. பெண்கள் எல்லாம் ஏறி உட்கார்ந்த பிறகு தங்கக் காப்பு வண்டி ஏறினார். இவன் கைகொடுத்து உதவினான். வண்டியில் உட்கார்ந்ததும் அவர் இவன் தலையைத் தடவிக் கொடுத்தார்.

வண்டி நகர்ந்தது.

"நாங்க வர்றோம் சொர்ணம்."

"வாங்க அக்கா... எல்லோரும் வாங்க!" அம்மா கொஞ்ச தூரம் – கோவில் வரையில் வண்டியோடு சென்றாள்.

"நீ எதுக்கு சொர்ணம்?" வண்டியில் இருந்து அவர்கள் ஒவ்வொருவரும் சொன்னார்கள். அம்மா நின்றாள். கோவிலோடு வண்டி வளைந்து திரும்பியது. இவன் அம்மாவுக்குப் பின்னால் நின்றுகொண்டே இருந்தான்.

இவனைப் பார்த்ததும், அம்மாவுக்குக் கோபம் வந்தது. ஆனால் ஒன்றும் பேசவில்லை. ஒருமுறை தலையை அசைத்து வேகமாக உள்ளே சென்றாள். இவன் தொடர்ந்து போனான். பாலத்தைத் தாண்டியதும் வெளியில் ஒரு காட்டாமணக்கை அம்மா ஒடித்தாள். தழை உருவிப் போட்டாள்.

"இம்மாம் நேரமா எங்கப் போயிருந்த?"

இவன் படலைத் திறந்துகொண்டு உள்ளே ஓடினான். அம்மா பாய்ந்து இவன் கையைப் பிடித்தாள்.

"வீட்டுக்கு நாலு ஜனம் வரும். வூட்டுல இருப்போம், அவுங்களக் கவனிப்போம் என்று பொறுப்பு இருக்கா. பொழுது விடிஞ்சிட்டா நீபாட்டுக்குப் புறப்பட்டுப் போயிடுற!"

அம்மா காட்டாமணக்கால் இவன்மீது வீசினாள். இவன் அம்மா பிடியிலிருந்து தப்பி ஓடினான். எட்டிப்பிடித்தாள்.

"மணியப் பாத்தியா?"

இவன் பேசாமல் இருந்தான்.

"நாலு நாளா நான் சொல்லிக்கிட்டே இருக்கேன். பார்த்தியா இல்லியா... சொல்லு."

"நான் அங்க இல்ல."

"என்னா சொல்லுற?"

அம்மா முன்னே வந்தாள்.

"மணிகிட்டே இருந்து நின்னுட்டேன்."

"சும்மா எதுக்கும்மா அவனை அடிக்கற?" என்று பாப்பா வந்து இவனுக்குப் பாதுகாப்பாக நின்றுகொண்டாள்.

"நீ போ, உனக்கு ஒன்னும் தெரியாது... மணியவுட்டு நின்னுட்டானாம்... எதுக்கு நின்னான்... யாரக் கேட்டுக்கிட்டு நின்னான். நின்னுட்டு, ஊர் பொறுக்க ஆரம்பிச்சிட்டியா... அதுக்குத்தான் காலம்பரயே தின்னுட்டுக் கிளம்பிடுறியா..." அம்மா பாப்பாவைத் தள்ளிவிட்டுக் கன்னத்தில் அறைந்தாள்.

சா. கந்தசாமி

"மரியாதையா நாளைக்கு வேலைக்குப் போ. இல்லாட்ட கொன்னுடுவேன் கொன்னு... கல்யாணம் வச்சி இருக்கு... மணிகிட்ட ஐநூறு ரூபா பணம் வாங்கலாமென்னு இருந்தா நீ வேலய விட்டுப்புட்டுப் பொறுக்கிக்கிட்டா இருக்க" கையில் இருந்த காட்டாமணக்கால் எட்டி அடித்தாள். அது பெஞ்சியில் பட்டு உடைந்தது.

"நீ விடு அம்மா" பாப்பா அம்மாவைப் பிடித்து இழுத்தாள்.

அம்மா அவளைப் பிடித்துத் தள்ளிவிட்டு, "நாளைக்கு நானும் வர்றேன். மணிக்கிட்டப் போகலாம்" என்றாள் இவனைப் பார்த்து.

"நான் வேற இடத்துல வேலைக்குச் சேர்ந்துட்டேன்."

"எங்க?"

"வள்ளியூர் புள்ள கடையில."

"புள்ள கடையிலேயா?" அம்மா ஆச்சரியப்பட்டாள். சாம்பசிவம் பிள்ளையைப் பற்றி அவளுக்குத் தெரியும், ஒரு சைக்கிள் கடை; ஒரு அரிசி மில் வள்ளியூரில் இருக்கிறது. வள்ளியூர் மில்லில் தான் அம்மா நெல் அரைப்பது எல்லாம். மற்ற மில்லைவிடக் காசு குறைவு. நன்றாக அரைப்பார்கள்.

"எப்ப சேர்ந்த?"

"நாலு நாளாச்சி."

"அதெ அப்பவே சொல்லுறது."

இவன் பேசாமல் இருந்தான்.

"அவ்வளவு துப்பு ஏது?"

பாப்பா இவனை உள்ளே அழைத்துக்கொண்டுபோய் இலையை எடுத்துப்போட்டுத் தண்ணீர் வைத்தாள். அப்புறம் இலையின் ஓரத்தில் இரண்டுவிதமான கறி கொண்டு வந்து வைத்தாள்.

"பாத்து சோறு போடு. மத்தியானமே ஒன்றும் சாப்பிடல!" என்றாள் அம்மா வெளியில் இருந்து. பாப்பா பதில் சொல்லாமல் இவன் இலையில் சோறு போட்டாள். குனிந்து இவன் சாப்பிட ஆரம்பித்தான்.

16

செல்லையா வரிசையாக சைக்கிள்களைக் கொண்டுவந்து வெளியே நிறுத்தினான். தூரத்தில் நின்று பார்த்தான். வரிசை சரியாக இருந்தது. ஆனால் சைக்கிள்கள் எண்களின்படி இல்லை. இரண்டு இடம் மாறி இருந்தது. எடுத்து அதனதன் இடத்தில் வைத்தான்.

முன்பெல்லாம் சைக்கிள் ஒழுங்குமுறை இல்லாமல் வெளியில் போகும். நோட்டுப் புத்தகத்தில் சாம்பசிவம் குறித்துக்கொள்ளுவார். கொஞ்ச நேரத்திற்குப் பிறகு அவருக்குச் சந்தேகம் வந்துவிடும். என்ன சைக்கிள் வெளியில் போனது? ஒன்பதா... ஏழா... என்று கேட்டார். இவன் பதில் சொன்னான். ஓரோர் சமயம் இவனுக்குக்கூட மறந்துபோய்விடும். இருக்கிற சைக்கிள்களையெல்லாம் பார்ப்பான்; அதில் இருந்து இல்லாததைக் கண்டுபிடிப்பான். அதுவே இவனுக்கு ஒரு வேலை போல இருந்தது.

ஒரு நாள், கடையைத் திறந்ததும் எண்களின்படி சைக்கிளை நிறுத்தினான். வாடகைக்குச் சைக்கிள் என்று வந்தவர்களுக்கு வரிசைப்படியே எடுத்துக் கொடுத்தான். கொடுத்த எண்ணைச் சாம்பசிவத்திடம் சொன்னான். அவர் குனிந்தபடியே குறித்துக் கொண்டார்.

"பலே, நல்ல ஏற்பாடுதான் பண்ணி இருக்க. ஐஞ்சி வருஷமா நானும் கடை வச்சி நடத்திக்கிட்டு இருக்கேன். எனக்குப் படுல... ஒரு மாசத்துல சரி பண்ணிட்ட!" இவன் தோளில் சந்தோஷத்தோடு தட்டிக்கொடுத்தார்.

சாலையில் இருந்து கொடிக்கால் அப்துல் காதர் உள்ளே வந்து ஒன்பதாம் நம்பர் சைக்கிளை எடுத்தான். ஒருமுறை மணி அடித்தான். முதலாளி முன்னே நின்றுகொண்டிருந்த இவன் முன்னே சென்றான்.

சா. கந்தசாமி

“அதெ வையுங்க... இதெ எடுத்துக்கிட்டுப் போங்க!” என்று ஐந்தாம் நம்பர் சைக்கிளை முன்னே தள்ளி வைத்தான்.

“ஏன், இதென்ன போகாதா?”

“போகுங்க. ஆனா எட்டுப் போன அப்புறம் தாங்க.”

“அது என்ன வரிசை.”

“ஒன்னு, ரெண்டு, மூனு ... நாலுன்னு வரிசையிங்க!” “பரவாயில்ல. ஒன்பத எழுதிக்க.” அப்துல் காதர் சைக்கிளை முன்னே தள்ளி ஏறப் போனான். இவன் சைக்கிளைக் கை வைத்துப் பிடித்துக் கொண்டான். அவன் ஆச்சரியத்தோடும் கோபத்தோடும் இவனைப் பார்த்தான். அவனுக்கும் சாம்பசிவத்திற்கும் பத்து வருஷமாகப் பழக்கம். அவர் போடுகிற வெற்றிலையெல்லாம் அவன் கொண்டுவந்து கொடுப்பதுதான்.

“என்ன, புள்ள சைக்கிள மறிக்கிறான்?”

சாம்பசிவம் திரும்பிப் பார்த்தார். இவனை மீறி சைக்கிள் போகமுடியாது. தடுத்து மறித்துக்கொண்டிருந்தான்.

“ஒரு முறை வச்சி இருக்கான். அதுவும் நல்லாதான் இருக்குது.”

“அப்படியா புள்ள!” அப்துல்காதர் சைக்கிளை விட்டுவிட்டுத் திரும்பி ஒரு சிரிப்புச் சிரித்தான்.

இவன் ஒன்பதாம் நம்பர் சைக்கிளைக்கொண்டுபோய் வரிசையில் நிறுத்தினான். பிறகு ஐந்தாம் நம்பர் சைக்கிளைக் கொண்டு வந்து,

“இந்தாங்க... அதவிட... இது நல்லா போகுங்க...” என்றான்.

“அப்படியா?”

“நிஜங்க.”

அப்துல் காதர் இவனை ஒரு பார்வை பார்த்துவிட்டுச் சைக்கிளில் ஏறிச்சென்றான். அவன் போனதும் சாம்பசிவம் இவன் பக்கமாகத் திரும்பி, “இப்படித்தான் இருக்கணும்... ஒழுங்கு என்றால் யாருக்கும் ஒழுங்குதான்!” என்றார்.

சாலையில் சைக்கிள் சப்தம் கேட்டது. இவன் முன்னே சென்றான். அரைக்கால் சட்டையும் அரைக்கைச் சட்டையும் போட்டுக்கொண்டு குண்டு ராமு சைக்கிளைப் பிடித்துக்கொண்டு நின்றார்.

இவன் அருகில் போனதும், “என்ன பண்ணற முதலாளி கிட்ட?” என்றார்.

"காத்தா?" என்றான் இவன்.

"காத்துதான். ஆனா, இறங்கிக்கிட்டே வருது. அதெப்பாரு."

இவன் பார்வை முன் சக்கரத்தில் விழுந்தது. டயர் தரையில் படுத்திருந்தது. குனிந்து வால் டியூப்பைக் கழற்றிப் பார்த்தான். அப்புறம் அதை உருவிக் கீழே எறிந்துவிட்டுப் புதிதாக ஒரு வால் டியூப்பை மாட்டினான். அப்புறம் காற்று அடித்தான். டயர் மேலே எழுந்து நிற்க ஆரம்பித்தது.

"ராத்திரி அடிச்சேன். இப்பக் காத்து இறங்கி இருக்குது. பஞ்சர் இருக்குமா பாரு."

"வால் டியூப்புதான். புதுசாப் போட்டாச்சு. இன்னம நிக்கும்."

காற்று அடித்து முடித்ததும், முன்சக்கரத்தை ஒருமுறை சுற்றிப்பார்த்தான். அது நெளிந்து சுற்றியது. உள்ளே போய் ஸ்பானரை எடுத்து வந்து நட்டைக் கழற்றிச் சரி பண்ணினான். இவன் செய்கிற காரியங்களை ராமு பார்த்துக்கொண்டே இருந்தார். ஏனெனில் அவரே ஒரு மெக்கானிக். ராணுவத்தில் ஏழு வருஷம் இருந்துவிட்டு ஓய்வு பெற்றார். ஊருக்கு வந்ததும், ஒரு வருஷம் போல பஸ் ஓட்டிக்கொண்டு இருந்தார். அது அவருக்குச் சரிப்பட்டு வரவில்லை.

சொந்தமாகப் புன்னைவனத்தில் தாசில்தார் ஆபீஸ் பக்கமாக ஒரு ஓர்க்ஷாப் போட்டார். சர்க்கார் ஜீப், கார், தனியார் லாரி என்று ரிப்பேருக்கு வந்தது. அதோடு சொந்தமாக ஒரு பழைய கார். கல்யாணம், சடங்கு, சுற்றுலா என்று வாடகைக்குப் போய்க் கொண்டு இருந்தது.

ராமு சைக்கிளைக் கையில் பிடித்துக்கொண்டு இவனைத் தட்டிக்கொடுத்து, "அதன் வேலக்காரனுக்கு அடையாளம். தானா கண்டுபிடிச்சிப் பார்க்கறது!" என்று வண்டியில் ஏறினார். ஒரு மாதம் சென்றது. ஊமையிடம் கற்றுக்கொண்டு இவன் தேர்ந்த வேலைக்காரனாகி விட்டான். ராமு போகும்போதும் வரும் போதும் இவன் வேலை செய்வதைப் பார்த்துக்கொண்டே இருந்தார்.

ஒரு நாள் சைக்கிளைக் கொண்டு வந்து இவன் முன்னே நிறுத்தினார்.

"ஓவர்ஹால் பண்ணணும்."

"கொடுங்க."

"பிரமாதமா பண்ணுவியா?"

"அதெ ஓட்டிப் பார்த்துட்டு நீங்க இல்ல சொல்லணும்."

"அது சரிதான். எப்பக் கொடுப்ப?"

"உங்களுக்கு எப்ப வேணும்?"

"நாளைக்குச் சாயந்திரம்."

"சரிங்க."

"நிஜமாவா!"

"நீங்க வாங்க."

"நம்ப சைக்கிள்ள கை வச்சி மூனு வருஷம் ஆகுது. உன் கையை வை... பார்க்கலாம்."

இவன் ராமுவிடமிருந்து சைக்கிளை வாங்கிப் பின்னே கொண்டு போய் நிறுத்திப் பிரித்துப் போட்டான். தேய்ந்து போன பாகங்களைத் தனியாக ஒதுக்கிவைத்தான். மீதி பாகங்களை அலம்பிச் சோதித்துப் பார்த்துக்கொண்டான். சந்தேகங்களை ஊமையிடம் கேட்டான். இவன் தேர்வும் ஒதுக்கியதும் சரியாக உள்ளது என்று அவன் அங்கீகரித்தான்.

அடுத்த நாள் மத்தியானம். வழக்கத்திற்கு மாறாக ராமு வெள்ளை வேட்டியும் வெள்ளைச் சட்டையும் போட்டுக் கொண்டு வந்தார்.

"வாங்க... வாங்க... என்ன வித்தியாசமா இருக்குது!" என்று வரவேற்றார் சாம்பசிவம்.

"ஒன்னும் இல்லீங்க. ஒரு கல்யாணத்துக்குப் போனேங்க!" ராமு பெஞ்சில் அமர்ந்தார்.

"அப்புறம் சொல்லுங்க."

"உங்க பையனப் பார்த்ததும் சைக்கிள ரிப்பருக்குத் தரணுமென்னு தோனுச்சு..."

"அதெதான் பார்த்துக்கிட்டு இருக்கிறாங்க. இப்ப முடிச்சிடுவாங்க."

"பையன் பரவாயில்லீங்களா?"

"ரொம்ப நல்ல பையங்க."

"இவன மாதிரி நமக்கு ஒரு பையன் வேணுங்க."

"அழைச்சிக்கிட்டுப் போங்க."

ராமு ஒரு சிரிப்புச் சிரித்தார்.

சூரிய வம்சம்

"நிஜமாதான் சொல்லுறீங்களா?"

"பின்ன?"

ராமு ஒருமுறை அவரை ஏறிட்டுப் பார்த்தார். "போறச்ச வரச்ச எல்லாம் பார்த்துக்கிட்டுத்தாங்க போறேங்க."

"அதான் சொல்லுறேனே, அழைச்சிக்கிட்டுப்போங்க,"

அவர் தயங்கினார்.

"செல்லையா!" சாம்பசிவம் கூப்பிட்டார். சாலையில் வேலை செய்துகொண்டு இருந்தவன் அவசரம்அவசரமாகத் திரும்பி வந்தான்.

"இவுங்களத் தெரியும் இல்ல?"

தலையை அசைத்தான்.

"இவுங்க ஓர்க்ஷாப்புக்கு வேலைக்குப் போறீயா? ஆளு வேணுமாம்."

இவன் இரண்டுபேரையும் மாறிமாறிப் பார்த்துக்கொண்டே இருந்தான்.

"சொல்லு."

"போறேங்க."

"ஓர்க்ஷாப் தெரியும் இல்ல."

"தெரியுங்க."

ராமு ஓர்க்ஷாப் போட்டிருப்பதுகூடச் சாம்பசிவம் இடந்தான். யார்யாரோ விலைக்குக் கேட்டார்கள். கொடுக்க வில்லை. ஒரு நாள் ராமு வந்து கேட்டார். ஓர்க்ஷாப் போடப் போறேன் என்று. மறுப்பு இல்லாமல் சாம்பசிவம் கொடுத்து விட்டார்.

"அப்ப, ராமு அழைச்சிக்கிட்டுப் போங்க."

"உங்களுக்குக் கஷ்டங்க."

"எனக்குக் கஷ்டம் ஒன்னும் இல்லீங்க. இரண்டு மூணு ஆளுக்கு இங்க என்ன வேல இருக்கு? சுந்தரமும் லோகும் போதும்... இவன் ஒருநாள் வேலையின்னு நின்றான்; போட்டு வச்சுக்கிட்டேங்க. செல்லையா... சைக்கிள் முடிஞ்சு போயிருச்சா?"

"கொஞ்சம் இருக்குதுங்க."

"சீக்கிரம் முடி."

சா. கந்தசாமி

இவன் திரும்பிச்சென்று சைக்கிளைக் கவனித்தான். எல்லாம் சரியாக இருப்பது போல இருந்தது. ஒரு சுற்றுச் சுற்றிப் பார்க்கலாம் போலத்தோன்றியது. சைக்கிளைத் தள்ளிக் கொண்டு சாலைக்கு வந்தான். இரண்டு பக்கத்தையும் பார்த்தபடி சைக்கிளில் ஏறி உட்கார்ந்தான். ஒரு சுற்றுச் சுற்றிவிட்டு வந்து இறங்கினான்.

சாம்பசிவமும் ராமுவும் ஒன்றாக நின்றுகொண் டிருந்தார்கள். இவன் சைக்கிளை ஒரு பக்கமாகக் கொண்டு போய் நிறுத்தினான்.

"சரியா இருக்குதா?"

"இருக்குதுங்க."

"ஓட்டிப் பாருங்க."

"ஓட்டி வேற பார்க்கணுங்களா, என்ன? வேல செய்யற முறையைத்தான் பார்க்கணுங்க."

"எல்லாம் மிலிட்டரி படிப்புன்னு சொல்லுங்க,"

"படிப்பே அதாங்க."

"சரியாச் சொன்னிங்க." ராமு சைக்கிளைக் கையில் பிடித்தார்.

"இவன நாளைக்கு அனுப்பிவைக்கறேங்க."

"ஒன்னும் அவசரம் இல்லீங்க. மெதுவா அனுப்பிவையுங்க..."

"சரிங்க." ராமு சைக்கிளில் ஏறி உட்கார்ந்து இவனைத் திரும்பிப் பார்த்தார்.

இவன் குனிந்து ஒரு சைக்கிளுக்குக் காற்று அடித்துக் கொண்டிருந்தான்.

17

இரவு மணி ஏழரை இருக்கும். ராமு லாரி மேல் இருந்து கீழே குதித்தார். அப்புறம் செல்லையா வுக்குக் கை கொடுத்தார். அவர் கையைப் பிடித்துக் கொண்டு படியில் கால் வைத்துக் கீழே இறங்கினான். எஞ்சினைத் தூக்கிப்போடும் வேலை. ஒரு மணி நேரத்திற்கு மேலாகிவிட்டது.

“மீதியை நாளைக்குப் பார்த்துக் கொள்ளலாம். கைய அலம்பு,” என்றார் ராமு. அவர் காக்கிச் சட்டை அழுக்காக இருந்தது. அதைக் கையலம்பியதும் மாற்றிக் கொண்டுவிடுவார் என்று நினைத்தான். நாளைக்கு ஒரு செட் சட்டை கொண்டுவந்து வைத்து விட வேண்டும், வந்ததும் அதை மாட்டிக்கொள்ள வேண்டுமென்று தீர்மானித்துக்கொண்டான். கிணற்றிலிருந்து தண்ணீரை மொண்டான். கையைத் திருப்பிப் பார்த்தான். எண்ணெய்ப் பிசிறு. அழுக்கு, எப்படிப் போகும்? தரையில் கொஞ்சம் மண்ணை அள்ளித் தேய்த்தான்.

“சோப்பு இல்ல?” ராமு.

இவன் வெட்கத்தோடு ஒரு சிரிப்புச் சிரித்தான்.

ராமு கால்சட்டைப் பையிலிருந்து தேய்ந்த ஒரு சோப்புக் கட்டியை எடுத்துக்கொடுத்தார்.

“நீங்க அலம்பிக்கொள்ளுங்க.”

“இல்ல, நீ அலம்பு.”

இவன் தண்ணீரில் கையை நனைத்துச் சோப்பைத் தேய்க்க ஆரம்பித்தான். ஒரு லாரி சப்தத்தோடும் புகையோடும் உள்ளே வந்தது. ஒரு பக்கமாக நின்றது. டிரைவர் அவசரம்அவசரமாக லாரியிலிருந்து குதித்து வந்தான்.

"என்ன அண்ணே. கை அலம்ப வந்துட்டீங்க? ஒரு சின்ன வேல இருக்குது அண்ணே. ஃபேன் பெல்ட் கட் ஆகிடுச்சி."

"எல்லாம் நாளைக்குப் பார்த்துக் கொள்ளலாம்."

"இல்ல அண்ணே ... ரொம்ப அவசரம் ... கொஞ்சம் பார்த்துக் கொடுத்துடுங்க."

"உனக்கு எப்பவும் அவசரந்தான்."

ராமு டிரைவர் கூடவே முன்னே வந்தார். இவன் கையை உதறி சோப்பைப் பையில் போட்டுக்கொண்டு பின்னால் வந்தான். டிரைவர் பானட்டைத் தூக்கி வைத்தான்.

"ரெண்டு நாளு ஓடுமென்னு பார்த்தேன் அண்ணே."

"செல்லையா, டூல்ஸ் பாக்சை எடுத்துக்கிட்டு வா."

அது ஒரு மரப்பெட்டி. பூட்டு கிடையாது. ஒரு போல்டு பூட்டுக்குப் பதிலாக. இவன் பெட்டியைத் தலையில் தூக்கிக் கொண்டுவந்து லாரி பக்கத்தில் வைத்தான். ராமு மேலே ஏறினார். அவர் செய்யும் வேலையையெல்லாம் பார்த்துக் கொண்டே இருந்தான். முடுக்கும் வேலையை இவனுக்குக் கொடுத்தார். அவசரம் அவசரமாக முடுக்கினான். கை அடிபட்டது.

ராமு இவன்மேல் கை வைத்தார்.

"இந்த வேலையில மட்டும் அவசரம் கூடாது. மற்ற ஆளுங்க எல்லாம் பறப்பாங்க. ஆனால் மெக்கானிக் நிதானமா வேலை செய்யணும்."

இவன் அவர் சொன்னதைக் கவனமாகக் கேட்டுக் கொண்டான்.

வேலை ஒன்பது மணிக்கு முடிந்தது. கையலம்பினார்கள். இவன் அவர் சைக்கிளை எடுத்துக்கொண்டு வெளியே வந்தான். அவர் ஒர்க்ஷாப்பை இழுத்துப் பூட்டினார்.

இரண்டுபேரும் நடந்தார்கள். ஓட்டல் வந்தது.

"சாப்பிட்டுவிட்டுப் போகலாம்."

'இல்லீங்க."

"சைக்கிள நிறுத்திட்டு வா."

ராமு ஓட்டலுக்குள் நுழைந்தார். இவன் கொஞ்ச நேரம் நின்று கொண்டிருந்தான். அவர் திரும்பிப் பார்க்கவில்லை. சைக்கிளை ஒரு பக்கமாக நிறுத்திப் பூட்டிவிட்டு உள்ளே

சென்றான். அவர் கையை ஆட்டினார். எதிர் நாற்காலியில் இவன் உட்கார்ந்தான். சர்வர் வந்தான்.

"ரெண்டு அரை கோழி பிரியாணி."

இவன் தண்ணீரை எடுத்துக் குடித்தான்.

"வூட்டுல யாரெல்லாம் இருக்கிறீங்க?"

"அம்மா... அக்கா."

"அப்பா?"

"தவறிட்டாங்க."

சர்வர் பிரியாணியை மேசைமீது வைத்தான்.

"அக்காவுக்குக் கல்யாணம் ஆயிடுச்சா."

"ஆகப்போகுது. பத்து நாளு இருக்கு."

"சாப்பிடு." ஒரு பிரியாணித் தட்டை இவன் பக்கமாகத் தள்ளிவைத்தார்.

ஒரு கணம் அவர் சாப்பிடுவதைப் பார்த்துக்கொண் டிருந்தான். பிறகு அவரைப் பின்பற்றிச் சாப்பிட ஆரம்பித்தான். சாப்பிடச் சாப்பிட, இன்றுதான் இப்படிப்பட்ட ஒரு சாப்பாடு முதன் முதலாகச் சாப்பிடுவது மாதிரி இருந்தது. அதோடு, நன்றாகவும் ருசியாகவும் இருப்பதுபோல தோன்றியது. சிறிது நேரத்திற்கெல்லாம் கூச்சத்தை மறந்து வேகமாகச் சாப்பிட ஆரம்பித்தான், காலியான தட்டை ஒரு பக்கமாகத் தள்ளி வைத்தான்.

"சாப்பிடு." மேசை மீது இன்னொரு அரை பிளேட் பிரியாணி இருந்தது.

"இல்லீங்க... போதுங்க."

"இந்த வேலைக்கு இந்த வயசில நல்லா சாப்பிடணும். நான் சாப்பிடுறது நீ சாப்பிட மாட்ட."

இவன் சாப்பிட ஆரம்பித்தான். ஆனால் முன்போல வேகமாகச் சாப்பிட முடியவில்லை. மெதுவாக இப்படியும் அப்படியும் பார்த்துக்கொண்டு சாப்பிட்டான். ராமு சாப்பிட்டு விட்டு எழுந்தார். இவன் அவசரப்பட ஆரம்பித்தான்.

"மெதுவா சாப்பிடு. ஒன்னும் அவசரம் இல்ல."

அவர் கையை அலம்பிக்கொண்டு வந்து உட்கார்ந்தார். கை, பல் குத்தும் குச்சியை எடுத்தது.

இவன் சாப்பிட்டுவிட்டு எழுந்தான்.

"டீ."

"வேணாங்க... தாங்காதுங்க."

இரண்டுபேரும் வெளியே வந்தார்கள். ராமு கடையில் பீடி வாங்கினார். இவன் பூட்டியிருந்த சைக்கிளைத் திறந்து எடுத்துக்கொண்டு முன்னே வந்தான்.

ராமு இவனிடம் இருந்து சைக்கிளை வாங்கிக்கொண்டு, "வூட்டுல ஒன்னும் தேடமாட்டாங்களே?" என்றார்.

இவன் பேசாமல் இருந்தான். அவர் சைக்கிளில் ஏறி உட்கார்ந்து, "உட்கார், போகலாம்," என்றார். இவன் பின்னால் கவனமாக ஏறி உட்கார்ந்தான். சைக்கிள் முன்னே செல்ல ஆரம்பித்தது.

ராமு வீடு வந்தது. சைக்கிள் நின்றது. அவர் இறங்கி, "சைக்கிள எடுத்துக்கிட்டுப் போ. காலையில கொண்டா!" என்றார்.

"இல்ல, வேண்டாங்க."

"ராத்திரி சும்மாதான இங்க கிடக்கப் போகுது."

"வேண்டாங்க. சைக்கிள் போகச் சாலை இல்லீங்க!" என்று இவன் அவர் பதிலை எதிர்பார்க்காமல் இருளில் நடந்தான்.

18

நிலவு வானில் இருந்து பொழிந்துகொண்டு இருந்தது. செல்லையா நடந்துகொண்டே நிமிர்ந்து பார்த்தான். பௌர்ணமிக்கு முன் நாளா – பின் நாளா – இவனுக்குத் தெரியவில்லை. மேகமற்ற வானத்தில் தெரியும் நிலவையே பார்த்துக்கொண்டு நடந்தான். சிறிது தூரம் போனதும் கையை வீசி ஓடினான்; துள்ளிக் குதித்தான்; சந்தோஷத்தோடு சப்தமாக ஒரு பாட்டைப் பாட ஆரம்பித்தான். கரகரப்பான இவன் குரல் நிசப்தமான இரவில் எங்கும் கேட்டது. சற்றுப் பொறுத்து, ஈச்ச மரத்தில் இருந்து ஒரு பறவை கத்தியது. அதன் குரல் புதிதாகவும் வித்தியாசமாகவும் இருந்தது. கையைப் பின்னால் கட்டி, பறவை தெரிகிறதா என்று ஈச்ச மரத்தைப் பார்த்தான்; தெரியவில்லை. கீழே குனிந்து ஒரு கல்லையெடுத்து ஈச்ச மரத்தில் அடித்தான். பறவை சிறகை அடித்துக்கொண்டு பறந்து சென்று இலுப்பை மரத்துப் பக்கம் சென்றது.

அது என்ன பறவையாக இருக்கும் என்று நினைத்துக்கொண்டே நடந்தான். நடக்கையில் தான் இன்று வெகு நேரங்கழித்து வீட்டிற்குச் செல்வது போல இருந்தது. பாப்பா தூங்கியிருக்கும். அம்மா – என்று நினைத்தான். ஈச்சமரத்தைத் தாண்டியதும் நாய் குரைத்து முன்னே வந்தது. அதோடு பின்னால் இரண்டு மூன்று நாய்கள். அவை தனித்தனியாகவும் – ஒன்றாகவும் குரைத்தன. கையை ஆட்டிச் சப்தம் போட்டான். இவன் நாய்க்குக் குரல் தெரிந்தது. அது குரைப்பதை விட்டுவிட்டு முன்னே ஓடி வந்தது. மற்ற நாய்கள் அமைதியடைந்தன.

இவன் படலைத் திறந்து நடந்து முன்னே சென்றான். தயக்கத்தோடு குரல் கொடுத்தான். இரண்டு மூன்று முறை மாறிமாறிக் கூப்பிட்டான். அம்மா எழுவதும் விளக்கைக் கொளுத்துவதும்

சா. கந்தசாமி

சப்தமாகக் காதில் கேட்டது. கையைக் கட்டியபடி திறக்கும் கதவையே பார்த்துக்கொண்டிருந்தான்.

"வா... வா... சினிமா பார்த்துட்டு ஊரெல்லாம் சுத்திட்டு இப்பத்தான் வர்றீயா? இங்கவா, ஊர் சுத்தற கால இன்னக்கி ஒடிச்சிடுறேன்!" அம்மா தலைமயிரை முடித்துக்கொண்டு முன்னே வந்தாள்.

இவன் காலைப் பின்னெடுத்து வைத்தான்.

"சினிமாவுக்குப் போகல அம்மா."

அம்மா குனிந்து தரையில் கிடந்த குச்சியைக் கையில் எடுத்தாள்.

"இம்மா நேரமா எங்க போய்ப் பொறுக்கின?"

"திடீரென்று வேல வந்துடுச்சி அம்மா. இதுனாலதான் நேரமாயிடுச்சி."

"அது எவன்டா பாதி ராத்திரியில வேல பாக்கிறான். பொய் சொன்னாலும் பொருத்தமாச் சொல்லணும். சினிமாப் பாத்துட்டு வந்து பொய்யாச் சொல்லுற பொய்—" என்று அம்மா இவன் காலில் பளீர் பளீரென்று அடித்தாள். இவ னுக்கு ஓடவும் தோன்றவில்லை; அழவும் தோன்றவில்லை. நிலவில் அம்மாவின் மூஞ்சியையே பார்த்துக்கொண்டு இருந்தான். அவள் கை சோரும் வரையில், மனசு சமாதானம் அடையும்வரையில் அடித்தாள்.

"எம்மா நெஞ்சு அழுத்தம். ஓடுதா பாத்தீயா!" அம்மா குச்சியை இரண்டாக முறித்து இவன் தலையில் போட்டாள். இவன் திரும்பினான்.

"நீ உருப்படமாட்ட போ... அப்பன் மாதிரித் திரியத்தான் போற...போ..." என்று சொல்லிக்கொண்டே உள்ளே சென்றாள்.

வாழை மரத்திற்குப் பின்னால் நின்ற நாய் முன்னே ஓடி வந்தது. இவன் காலை நக்கியது.

அம்மா திரும்பி வந்தாள்.

"சனியனே! நாய்கிட்ட என்ன கொஞ்சிக்கிட்டு இருக்கற..? வந்து சோத்தத் தின்னு. படுக்கணும்."

"நான் சாப்பிட்டுட்டேன் அம்மா."

"எங்க தின்ன?"

"ஓட்டல்ல, கோழி பிரியாணி அம்மா."

சூரிய வம்சம்

“ஊர் பொறுக்கவும் ஓட்டடல்ல தின்னவும் கத்துக்கிட்ட இல்ல, இன்னம உருப்பட்டாப் போலதான்!”

இவன் உள்ளே சென்று பரண்மீது இருந்த பாயையும் தலையணையையும் எடுத்துக்கொண்டு வெளியே வந்தான்.

“இன்னம நீ ஒன்னும்வெளியில படுக்கவேணாம். உள்ளயே படு.” அம்மா இவன் படுக்கையைப் பிடுங்கித் தூக்கிப் போட்டாள். அது பாப்பா காலில் விழுந்தது. அவள் காலை இழுத்துப் புரண்டு படுத்தாள்.

சுவரோரமாகப் பாயை விரித்து இவன் படுத்தான்.

கொஞ்சநேரங் கழித்து அம்மா உள்ளே வந்தாள். பாப்பாவுக்குப் பக்கத்தில் உட்கார்ந்தாள்.

“கல்யாணத்துக்குப் பத்து நாளுதான் இருக்குது. நீ பாட்டுக்குச் சுத்திக்கிட்டே இருக்க!”

இவன் புரண்டு படுத்தான்.

“புள்ளகிட்ட ஐநூறு ரூபா பணம் கேளு. நாளைக்கு நானும் வர்றேன்.”

எழுந்து உட்கார்ந்தான்.

“நான் இப்ப அங்க இல்ல அம்மா.”

“இல்லியா – பின்ன?”

“வேற இடத்துல சேர்ந்துட்டேன்.”

“புள்ளய விட்டுட்டு எங்க போயிட்ட? கல்யாணத்துக்கு அவுங்களத்தானே நம்பிக்கிட்டு இருந்தேன். இப்ப எங்க போய்த் தொலஞ்சிட்ட?”

இவன் பேசாமல் இருந்தான்.

“எங்க பொறுக்கற, சொல்லு.”

“கார் ஒக்கப் பண்ணுற இடத்துல சேர்ந்துட்டேன்.”

“ஆருகிட்ட ... எங்க?”

“வள்ளியூரில ... ராமுகிட்ட.”

“யாரு ... அந்தக் கொலைகாரன்கிட்டயா? பெண்டாட்டியக் கொன்னு போட்டானே! அவன் கிட்டயா? என்ன தைரியத்துல அங்க போன? ஆரு உன்ன அவன்கிட்ட வேலைக்குப்போகச் சொன்னா?”

"புள்ளதாம்மா."

"நிஜமாவா?"

"ஆமாம் அம்மா."

"நீ ஏதாவது தப்புத்தண்டா பண்ணி இருப்ப. அதுனால் உன்னக் கழிச்சிவிட கொலைகாரன்கிட்ட அனுப்பிட்டாரு."

"இல்ல அம்மா."

"பேசாதே... கொன்னுடுவேன்."

இவன் அம்மாவை நிமிர்ந்து பார்த்தான்.

"கடவுளே! என்னைக்குத்தான் எனக்கு விடியுமோ?" என்று அண்ணாந்து மேலே பார்த்துத் துயரம் மேலிட்டவளாகச் சொல்லிக்கொண்டாள். அவள் குரல் அழுவது போல இருந்தது.

இவன் கால்களை நீட்டிப் படுத்தான். கண்களை மூடிக் கொண்டான். மூடிய கண்களுக்கு மேலே ஒரு வெளிச்சம் தெரிந்தது. அதையே இவன் பார்த்துக்கொண்டிருந்தான்.

19

செல்லையா எழுந்து வெளியே வந்தான். வாசலில் பாப்பா உட்கார்ந்து கோலம் போட்டுக் கொண்டிருந்தாள். இவன் கோலத்தைச் சுற்றி அவள் முன்னே வந்து நின்றான். அவள் நிமிர்ந்து பார்த்தாள்.

"கோலத்தை அழிக்காத."

இவன் ஓரடி பின்னால் எடுத்துவைத்தான். "பாப்பா, அம்மா எங்க?"

அவளுக்குப் புள்ளி தடுமாறியது போலும். மாக் கிண்ணத்தைக் கீழேவைத்தபடியே யோசித்துக் கொண்டிருந்தாள்.

"அம்மா எங்க பாப்பா?"

புள்ளிகளை எப்படி இழுத்து இணைப்பது என்பது நினைவுக்கு வந்துவிட்டது. எழுந்து குனிந்து புள்ளிகளை ஒன்றாகச் சேர்த்துக்கொண்டிருந்தாள்.

"அம்மா எங்க?"

பாப்பா இவன் பக்கம் திரும்பினாள்.

"அம்மாவா?"

"காதுல விழுவுல?"

"இதோ" தாவணி முந்தானையை உதறிக் காட்டினாள்.

"உன் பல்ல உடைப்பேன்."

"உடைடா!" பல்லை இளித்துக் காட்டினாள்.

"பல்ல உடைக்காட்டாப் பாரு!" அவள் கோலத்தை இரண்டு காலாலும் தேய்த்து அழித்தான். அவள் பிடித்து இவனைத் தள்ளினாள்.

"இங்க பாரு அம்மா. கோலத்தையெல்லாம் காலால அழிக்கறான்."

சா. கந்தசாமி

"எலே, அட்டகாசமா பண்ணுற. இரு, இதோ வர்றேன்." அம்மா குரல் புங்க மரத்தடியிலிருந்து கேட்டது.

"நான் ஒன்னும் இன்னம கோலம் போட மாட்டேன். எம்மாம் கஷ்டப்பட்டுப் புதுசா ஒரு கோலம் கத்துக்கிட்டு வந்து போட்டா, அழிக்கற. அம்மா வந்து பாக்கட்டும்." பாப்பா மாக் கிண்ணத்தைத் தூக்கிக்கொண்டு உள்ளே சென்றாள்.

"இன்னம இங்க வந்து கோலம் போடு, பாக்கறேன்" என்று அவளை விரட்டிவிட்டு இவன் புங்க மரத்துப் பக்கம் சென்றான்.

அம்மா யாரோடோ பேசிக்கொண்டிருப்பது கேட்டது. முன்னே சென்றான். முகம் தெரிந்தது. யார் அது? கையில் தங்கக் காப்பு கிடந்தது. பாப்பாவைப் பெண் பார்க்க வந்த தாத்தா, இவனுக்குத் தெரிந்தது.

"அப்புறம் சொல்லுங்க மாமா."

"அதான். ஆயிரந்தான் கொடுப்பானாம். அதுவும் எனக்காகத்தானாம் –"

"வீடு இருக்குது, மா மரம் இருக்குது. மூங்கிக் குத்து இருக்குது; தென்னமரம்கூடக் காய்க்கப் போகுது –"

"நீ சொல்லுறது எல்லாம் சரிதான். ஆனா, அவன் எங்க காதுல வாங்கிக்கறான்? அவன் பணம் அவனுக்கு உசத்தியாத் தெரிகிறது. நம்ப இடம் நமக்கு உசத்தியாத் தெரிகிறது. என்ன பண்ணுறது சொல்லு."

"நமக்குக் கல்யாணச்செலவு இருக்கே மாமா. இந்தப் பய ஒழுங்கா இருந்தா, புள்ளகிட்ட ஆயிரம், ஐநூறு கேட்கலாமென்னு இருந்தேன். பாருங்க மாமா, இது அங்க இருந்து ஓடிடுச்சி."

"பய சிங்கம் கணக்கா இருக்கான். நல்ல பயதானே."

"நீங்கதான் மாமா மெச்சிக்கணும்."

"என்ன பாப்பா அப்படிச் சொல்லுற, பின்னால நீ அவனாலதான் சுகப்படப் போற."

"புருஷனால ரொம்பச் சுகப்பட்டுப் போயிட்டேன். இன்னம தான் புள்ளயால சுகப்படப் போறேன். போங்க மாமா. இந்தப் பொட்டப் புள்ளயக் கட்டிக்கொடுத்துட்டாப் போதும்... அதான். இன்னம் கொஞ்சம் பார்த்துப் பேசுங்க."

"கல்யாணத்துக்கு விக்கறோங்கறது எல்லாத்துக்கும் தெரிஞ்சிருக்குது இல்ல. அதான் குறைச்சிக் கேட்கிறாங்க... நம்ப முன்னாலயே விக்க ஆரம்பிச்சி இருந்தா... இரண்டு...

இரண்டரைக்குப் போய் இருக்கும்... இப்பயும் பார்க்கிறேன்... எப்படியும் ஒன்னரைக்குக் கொண்டாந்துடுறேன்."

"சரிங்க மாமா."

"சாயந்தரமா அந்தப் பக்கம் வா... வரச்ச அந்தப் பயலையும் கூட்டிக்கிட்டு வா... ஆம்பளப் பய இல்ல, அவனும் ஒரு கையெழுத்துப் போடணும்."

"அது பொறுக்கப் போகாம வரணுமே."

"இப்படிப் பேசிப்பேசியே அவன ஒன்னுக்கும் உதவாமல் ஆக்கிடுவ போல இருக்கே."

ஒரு வண்ணத்துப் பூச்சி பறந்து அம்மா பக்கமாகச் சென்றது. அதைப் பிடிக்க இவன் முன்னே சென்றான்.

"வாடா தம்பி, உன்னப் பத்திதான் பேசிக்கிட்டு இருக்கோம். நீயே வந்துட்ட!" என்றார்.

"நில்லு –" அம்மா இவன் கையைப் பிடித்துக்கொண்டாள்.

"கார் ஓட்டக் கத்துக்கறியாமே."

தலையசைத்தான்.

"சீக்கிரமாக் கத்துக்கிட்டு, ஒரு கார்ல அம்மாவை ஏத்திக் கிட்டு, ஊரெல்லாம் சுத்திக்காட்டு."

"அது ஒன்னுதான் மாமா இப்பக் குறைச்சல்!" என்றவள், இவனைப் பார்த்து, "எங்க புறப்பட்டுட்ட?" என்றாள்.

"வேலைக்கு அம்மா."

"இன்னக்கி ஒன்னும் போகவேணாம்."

"இல்ல அம்மா –"

"சாயந்தரம்தான பாப்பா இவன் வரணும். அப்ப வர்றான். இப்ப வேலைக்குப் போகட்டுமே."

"உங்களுக்குத் தெரியாது மாமா. வெளியே போனா, அவ்வளவுதான். ராத்திரி எத்தன மணிக்கு வந்தான்னு கேளுங்க மாமா."

"மோட்டார்ல வேலயின்னா அதான். ராவு பகலாதான் நடக்கும். நான் பார்க்கறேன் இல்ல!"

"அதான் சொன்னேனே, நீங்கயெல்லாம் ஒரு கட்சி, விட்டுக் கொடுப்பீங்களா?"

"மாப்பிள்ளை, நீ இப்படி வா–" அவர் இழுத்து இவனை அணைத்துக்கொண்டார்.

"என்ன எப்ப மாமா வரச் சொல்லுறீங்க?"

"ஐஞ்சு மணிக்கெல்லாம் வந்துடு." மாமா இவன் கையைப் பிடித்துக்கொண்டு ஒவ்வொரு அடியாக எடுத்துவைத்தார். பள்ளத்தில் இருந்து மேலே ஏறுவது கஷ்டமாக இருந்தது.

"தாத்தா... பாத்து... சறுக்கப் போகுது."

மேலே ஏறிய அவர் இவன் தோள்மீது கைபோட்டுக் கொண்டு நடந்தார். அப்புறம், "சின்ன வயசில உன் அப்பன் இருந்தது மாதிரியே நீ இருக்கற!" என்றார்.

முன்னே அடியெடுத்து வைத்தவன் திரும்பி ஒரு பார்வை பார்த்தான்.

"சின்ன வயசில உன்ன மாதிரிதான் உன் அப்பன் இருப்பான்."

இவன் பதிலொன்றும் சொல்லாமல் அவர் கூடவே நடந்தான்.

20

ஒரு கார் வந்து வாசலில் நின்றது. திண்ணை யில் உட்கார்ந்திருந்த தாத்தா தங்கக் காப்பைப் பின்னே தள்ளிக்கொண்டு கீழே இறங்கினார். அவர் நினைவு தெரிந்து, கார் வீட்டு வாசலில் நின்றது இல்லை. அது யார் கார்? யார் வருகிறது. தாத்தா யோசித்தபடி ஆளோடியைத் தாண்டி வாசலுக்கு வந்தார்.

செல்லையா காரிலிருந்து கீழே இறங்கினான். கதவை அடித்துச் சாற்றினான்; கையை ஆட்டினான். கார் வேகமாகப் புறப்பட்டுச் சென்றது.

"பயலே, நீயா? பெரிய மனுஷன் மாதிரி கார்ல வந்து இறங்கிற?"

"நாழியாகுதுல்ல."

"யார் கார் அது?"

"முதலாளி கார்."

"உன்னக் கொண்டாந்து விடவா வந்தாரு?"

"நான் பெரிய மனுஷன் இல்ல."

திண்ணையில் அவர்கூட ஏறி உட்கார்ந்தான். பார்வை நாலாப் பக்கமும் சென்றது. அம்மா இன்னும் வரவில்லை என்று பட்டது. தான் அவசரப்பட்டுக் காரில் வந்திருக்க வேண்டாம் என்று தோன்றியது.

சட்டைப் பையில் கைவிட்டுப் பொடி டப்பாவை எடுத்துத் தாத்தாவிடம் கொடுத்தான். அவர் அதை வாங்கி ஆச்சரியத்தோடு பார்த்தார். காலையில் இவனிடம் பொடி வாங்கிக்கொண்டு வா என்று சொன்னார். அதை நினைவில் கொண்டு இவ்வளவு பெரிய டப்பா வாங்கி வருவான் என்று எதிர்பார்க்கவே இல்லை.

சா. கந்தசாமி

"அது நம்ப ஊருக்கு எல்லாம் வருதா ?" என்றார்.

"பெரிய ஊருக்குத்தான் தாத்தா."

"அதான். கண்ணிலே இங்க படுறதுல்ல." பொடி டப்பாவைக் கவனமாகத் திறந்து பொடியை எடுத்து மூக்கில் ஏற்றினார். தலையை இப்படியும் அப்படியும் ஒருமுறை அசைத்துக் கொண்டார். காரம் மண்டையில் ஏறியது போலும். வாயாலும் மூக்காலும் எச்சில் வழிய மூன்றுமுறை தும்மினார். தும்மிய எச்சில் இவன் மேல் பட்டது. கையையூன்றிப் பின்னால் நகர்ந்து கொண்டான்.

"புதுப் பொடி இல்ல. காரம் ஏறுது." தாத்தா கழுத்தில் கிடந்த துண்டையெடுத்து முகத்தைத் துடைத்துக்கொண்டார்.

"நீ இங்கதான் இருக்கிறீயா ? இருக்கமாட்டேன்னுல்ல நா வரேன்." அம்மா படியேறி உள்ளே வந்தாள்.

"நான் இல்ல மடக்கிப் போட்டு இருக்கேன்."

"உட்டு இருந்தா இல்ல பய செய்தி தெரிஞ்சிருக்கும்."

தாத்தா இவனைப் பார்த்து ஒரு சிரிப்புச் சிரித்துவிட்டுக் கீழே இறங்கினார். உள்ளேபோய் ஒரு சட்டையை மாட்டிக் கொண்டு வெளியே வந்தார்.

அம்மாவுக்குப் பின்னால் இவன் நடந்தான். தாத்தா சாலையில் வேகமாகச் சென்றார். அம்மாவினால் அவர் வேகத்திற்கு நடக்க முடியவில்லை. பின்னால் தங்கி விட்டாள். சிறிது தூரம் போன தாத்தா திரும்பிப் பார்த்தார். அம்மா வேகம் வேகமாக ஓடிவருவது போல வந்தாள். இவனுக்கு அம்மாவின் வேகம் ஆச்சரியமாக இருந்தது. கையைப் பின்னால் கட்டியபடி, மைல் கல்லில் காலை வைத்துக்கொண்டு நின்றான்.

"மாமா, ஆறு மாசத்துக்கு இருக்கலாம் இல்ல."

"அது நல்லா இருக்குமா ?"

"இப்பக் கல்யாணம் இருக்கு, அப்புறம் வேற ஒரு இடம் பார்க்கணும்."

"மூணு மாசந்தான் சரியின்னு படுது."

"மூணு மாசமா ?"

"நம்ப கேட்கறதுலேயும் ஒரு நியாயம் இருக்கணுமில்ல."

"ஆமாங்க மாமா."

"நம்ப ஒன்னு கேட்டா இல்லன்னு சொல்லக் கூடாது. இல்ல?"

"அது சரிதாங்க மாமா."

தாத்தாவும் அம்மாவும் ஒன்றாக நடந்தார்கள். இவன் அவர்களுக்குப் பின்னால் சென்றான்.

"சொர்ணம், அங்க வந்து அது இதுன்னு பேசக்கூடாது."

"நீங்க இருக்கற அப்ப, நான் என்னத்துக்கு மாமா பேசப் போறேன். அப்படிப் பேசற பட்டியா நான்?"

"நீ பட்டியின்னா சொன்னேன். அங்க போய் ஆளுக்கு ஒன்னு பேசினா நல்லா இருக்குமா?"

"அது சரிதாங்க மாமா."

தாத்தாவுக்கு இணையாக நடந்துகொண்டிருந்த அம்மா, சற்றே தயங்கி நின்று முந்தானையை இழுத்துப் போர்த்திக் கொண்டு தலைகுனிந்தபடியே நடந்தாள்.

இவன் நின்று முன்னே போகும் தாத்தாவையும் அம்மாவையும் பார்த்தான். இவன் மனத்தில் வீடும் குளமும் குளத்தில் சாய்ந்த மூங்கில் குத்தும் மா மரமும் பறவைகளும் வண்ணத்துப் பூச்சியும் நினைவுக்கு வந்தன. அப்படியே நின்று கொண்டிருந்தான். எங்கிருந்தோ ஒரு கருப்பு நாய் ஓடி வந்தது. இவனைப் பார்த்ததும் நின்றது. குனிந்து இவன் ஒரு கல்லையெடுத்தான். அதை மறைத்துக் கொண்டு ஒவ்வொரு அடியாக எடுத்துவைத்து முன்னே சென்றான். அப்புறம் நின்று கல்லை வீசினான். நாய் பயங்கரமாகக் கத்திக் கொண்டு ஓடியது.

முன்னால் சென்ற அம்மா நின்றாள்.

"வா, சீக்கிரமா வா —" கையை ஆட்டி அழைத்தாள். அம்மா கையை ஆட்டுவதைப் பார்க்காதது போல நின்றான். அப்புறம் பார்வை திரும்பியது. தாத்தாவும் நின்றுகொண்டிருந்தார்.

இவன் வேகவேகமாக முன்னே நடந்தான்.

அம்மா இவனை முன்னால் விட்டுப் பின்னால் போனாள்.

"வூட்டுக்கு வா... கவனிச்சிக்கறேன்!" அம்மா சொன்னதைக் காதில் வாங்கிக்கொள்ளாதது மாதிரி தாத்தாவோடு நடந்தான்.

பெரிய ஓட்டு வீடு, வாசலை அடைத்துப் பந்தல். தாத்தா பந்தலைத் தாண்டி உள்ளே சென்றார். நாற்காலியில் குமாரசாமி பிள்ளை சாய்ந்துகொண்டு இருந்தார்.

"வணக்கங்க!" என்றார் தாத்தா.

சா. கந்தசாமி

அவர் தலையசைந்தது. அம்மா இவன் கையைப் பிடித்துக் கொண்டு தலைகுனிந்தபடி பந்தல்காலில் மறைந்தும் மறையாமலும் நின்றாள்.

தாத்தாவும் குமாரசாமிப் பிள்ளையும் கொஞ்சநேரம் பேசினார்கள். எழுந்து போய்த் திண்ணையில் உட்கார்ந்தார்கள். மறுபடியும் பேச்சு. பிறகு தாத்தா வந்து அம்மாவைக் கூப்பிட்டார். இவனை முன்னேவிட்டு அம்மா பின்னால் வந்தாள்.

"இங்க ஒரு ரேகை வை."

அம்மா முந்தானையை இழுத்துப் போர்த்திக்கொண்டு கையை முன்னே நீட்டினாள். அவள் கை நடுங்கியது. தாத்தா ஒரு முறை அவள் முகத்தைப் பார்த்தார். அப்புறம் கட்டை விரலைப் பிடித்து அழுத்திப் பத்திரத்தில் ரேகையைப் பதித்தார். அது முடிந்ததும் போவென்று தலையை அசைத்தார். அவள் அவசரம் அவசரமாகத் திரும்பி வந்தாள்.

"இவன் கையெழுத்துப் போடுவான் இல்ல?"

"படிக்கற பயலாச்சே!"

"இங்க வா... இதுல ஒரு கையெழுத்துப் போடு." குமாரசாமி பிள்ளை கையெழுத்திட வேண்டிய இடத்தைக் காட்டிப் பேனாவைக் கையில் கொடுத்தார். பேனாவை வாங்கிக்கொண்டு தாத்தாவைப் பார்த்தான். பிறகு அம்மாவைப் பார்த்தான்.

"சீக்கிரம் போடு. படிச்ச புள்ளங்கற."

நிமிர்ந்து குமாரசாமியைப் பார்த்தான்.

"போடு."

வேகமாகப் பேனாவை ஓட்டினான். கண்களில் புரண்ட கண்ணீரில் பார்வை மறைந்தது. பேனாவைத் திண்ணையில் போட்டுவிட்டு அவசரம் அவசரமாகப் புறங்கையால் கண்ணீரைத் துடைத்துக்கொண்டான்.

"எதுக்கு அழறான்?" என்றார் குமாரசாமி.

"சின்னப் பய இல்ல."

பணத்தை எடுத்துத் தாத்தாவிடம் கொடுத்தார். இவன் வேகமாக வந்து அம்மா கரத்தை இறுக்கிப் பிடித்துக்கொண்டான்.

21

செல்லையா கல்யாணப் பத்திரிகையைப் பணிவோடு நீட்டினான். ராமு அதை வாங்கிப் பார்த்தார். உறையில் அவர் பெயர் எழுதப்பட்டு இருந்தது. கையெழுத்து தெரியவில்லை. பிரித்துப் படித்தார். அனுமானிக்க முடியவில்லை.

"யார் கொடுத்தா?" ராமு நிமிர்ந்து இவனைப் பார்த்தார். இவன் அவரையே பார்த்தபடி இருந்தான்.

"அடெடே, உன் பத்திரிகை இல்ல. அதை முன்னாலேயே சொல்லக் கூடாது? என்ன ஆள் நீ. யாருதுன்னோ யோசித்துக்கிட்டு இருக்கேன்."

இவன் சிரித்துக்கொண்டே வேம்புவிடம் ஒரு பத்திரிகையைக் கொடுத்தான். ராமுவுக்குக் கீழே அவன்தான் மெக்கானிக். அவனுக்குப் படிக்கத் தெரியாது. எனவே பத்திரிகையைப் பார்த்துக் கொண்டே, "உன் அக்காவுக்குத்தான கல்யாணம்?" என்றான்.

"ஆமாங்க."

"எங்க?"

"அண்ணாமலைத் தேவர் வூட்டுல."

"மாப்பிள்ளை அழைப்பு எல்லாம் உண்டு இல்ல?"

இவன் தலையை அசைத்தான்.

"யாரு வண்டி?"

திரும்பி ராமுவைப் பார்த்தான்.

"யாரு வண்டி? நம்மப் பையன் வீட்டுக் கல்யாணம்... அதுக்கு நம்ப வண்டிதானே போகும்!" என்றார் ராமு.

"இவன் இப்பத்தானே பத்திரிகை கொடுக்கறான்; நம்ப ரெண்டு நாளைக்கு முன்னாலேயே சுப்பிரமணிய ரெட்டியார் கிட்ட அச்சாரம் வாங்கி இருக்கோம்."

"அப்படியா…" ராமு பதிவுப் புத்தகத்தைப் புரட்டினார். வேம்பு சொன்னது சரிதான். அச்சாரம் இருபத்தைந்து ரூபாய். இரண்டு கல்யாணமும் ஒரே நேரத்தில்தான். ஆனால் செல்லையா வீட்டுக் கல்யாணம்தான் முக்கியம் என்பது போலப் பட்டது.

"வேம்பு, இது நம்ப கல்யாணம் இல்ல."

"பின்ன —"

"இப்ப என்ன பண்ணலாம் சொல்லு?"

"ரெட்டியார் அச்சாரத்தைத் திருப்பிக் கொடுக்கலாம்."

"அது நல்லாயிருக்குமா?"

"அவர் பெரிய ஆளு. எங்கயாவது வண்டி தயார் பண்ணிடுவார். இவனுக்கு —"

ராமு தலையை அசைத்தார்.

"வந்ததிலே இருந்து அக்காவுக்குக் கல்யாணம் என்று சொல்லிக்கிட்டுத்தான் இருந்தான். அதெ, நம்பதான் சரியாப் புரிஞ்சிக்கலே!" என்று பெட்டியைத் திறந்து இருபத்தைந்து ரூபாயை வெளியே எடுத்தார். இவனை அருகில் அழைத்தார்.

"ரெட்டியார் வீடு தெரியுமா?"

"தெரியுங்க."

"நேரா ரெட்டியார் வீட்டுக்கு ஓடு. இருப்பார். பணத்தைக் கொடுத்து, வண்டி வேலை செய்யறவங்க வீட்டுக் கல்யாணத்துக்கு அவசியம் போகவேண்டி ஆகிடுச்சாம்… மன்னிச்சிக்கச் சொன்னேன்னு சொல்லி பணத்தைக் கொடுத்துட்டு வா."

"வேணாங்க… வண்டி எதுக்குங்க?" என்றான் இவன்.

ராமு விசித்திரமாக இவனை ஏறிட்டுப் பார்த்தார்.

"வேம்பு, இவன் என்ன சொல்லுறான் பார்த்தியா?"

"இது நம்ப கல்யாணங்க. நம்பகிட்ட வேலை செய்யறவன் வீட்டுக் கல்யாணத்துல நம்ப வண்டி ஓடுலேயின்னா எப்படிங்க இருக்கும்?"

"அதுதானே."

இவன் இரண்டு பேரையும் மாறிமாறிப் பார்த்தான்.

"பணத்தைப் பிடி. ரெட்டியார்கிட்டக் கொடுத்துட்டு, மன்னிக்கச் சொன்னேன்னு சொல்லு."

வேம்பு சைக்கிளை எடுத்து வந்து முன்னே நிறுத்தினான். கை நீண்டு பணத்தை வாங்கிக்கொண்டது.

"அதான் சரி. சீக்கிரமா சைக்கிள்லே போ."

சைக்கிளைச் சாலைவரையில் தள்ளிக்கொண்டு வந்து அப்புறம் ஏறி உட்கார்ந்து மிதிக்க ஆரம்பித்தான். இவன் சரி பண்ணின சைக்கிள்தான். மிதிக்கமிதிக்க ஆனந்தமாக இருந்தது. முன்னே குனிந்து இரண்டு கையையும் ஒன்றாக வைத்துக் கொண்டு மிதித்தான்.

ரெட்டியார் வீட்டில் பந்தல் போட்டிருந்தது. வாசலில் என்ன அலங்காரம் பண்ணலாம் என்பதுபற்றிப் பேச்சு. ரெட்டியார் இரண்டுபேர்களோடு பேசிக்கொண்டிருந்தார். ஒரு பக்கமாக ஒதுங்கி நின்றான். சிறிதுநேரங் கழித்துப் பேச்சு முடிந்து அவர்கள் சென்றார்கள். ரெட்டியார் இவனைப் பார்த்தார். என்ன வேண்டுமென்று வினவினார்.

"வள்ளியூர் ராமு அனுப்பினாங்க. . ."

"கார்க்கார ராமுவா – என்ன, பணம் வாங்கிக்கிட்டு வரச் சொன்னானா?"

"மன்னிச்சிக்கச் சொல்லி உங்ககிட்ட கொடுக்கச் சொன்னாங்க." அச்சாரமாகக் கொடுத்த பணத்தை நீட்டினான்.

"ஏன்? எதுக்கு? அவனுக்கு என்னா ஆச்சு?"

"அவுங்ககிட்ட வேலை செய்யறவன் வீட்டுல கல்யாணமாம். அதுக்குக் கார் போகுதாம் . . . உங்கள ரொம்ப மன்னிக்கும் படியாச் சொன்னாங்க –"

"ஓகோ –"

"சாயந்தரம் உங்கள வந்து பார்க்கறதா சொன்னாங்க."

"நீ யாரு?"

"வேலைக்காரங்க."

"இதான் நியாயமா?"

இவன் கை பணத்தை நீட்டிக்கொண்டு இருந்தது.

"– ரொம்ப மன்னிக்கச் சொன்னாங்க."

ஒரு கார் வந்து நின்றது. இரண்டு மூன்று பெண்கள் இறங்கினார்கள். ரெட்டியார் பணத்தை வாங்கிக்கொண்டு தலையசைத்தார். திரும்பி வந்து சைக்கிளை எடுத்தான்.

ஒரு மாதத்தில் ராமு ரொம்பவுந்தான் பழக்கமாகி விட்டார். வேலையில் கண்டிப்பு உண்டு. சில நேரத்தில் கத்துவார். ஆனால் வேலை முடிந்ததும் ஒன்றாகிவிடுவார். வேம்புவும் அப்படித்தான். வித்தியாசம் கிடையாது.

இரண்டுநாளைக்கு முன்னால் இவனுக்குக் கார் ஓட்டக் கூடக் கற்றுக்கொடுத்தார். காலை பத்து மணிக்கு ஆரம்பித்தது, பன்னிரண்டு மணிவரையில் நடந்தது. பயத்தில் இவனுக்குக் கையும் காலும் ஓடவில்லை.

ராமு இவன் கையைப் பிடித்துக்கொண்டு, "நல்ல மெக்கானிக் சீக்கிரத்துல கார் ஓட்டக் கத்துக் கொள்ளுவான். நீ இன்னும் மெக்கானிக்கா ஆகல. அதுதான் காரணம்."

இவன் பேசாமல் இருந்தான்.

"பயப்படாமல் ஓட்டு."

ஆனால் இவன் பயம் போகவில்லை.

இவன் சைக்கிளைக் கொண்டு வந்து ஈச்ச மரத்தடியில் நிறுத்தினான். வாய்க்காலைத் தாண்டிக் குதித்தான். மூங்கில் படலைத் திறந்து குதித்துக்கொண்டு உள்ளே ஓடினான். நெல் உலர்த்திக் கொண்டிருந்த பாப்பா நிமிர்ந்து பார்த்தாள்.

"எதுக்குடா இப்படி ஓடியாற?"

"ஒரு விஷயம்."

"சொல்லு."

"கல்யாணத்துக்குக் கார் வருது."

"எதுக்கு?"

"எதுக்கா? மாப்பிள்ளை அழைப்புக்குத்தான்."

"நிஜமாவா. யார் கார்?"

"எங்க முதலாளி கார்."

"பணம் யார் கொடுக்கறா?"

"பணமா, எங்க முதலாளி, ஐயாவுக்குச் சும்மா வர்றார்."

"நிஜமாவாடா?"

"பின்ன."

அவள் தலையசைத்தாள்.

"அம்மா எங்க?"

"தாத்தா வூட்டுக்கு. இப்ப வந்துடுவாங்க. இரு."

"இல்ல. முடியாது. ரொம்ப வேல கிடக்குது. அம்மாக்கிட்ட சொல்லு."

"நான் சொன்னா நம்பமாட்டாங்க."

"அப்ப சொல்லாத."

இவன் திரும்பிச் சென்றான். பாப்பா கூடவே போனாள்.

"நிஜமா கார் வருதா?"

"இல்ல."

"சொல்லுடா."

"என்னா?"

"கார் வருதா?"

"ஒரு வாட்டிச் சொன்னா சொன்னதுதான்."

"என்னான்னு?"

"நான் வர்றேன்."

"சொல்லுடா."

"அம்மாக்கிட்டச் சொல்லு."

"என்னான்னு?"

"மாப்பிள்ளை அழைப்புக்குக் கார் வருதுன்னு."

வேகமாகப் போய் சைக்கிளில் உட்கார்ந்து மிதிக்க ஆரம்பித்தான். சக்கரம் வேகமாகச் சுழல ஆரம்பித்தது. பாப்பா இவன் பார்வையிலிருந்து மறையும் வரையில் வேலியோரத்தில் நின்றுகொண்டிருந்தாள்.

சா. கந்தசாமி

22

வீட்டில் புதிது புதிதாகப் பெண்கள். அம்மாவை விதவிதமாக உறவுமுறை சொல்லிக் கூப்பிட்டுக்கொண்டு இருந்தார்கள். இவன் எழுந்து கொல்லைப் பக்கம் சென்றான்.

காற்று அடித்தது. மாங்கிளை தாழ்ந்து மேலே உயர்ந்தது. தாழ்ந்த கிளையில் கை வைத்து எம்பி மேல் கிளையில் உட்கார்ந்தான். பார்வை மூங்கில் குத்துப் பக்கம் சென்றது. வளைந்த மூங்கிலில் உட்கார்ந்திருந்த மீன்குத்தி விருட்டென்று குளத்தில் பாய்ந்தது. பாய்ந்த வேகத்திலேயே சிறகைப் படபடவென்று அடித்துக் கொண்டு மேலே வந்தது. அதன் அலகில் கெண்டை மீன் துடித்தது.

இவன் மரக்கிளையிலிருந்து கீழே குதித்தான். மூங்கில் குத்தை நோக்கி நடந்தான்.

"செல்லா... செல்லா!" பாப்பா கூப்பிட்டுக் கொண்டே வந்தாள்.

"எதுக்குக் கத்திக்கிட்டே வர்ற?"

"கத்தறேனா, இரு... இரு... அம்மா உன்ன எம்மா நேரமா தேடிக்கிட்டு இருக்கிறாங்க. நீ இங்க வந்து குந்தி இருக்க?"

"இப்பதான இங்கே வந்தேன்."

"உனக்கு இன்னிக்கி நல்லாப் பூசை கிடைக்கும்."

"எதுக்கு?"

"என்னக் கேட்டா... இப்ப நீ வர்றீயா இல்லீயா—"

கையில் எட்டிய மாங்கொத்தைத் திருகிப் பாப்பா மூஞ்சியில் அடித்துவிட்டு வேகமாக உள்ளே ஓடினான். வீடு முழுவதும் கூட்டமாக இருந்தது. ஒரு பக்கத்தில் நின்று அம்மாவைப் பார்த்தான்.

"சொர்ணம் மவனா நீ!" பின்னாலிருந்து ஒரு கிழவி இவன் கையைப் பிடித்தாள். திரும்பிப் பார்த்துத் தலையை அசைத்தான்.

"அப்பன் மாதிரியே இருக்க."

இவனால் நிற்க முடியவில்லை. வெளியே வந்தான். அம்மா யாரோடோ பேசிக்கொண்டு போனாள். பின்னாலேயே இவன் நடந்தான். முன்னே சென்ற ஆளுக்குப் படலைத் திறந்து விட்டாள். அப்புறம் படலை மூடிவிட்டுத் திரும்பிப் பார்த்தாள்.

"இம்மாம் நேரமா எங்க போய்த் தொலஞ்ச?"

இவன் மௌனமாக இருந்தான்.

"இரு . . . இரு . . . கல்யாணம் ஆகட்டும்; உன்ன உண்டு இல்லன்னு பாத்துடுறேன்."

அம்மாவை முன்னே விட்டுப் பின்னால் நடந்தான்.

"எம்மாம் பெரிய காரியத்தத் தலைமேல போட்டுக்கிட்டு ஒண்டியா அலையறேன், கூடமாட ஒத்தாசையா இருக்க வேணாம்."

அம்மா திரும்பினாள். இவன் அம்மாவைப் பார்த்தபடி இருந்தான்.

"வள்ளியூரிலே சேது அக்கா வூடு தெரியுமா ..?"

தலையை அசைத்தான்.

"வாய இதுக்கெல்லாம் திறக்காத. சேது அக்காக்கிட்ட முன்னூறு ரூபாய் பணங்கேட்டேன். கொடுப்பாங்க... வாங்கிக் கிட்டுவா... கல்யாணம் ஆனதும்,மொய்ப் பணத்துல திருப்பித் தர்ரேன்னு சொல்லு. பணத்தை வாங்கிக்கிட்டு அங்க இங்க நிக்காம நேரா வூட்டுக்கு வா."

"சரி அம்மா."

"சீக்கிரமாப் போ. அக்கா எங்கயாவது போயிடப் போவுது –"

செல்லையா நடந்து சாலைக்கு வந்தான். ஒரு உப்பு வண்டி சென்றது. அதைப் பிடித்துக்கொண்டே நடந்தான். சிறிது தூரம் போனதும், வண்டி மெதுவாகப் போவதுபோல இருந்தது. அதை விட்டுவிட்டு நடக்க ஆரம்பித்தான். நடக்க நடக்க நடையில் வேகம் கூடியது. கையை வீசியபடி நடந்தான். மரங்களும்

செடிகளும் மறைய வீடுகள் தென்பட ஆரம்பித்தன. இரண்டு தெருக்கள் கடந்து சேது அக்கா வீட்டிற்குள் சென்றான். முற்றத்தில் சேது அக்கா வெற்றிலை இடித்துக்கொண்டு இருந்தது.

"யார் அது?"

"நல்லூர்... சொர்ணம் பையன்."

"பெரியசாமி பையனா... வாடா... வா. சின்ன வயசில பார்த்தது... வா... வா..."

இவன் அருகில் சென்றான். முற்றத்தின் ஒரு பக்கத்தில் ஐந்தாறு நெல் மூட்டை. மூட்டை இடுக்கில் ஒரு பூனை படுத்துத் தூங்கியது.

"சொர்ணத்தைச் சந்தையில பார்த்தேன். ரொம்பக் கஷ்டமாக இருக்குன்னா... கல்யாணக் காரியமெல்லாம் நல்லாத்தானே ஆகிக்கிட்டு இருக்கு." வெற்றிலையை இடித்தாள். கை தவறியது.

"நான் இடிக்கறேங்க!" அவளிடமிருந்து பாக்கு, உரலை வாங்கி இடிக்க ஆரம்பித்தான்.

"சொர்ணத்துக்கு நல்ல புள்ளயாதான் நீ பொறந்து இருக்க. இன்னம உன்னாலதான் அவ சுகப்படப் போறா."

இடித்த வெற்றிலைப் பாக்கைக் கையில் கொட்டிப் பார்த்தான். இன்னும் கொஞ்சம் இடிக்க வேண்டும் போல இருந்தது. அதைக் கொட்டி மறுபடியும் இடித்தான்.

"சந்தையில சொர்ணத்தப் பார்த்த அப்ப, ரொம்பக் கஷ்டமா இருக்குது அக்கா. ஒரு முன்னூறு ரூபா இருந்தாதான் கல்யாணமே நடக்கும்போல இருக்குது என்னா. கஷ்டமென்னா நாங்கயெல்லாம் இல்லீயா. ஒத்தாசை பண்ண மாட்டமா... அப்படியின்னு ஒரு வாய்ப்பேச்சுக்குச் சொன்னேன். அதை நம்பி உன்ன அனுப்பிட்டாளா... நல்லாதான் இருக்குது."

இவன் இடித்த வெற்றிலைப் பாக்கைக் கொட்டி அவளிடம் நீட்டினான். அதை வாங்கிப் பார்த்தாள். அவள் போடுகிற பதத்தில் இருந்தது. கையில் வாங்கிக்கொண்டாள்.

"பணத்துக்குத்தான் உன்னை அனுப்பினாளா?"

"மொய்ப் பணத்தில திருப்பித் தரேன்னாங்க."

"எவ்வளவு ஜனத்துக்குச் செய்து இருக்கா. நிறையதான் மொய் விழும். அதெல்லாம் சரிதான். ஆனா, கையில பணம் எங்க இருக்குது?"

“அம்மா நீங்க கொடுப்பீங்கயின்னு சொன்னாங்க.”

“நெறையவாட்டிச் சொர்ணத்துக்குக் கொடுத்து இருக்கேன். ஆனா இப்ப அவசரத்துக்குக் கொடுக்க இல்ல!” வெற்றிலையை மெல்ல ஆரம்பித்தாள்.

இவன் எழுந்து நின்றான்.

“புறப்பட்டுட்டியா?”

“ஆமாம்.”

“கல்யாணத்துக்கு வந்துடுறேன்னு அம்மாக்கிட்ட சொல்லு.”

தலையசைத்தபடி இறங்கிச் சாலைக்கு வந்தான். ஆரன் அடித்து ஒரு கார் சென்றது. ஒதுங்கி அதற்கு வழிகொடுத்து விட்டு நடந்தான். ஓர்க்ஷாப் வந்தது. லாரிக்குக் கீழே இருந்து ராமு வெளிப்பட்டார்.

“கல்யாணம் ஆகற வரைக்கும் லீவுன்னு சொல்லிட்டுப் போன!” என்றார்.

“ஆமாங்க.”

ராமு திரும்பி, “என்ன, சொல்லு,” என்றார்.

“அம்மா ஒரு இடத்துக்குப் பணத்துக்கு அனுப்பினாங்க. அது கிடைக்கலீங்க.”

“எவ்வளவு?”

“முன்னூறு.”

“கல்யாணத்துக்கா?”

“ஆமாங்க.”

அவர் கையைத் துடைத்துக்கொண்டே நடந்தார். பின்னால் தயங்கித்தயங்கிச் சென்றான். கல்லாப்பெட்டியைத் திறந்தார். நூறு ரூபாய் நோட்டாக மூன்றை எடுத்து நீட்டினார். நிமிர்ந்து அவரைப் பார்த்தான்.

“பிடி… கல்யாணத்துல ரொம்பதான் செலவு இருக்கும்.”

அதை வாங்கிப் பையில் வைத்தான்.

“இந்தா… இந்த முன்னூறு ரூபாய் உனக்குக் கடன்; இது கல்யாணத்துக்குச் சும்மா!” இன்னொரு இருநூறு ரூபாயைச் சில்லறை நோட்டாக நீட்டினார்.

இவன் அவரையே பார்த்துக்கொண்டு இருந்தான்.

"பிடி... வேல கிடக்குது."

பணம் கைமாறியது.

"எப்படிப் போகப்போற?"

"நடந்துதாங்க."

"சைக்கிள எடுத்துக்கிட்டுப் போ."

"உங்களுக்கு வேணுங்களே!"

"கல்யாணம் முடியறவரைக்கும் அது உன்கிட்ட இருக்கட்டும்."

"இல்லீங்க. வேணாங்க."

"சொன்னாக் கேட்கமாட்ட!"

முன்னே சென்று சைக்கிளில் கை வைத்தான்.

"பத்தரம், ஜாக்கிரதையாப் போ."

சைக்கிளைத் தள்ளிக்கொண்டு சாலைக்கு வந்தான். இரண்டு பக்கத்தையும் ஒரு பார்வை பார்த்துவிட்டு எம்பி சைக்கிளில் உட்கார்ந்தான். சைக்கிள் முன்னே செல்ல ஆரம்பித்தது. ஒரு முறை மணியை அடித்தான். அதற்கு ஏற்பத் தலையை அசைத்துக் கொண்டான். சைக்கிள் சென்றுகொண்டே இருந்தது.

23

அம்மாவைச் சாலையில் பார்த்தான். தலையில் பெரிய கூடையும், கையில் எண்ணெய்ச் சொம்புமாக வந்துகொண்டிருந்தாள். பெரிய கூடை. பரண்மீது கிடந்த பிரப்பங் கூடை. பாரம் தலையை உள்ளே அழுத்தியது. இவன் சைக்கிளை நிறுத்திவிட்டு முன்னே ஓடினான்.

"சனியனே, உன்னப் போய்ப் பணம் வாங்கிக் க்கிட்டு வரச்சொன்னா, சைக்கிளை எடுத்துக்கிட்டு ஊரா சுத்திக்கிட்டு இருக்க?"

"இல்ல அம்மா."

"என்ன இல்ல. வீட்டுக்கு வா. உன் கால ஒடிச்சிடுறேன்."

அம்மா நடந்துகொண்டே இருந்தாள். இவன் சைக்கிளைத் தள்ளிக்கொண்டு கூடவே சென்றான்.

"சேதுயக்கா பணம் கொடுத்தாங்க இல்ல?"

"இல்லென்னுட்டாங்க."

"அக்கா பணம் இல்லன்னுடுச்சா?"

"ஆமாம்."

"மொய் விழுந்ததும், பணம் தர்றேன்னு சொன்னதாச் சொன்னியா."

"சொன்னேன்."

"தர்றேன்னு சொன்னவகிட்ட பேசிப் பணத்தை வாங்கிக்கிட்டு வரத்துப்புல்ல. சைக்கிள எடுத்துக் கிட்டு வந்து இங்க சுத்திக்கிட்டு இருக்க."

"இல்ல அம்மா." இவன் அம்மா பின்னால் சென்றான். சிறிது தூரம் சென்றதும் அவள் நின்றாள்.

"எதுக்குப் பின்னாலேயே வர்ற?"

சைக்கிளைப் பி ம்பு இவள் கைக்கு மாறியது.

" கூடைய இங்கக் கொடு அம்மா."

"நீ போ... நீ போய்ச் சுத்திட்டு வா போ."

அம்மா முன்னே போய்க் கூடையை இறக்கி வைத்தாள். இவன் அம்மாவையும் கூடையையும் பார்த்தபடியே இருந்தான். அம்மாவால் முடியவில்லை. பின்னால் நகர்ந்து சுவரோடு சாய்ந்து கொண்டாள்.

பாப்பா பித்தளைச் சொம்பு நிறையத் தண்ணீர் கொண்டு வந்து கொடுத்தாள். சொம்பைக் கையில் வாங்கித் தலையை உயர்த்திக் கடகடவென்று தண்ணீரைக் குடித்தாள். ரொம்ப... தாகந்தான் போலும். கையில் எடுத்த சொம்பைக் கீழே வைக்காமல் தண்ணீரையெல்லாம் குடித்துத் தீர்த்தாள். அப்புறம் டக்கென்று சொம்பை ஒரு பக்கமாக வைத்துவிட்டு முந்தானையை உதறி மூஞ்சைத் துடைத்துக்கொண்டாள்.

"இப்பப் பணத்துக்கு என்ன பண்ணறது? இந்தச் சாமானுக் கெல்லாம் பணம் தரணுமே!" என்றாள். குரலில் துக்கமும் கோபமும் சேர்ந்து இருந்தது. திரும்பி இவனைப் பார்த்தாள்.

"இங்க வா. நீ என்னா கேட்ட, சேது என்ன சொன்னா?"

"அவுங்க இல்லன்னுட்டாங்க. ஆனா நான் பணம் வாங்கியாந்து இருக்கேன். வேற இடத்துல இருந்து!" இவன் பணத்தை எடுத்து அம்மாவிடம் நீட்டினான்.

அம்மா பணத்தை எண்ணினாள். ஐந்நூறு ரூபாய். ஒரு முறைக்கு இரண்டுமுறையாக எண்ணினாள்.

""ஏது? யாரு கொடுத்தா?"

"எங்க முதலாளி அம்மா. முன்னூறு ரூபாய் கல்யாணத்துக்குக் கடன், மீதி இருநூறு ரூபா இனாம். சம்பளத்துல மாசம் மாசம் பிடிச்சிக்குவாங்க."

"இங்க வந்து உட்காரு."

இவன் அம்மா பக்கத்தில் வந்து உட்கார்ந்தான். அம்மா இவன் கையைப் பிடித்துக்கொண்டு தலையை அசைத்தாள்.

"யாரும் இல்லாதவங்களுக்குக் கடவுள்தான் துணை என்பாங்க. அது சரியா இருக்குது."

இவன் அம்மாவை நிமிர்ந்து பார்த்தான்.

"இன்னம கல்யாணம் நல்லா நடந்துடும்."

"மாப்பிள்ளை அழைப்புக்குக் கார்கூட வருது அம்மா."

"அதெல்லாம் நமக்கு எதுக்குடா?"

"முதலாளி கொண்டாறாரு அம்மா."

"பாப்பா, இங்க பார்த்தியா. உன் தம்பிதான் இப்ப உன் கல்யாணத்தையே நடத்திவைக்கறான். அதுக்குத்தான் ஒரு பொண்ணுக்கு அண்ணன் தம்பி இருக்கணுங்கறது. எனக்கு யாரும் இல்ல. அதான் இப்படிக் கிடக்கறேன்."

"அப்ப, நான் வர்றேன் அம்மா."

"எங்க?"

"முதலாளி சைக்கிள் இருக்குது. அதுலதாம்மா வந்தேன். கொடுத்துட்டு வந்துடுறேன்."

"சீக்கிரமா வா. கல்யாணத்துக்குக் கூட்டிக்கிட்டு வா."

இவன் எழுந்து வெளியே சென்றான்.

24

பாப்பாவுக்குக் கல்யாணமாகி ஒரு மாதம் முடிந்துவிட்டது. புருஷன் வீட்டிற்குப் போய் விட்டாள். அதில் அம்மாவுக்குத்தான் அதிகச் சந்தோஷம். பணம் கிடைக்குமா, கல்யாணம் நல்ல படியாக நடக்குமா என்று கடைசிவரையில் பயந்து கொண்டே இருந்தாள்.

ஒவ்வொரு சமயத்தில் இவன்தான் கல்யாணத்தையே நடத்திவைத்தது போலத் தோன்றும், பணம் கொண்டு வந்ததுகூடப் பெரிசு இல்லை. கார் கொண்டு வந்தானே, அதுதான் அவள் நினைவில் இருந்தது.

கோயில் முன்னே பெரிய கார்; திறந்த கார். பூவும், வண்ணவண்ண ரிப்பன்களும் கட்டிய கார் வந்து மெதுவாக நின்றது. சொர்ணம் வீட்டுக் கல்யாணத்திற்கா? முதலில் யாரும் நம்பவில்லை, வேறு யார் வீட்டுக் கல்யாணத்திற்கோ போக வேண்டிய கார் தப்பி வந்துவிட்டது என்று ஒதுங்கி இருந்தார்கள்.

கார் டிரைவர் வேம்பு, கீழே இறங்கிச் செல்லையாவிடம் ஒரு நிமிஷம் பேசினான். இவன் பின்னால் போய், "தாத்தா! கார் வந்துடுச்சி!" என்றான் தங்கக் காப்புவிடம்.

"நம்ப காரா?" என்று முன்னே வந்தார். ஒரு பக்கத்தில் பெட்ரோமாக்ஸ் விளக்கு எதிரில் உட்கார்ந்திருந்த மாப்பிள்ளை எழுந்து பார்த்தான். அவனுக்குத் திருப்தியாக இருந்தது. வேட்டியை முன்னே தள்ளிக்கொண்டு காரை நோக்கி வந்தான்.

கல்யாணத்தை நடத்திவைத்தவன் வேலை வேலையென்று போகிறான். நிஜமாகவே வேலை தானா? அம்மாவால் தீர்மானிக்க – முடியவில்லை. கண் சிவந்து இருக்கிறது.

என்னடா, என்றால் ராத்திரியெல்லாம் வேல. தூக்கம் இல்ல என்கிறான். இருக்குமா?

தூங்கும் பிள்ளையை அம்மா பார்த்துக்கொண்டேயிருந்தாள். இந்தத் தூக்கம் சாயந்தரந்தான் கலையும். கலைந்து எழுந்ததும் குளத்தில் போய்க் குளிப்பான். துணியைத் துவைத்துக் காயப் போடுவான்; சாப்பிட்டுவிட்டு வேலைக்குப் போவான்.

என்ன வேலை? ராமுவைப் போய் ஒருநாளைக்குப் பார்க்க வேண்டும். அம்மா தீர்மானித்துக் கொண்டாள். ஆனால் ராமுவைப் பற்றி நல்லதாக அவள் கேள்விப் படவில்லை. நான்கு வருஷத்துக்கு முன்னதான் கல்யாணம் பண்ணினான்.

ஆறு மாதத்திற்கெல்லாம் அந்தப் பெண் செத்துப்போய் விட்டாள். இவன்தான் கொன்றுவிட்டான் என்று பேசிக் கொண்டார்கள். அந்தப் பெண்ணை அம்மா பார்த்திருக்கிறாள். தப்புப் பண்ணக்கூடியவளா? அப்படிப் படவில்லை. அப்புறம் ராமு ஆறு மாதத்திற்கெல்லாம் இன்னொரு கல்யாணம் பண்ணிக் கொண்டான். அவனைச் சாலையில் தப்பிப் பார்த்துவிட்டால் கூடப் பயமாக இருக்கும்.

இவன் எழுந்து உட்கார்ந்தான்.

“இப்பத்தான படுத்த. இன்னும் செத்தத் தூங்கறது.”

“இல்ல, போதும்.”

இவன் கொல்லைப்பக்கம் சென்று முகத்தை அலம்பிக் கொண்டு வந்தான். எண்ணெய் தடவித் தலையை வாரினான்.

“புறப்பட்டாச்சா?”

“வேல இருக்குது அம்மா.”

“அது என்னாடா அப்பா, ஊர்ல உலகத்துல இல்லாத வேல?”

இவன் தலையசைத்தான்.

“புள்ளக்கி இடம் வேணுமாம். ரெண்டு வாட்டி ஆள அனுப்பிட்டாரு.”

“தாத்தாகூடச் சொன்னாங்க.”

“வந்துட்டுப்போறது உனக்குக்கூட கஷ்டமா இல்ல? ஒரு நாளைக்கு எத்தன மைல்தான் நடக்கறது?”

“சீக்கிரமா இதெ விட்டுட்டுப் போயிடலாம் அம்மா.”

"புள்ள ஆள உட்டு அனுப்புனது மானம் போறது மாதிரி தான் இருக்குது; நம்ப என்ன இங்கவா உட்கார்ந்து இருக்கப் போறோம்?"

"வீடு ஒண்ணு பார்க்கலாம் அம்மா."

"நான் வந்து பார்க்கட்டுமா?"

"வந்து நான் சொல்லுறேன்."

"நீ எங்க வீடு பார்க்கப்போற! உள்ள புகுந்துட்டா ரெண்டு நாள் கழிச்சித்தானே வர்ற?"

"வேம்புன்னு ஒரு மெக்கானிக் இருக்கார். கல்யாணத்துக்குக் கார் ஓட்டுல, அவர்தான் அம்மா, அவர் வள்ளியூர்தான். அவர்கிட்டச் சொன்னா நல்ல வீடா ஒர்க்ஷாப்புக்குக் கிட்ட பார்த்துக்கொடுப்பார்."

"அப்ப என்ன வேணாங்கற?"

"நீதாம்மா பார்க்கப் போற."

இவன் கீழே இறங்கினான்.

"ராத்திரிக்கு வருவ இல்ல."

"வேல இருக்கும்போல இருக்கு அம்மா."

"வந்தா புங்க மரத்துக்கு அடியில சாவி வச்சி இருக்கேன். எடுத்துக்க. நான் பாப்பா வீட்டுக்குப் போயிட்டுக் காலையில வர்றேன்."

முன்னே காலெடுத்து வைத்தவன் திரும்பினான்.

"அம்மா, நீயும் வா."

"எங்க?"

"என்கூட வீடு பார்க்க."

"நிஜமாவா?"

"வா, அம்மா."

அம்மா கதவை இழுத்துப் பூட்டிவிட்டு இவன் கூடவே நடந்து வந்தாள். சாலையில் இவர்களுக்கு முன்னால் இரண்டு வண்டிகள் சென்றன. பின்னால் ஒரு மாட்டு மந்தை. மணிகள் சப்திக்கத் தலையசைய அசைய பெரியபெரிய மாடுகள் வந்தன.

இவன் திரும்பிப் பார்த்து, "அம்மா, மாடு!" என்றான்.

"இருடா" அம்மா இவனுக்கு முன்னால் சென்றாள். இவன் அம்மாவுக்குப் பின்னால் நடந்தான்.

ரயில்வே கேட் வந்தது. மாடுகள் வழிமாறிச் சென்றன.

அம்மாவும் பிள்ளையும் ரயில்வே கேட்டைத் தாண்டினார்கள். ஒரு பஸ் கூட்டமாகச் சென்றது. அம்மா ஒதுங்கி நின்று, "ஓரமா வா!" என்றாள். இவன் அவள் பக்கமாகச் சென்றான்.

"பஸ் புதுசா விட்டு இருக்காங்க இல்ல?"

"ரெண்டு மூணு மாசமா ஓடுது அம்மா."

"அதான்."

ஊர் வந்தது. கடைகள், வீடுகள், சினிமாப் போஸ்டர்கள். வண்டி மாடு. மனிதர்கள். டீக்கடையில் இருந்து சினிமாப் பாட்டு.

"அம்மா, நானும் கூட வரணுமா?"

"நீ வேலைக்குப் போ. நான் சேது அக்காவை வச்சிக்கிட்டு பார்த்துடுறேன்."

"சரி அம்மா."

"சாவிய எடுத்துக்கிட்டுப் போறியா?"

"எதுக்கு அம்மா?"

"வீடு பார்த்துட்டு இப்படியே பாப்பா வீட்டுக்குப் போறேன்."

"நீ எடுத்துக்கிட்டுப் போ."

"ராத்திரிக்கு நீ போனா?"

"இல்ல அம்மா. வேல இருக்கும்."

அம்மா சாவியை முடிந்துகொண்டாள்.

"நான் கருக்கல வந்துடுவேன்."

"சரி அம்மா." இவன் பிரிந்துசென்ற சாலை வழியே நடந்தான்.

சா. கந்தசாமி

25

இரண்டு நாட்களாக விட்டுவிட்டு மழை. வாய்க்காலில் தண்ணீர் ஓட ஆரம்பித்தது. குளத்தில் தண்ணீர் கரையைத் தொட்டுக்கொண்டிருந்தது. மழையில் நனைந்து கனத்து இலைதழையெல்லாம் தரையைப் பார்த்துச் சாய்ந்துவிட்டது.

"இன்னமமழைக்கெல்லாம் பயப்பட வேணாம். மழை பொழிந்த தண்ணி ஒண்ணும் வராது!" என்றாள் சுவரோடு சாய்ந்து உட்கார்ந்திருந்த இவனைப் பார்த்து அம்மா.

இவன் தரையில் கையூன்றி விசுக்கென்று எழுந்து வெளியே வந்தான். வாசலில் நின்று மேலே பார்த்தான். மேகம் கருத்திருந்தது. லேசான காற்றோடு மழை தூறிக்கொண்டிருந்தது. இவன் மழையில் நனைந்துகொண்டு நின்றான்.

"சின்னக்குழந்தை மாதிரி எதுக்கு மழையில நனையற... உள்ள வா... நீர் கொண்டுக்கப் போவுது!" அம்மா உள்ளே இருந்து கூப்பிட்டாள்.

இவன் வாழைப் பக்கம் சென்றான். ஒரு வாழை சாய்ந்து இருந்தது. அதைத் தூக்கிப்பிடித்து நிறுத்தினான்.

திடீரென்று இடியுடன் மின்னல் பாய்ந்து சென்றது.

"செல்லா, இங்க வா... இடியும் மழையுமா இருக்கு. வாழ சாஞ்சாயென்ன... இன்னம நம்ப இருந்தா அனுபவிக்கப் போறோம்... விட்டுட்டு வா."

வாழையைத் தூக்கி நிறுத்திவிட்டுக் கையை உதறிக்கொண்டு இவன் அம்மாவின் பின்னேயே படியேறி உள்ளே சென்றான்.

"வீடு போய்ப் பார்த்தியா... சேது அக்கா வீட்டுக்கு நாலு வீடு தள்ளி இருக்கு."

"வேல அம்மா."

"நானும் மூணு நாளாத்தான் சொல்லிக்கிட்டு இருக்கேன். நீ எங்க காதுல வாங்கற?"

"இன்னிக்குப் பார்க்கறேன் அம்மா."

"நேத்தி நானும் பாப்பாவும் போய்ப் பார்த்தோம். பாப்பாவுக்கு ரொம்பப் பிடிச்சி இருந்துச்சி. அச்சாரம் கொடுத்துட்டோம்."

"சரி."

"என்ன சரி?"

"உனக்குப் புடிச்சி இருந்தா சரி. நான் என்ன வீட்டிலேயா குந்தியிருக்கப் போறேன்."

"இப்ப இப்படித்தான் சொல்லுவ –"

இவன் கட்டிலிலிருந்து கீழே இறங்கினான்.

"எங்க மழையில நனையப் போறியா?"

"சொல்லு அம்மா."

"பழைய காலத்து வீடு. நீட்டு வாக்கில இருக்குது. முதல் வீட்டுல ஒரு வாத்தியார்; அப்புறம் தபால்காரன்; மூணாவது வீட்டில யாரோ ஒருத்தன். தெரியல. வீடு பூட்டிக் கிடக்குது. அதுல கடைசி வீடுதான் நம்ப பார்த்து இருக்கிறது. ஜனங்க நிறையதான் இருக்கறது போல இருக்கிறது. ஊருக்குள்ள போனா ஜனமாதான் எங்கேயும்."

"ஆமாம் அம்மா."

"பின்னால ஒரு கிணறு. தோட்டம்துரவு ஒன்னும் இல்லை. அதான்... பாப்பா வீடு நல்லா இருக்குதுன்னு சொன்னா."

"பாப்பா சொன்னாச் சரியாதான் இருக்கும்."

"நாளைக்கி நீயும் போய்ப் பார். பிடிக்கலயின்னா வேற வீடு பார்க்கலாம். சேது அக்கா பார்த்துக்கொடுக்கும்."

"அதெல்லாம் ஒன்னும் வேணாம்."

இவன் வாசலில் இறங்கினான்.

"எங்க போற... இரு, குடை எடுத்தாரேன்." அம்மா எரவானத்தில் செருகி வைத்திருந்த குடையைக் கொண்டுவந்து பிரித்தாள். ரொம்ப நாட்களாகப் பயன்படுத்தாததால் கம்பி

சா. கந்தசாமி

துருயேறி இருந்தது. குடை பிரியவில்லை. அம்மா பல்லைக் கடித்துக் குடையைத் திறக்க முயன்றுகொண்டிருந்தாள்.

"குடை எதுக்கு அம்மா? தோட்டத்துக்குத்தான் தண்ணி பார்க்கப் போறேன்."

"தோட்டமே கையவிட்டுப் போயிடுச்சி. இன்னம அதுல என்ன பார்க்கப் போற? மழை தூறிக்கிட்டே இருக்குது. நனைஞ்சா நீர் கொண்டுக்கும். உள்ள வா"

"இரு அம்மா... செத்த நேரத்துல வந்துடுறேன்."

இவன் சேற்றிலும் நீரிலும் கால் வைத்து முன்னே சென்றான். இரண்டு மூங்கில் குளத்தில் சாய்ந்துகிடந்தது. ஒரு கொக்கு மூங்கில் குத்தில் தனியாக நின்றுகொண்டிருந்தது. மழையில் இறகு நனைந்து போனதால் அதைப் பார்க்கவே விசித்திரமாக இருந்தது. சிறிது நேரம் அப்படியே நின்று கொண்டிருந்தான். ஒரு தண்ணீர்ப் பாம்பு நெளிந்து நீரில் சென்றது. பளிச்சென்று ஒரு மின்னல். இவன் திரும்பி மாமரத்துப் பக்கம் சென்றான்.

"தம்பி... தம்பி... ஒரே இடியும் மின்னலுமா இருக்குது. என்ன பண்ணுற அங்க? உள்ளே வா" அம்மா கூப்பிட்டுக்கொண்டே வந்தாள். இவன் செடிகளையும் கொடிகளையும் பறவைகளையும் பார்த்தபடித் திரும்பிவந்தான். உள்ளே வந்ததும் அம்மா ஒரு துண்டை எடுத்துக் கொடுத்தாள். துடைத்துக்கொண்டான். தலையெல்லாம் ரொம்பதான் நனைந்துவிட்டதுபோல இருந்தது.

"வரவர உனக்குப் பயமே இல்லாமல் போயிடுச்சி."

துவட்டிய துண்டை அம்மாவிடம் கொடுத்தான். அவள் தோளில் அதைப் போட்டுக்கொண்டாள்.

"வீட்டு வாடகை ஒண்ணாம் தேதியில் இருந்து கணக்காம்."

"அப்படித்தான் அம்மா."

"சும்மா எதுக்குப் பணத்தக் கொடுத்துக்கிட்டு வீட பூட்டிப் போட்டுக்கிட்டு இருக்கறது. புள்ள வேற ஆள அனுப்பிக்கிட்டே இருக்கார்."

"மாத்திடலாம் அம்மா."

"புதன்கிழமை நல்ல நாளுன்னு அக்கா சொன்னிச்சி. ஐயர கேட்டேன். நல்ல நாளுன்னு அவரும் சொன்னாரு."

"புதன்கிழமையே மாத்திடலாம் அம்மா."

"ஒரு வண்டிக்குச் சொல்லு. அவ்வளவு சாமான்தான் இருக்கும்."

"சரி அம்மா."

"அம்மாந்தூரம் இல்லாட்டா தலையில தூக்கிக்கிட்டே போயிடலாம்."

"எதுக்கு அம்மா? வண்டிக்கு ஏற்பாடு பண்ணிடுறேன்."

"பன்னண்டு மணிவரைக்குந்தான் நல்ல நேரமாம்."

"அதுக்குள்ள போயிடலாம் அம்மா. நான் வண்டிக்கு ஏற்பாடு பண்ணிடுறேன் –" இவன் பார்வை வெளியில் சென்றது. மழை விட்டிருப்பது தெரிந்தது. கட்டிலை விட்டெழுந்தான்.

"புறப்பட்டுட்டியா?"

"ரொம்ப வேல இருக்குது அம்மா."

அம்மா குடையை எடுத்துக்கொண்டு இவன் கூடவே வாசலுக்கு வந்து குடையைப் பிரித்தாள். ஒரு காற்று அடித்தது. குடை அவள் கையிலிருந்து நழுவித் தரையில் விழுந்தது. இவன் குனிந்தான். விழுந்த குடையைக் காற்று தள்ளிக்கொண்டு போனது. சேற்றில் கால்வைத்துக் குடையை எடுத்தான். விழுந்த வேகத்தில் ஒரு கம்பி உடைந்து விட்டது. குடையை அம்மாவிடம் கொடுத்தான்.

"மழை விட்டுப் போயிடுச்சி அம்மா."

அவள் குடையையே பார்த்துக்கொண்டு இருந்தாள்.

"நான் பஸ்ஸிலதான் அம்மா போகப்போறேன்."

இவன் மழைநீரில் ஒவ்வொரு அடியாக எடுத்து வைத்தான். தண்ணீர் வடிந்து வருவது போலத் தோன்றியது. மூங்கில் படலைத் திறந்துகொண்டு முன்னே சென்றவன் திரும்பி அதைச் சாற்றினான்.

"சாத்தாட்டா என்ன, போட்டுட்டுப் போ!" என்றாள் அம்மா.

இவன் நின்று அம்மாவை ஒரு பார்வை பார்த்துவிட்டு, மூங்கில் பாலத்தின் மீது வேகமாக நடந்துசென்றான். ஒரு நாரை கத்திக் கொண்டு இவன் தலைக்கு மேலாகப் பறந்து தோட்டத்திற்குள் சென்றது.

சா. கந்தசாமி

26

புதன்கிழமை. அம்மா உள்ளேயிருந்து வெளியே வந்து நின்று பார்த்தாள். பார்வை வெகுதூரம் வரையில் சென்றது. செல்லையா வண்டி கொண்டு வருவதாகக் காலையிலேயே போனான். இன்னும் காணோம். வருவானோ மாட்டானோ என்ற பயம் திடீரென்று வந்துவிட்டது. ஓரடி எடுத்துவைத்து முன்னே சென்றாள்.

இரண்டு நாட்களுக்கு முன்னேயே சாமான்களை மூட்டை கட்டும் வேலை ஆரம்பமாகிவிட்டது. ஆரம்பமாகும்போது ஒன்றும் தெரியவில்லை. எதை எப்படிக் கட்டுவது என்று பிடிபடவில்லை. தவித்துக் கொண்டிருந்தாள். மூன்றாவது வீட்டிலிருந்து பாக்கியம் வந்தாள். அவளுக்கும் அம்மாவுக்கும் இரண்டு வருஷமாகச் சண்டை. பேச்சுவார்த்தை இல்லை. பாப்பா கல்யாணத்திற்குப் பத்திரிகை கொடுக்கப் போனாள். அதில் சண்டையெல்லாம் சரியாகிவிட்டது.

பாக்கியம் மூட்டையையெல்லாம் சரியாகக் கட்டி முடித்தாள். ஒவ்வொன்றாக அடுக்கி வைத்தாள். ஒன்றின் மேல் ஒன்றாக இருக்கும் மூட்டையைப் பார்த்ததும் அவளுக்குத் தாளமுடியவில்லை.

அம்மாவைக் கட்டிப்பிடித்துக்கொண்டு அழுதாள். இவளுக்கும்தான் அழுகை வந்தது. கஷ்டப்பட்டு அதை அடக்கிக்கொண்டாள்.

"எங்க பாக்கியம் போறேன்? சீமைக்கா போறேன்! இங்க, வள்ளியூருக்குத்தான. அடிக்கடி வந்து உன்னப் பார்க்க மாட்டேன்!"

"ஆனா அக்கா, அது பக்கத்துல இருக்கறதா ஆகுமா?"

அம்மா திரும்பிக்குத்திட்டு அவளைப் பார்த்தாள். பாக்கியத்தைத் திட்டியது வைததுமட்டுமல்ல.

ஒருநாள், கோபத்தில் கன்னத்தில்கூடக் குத்தியிருக்கிறாள். அதற்குக்கூடப் பாக்கியம் புருஷனிடம் புகார் செய்யவில்லை. உனக்கே நல்லா இருக்குதா அக்கா! என்று போனாள். அப்புறம் பேசவில்லை. அவ்வளவுதான்.

பாக்கியம் மாதிரி ஒரு மனுஷியைப் போகிற இடத்தில் பார்க்க முடியுமா? அம்மாவுக்குச் சந்தேகமாக இருந்தது.

"அக்கா, வண்டி!" பாக்கியம் வேலியை முறித்துக்கொண்டு ஓடி வந்தாள். மூட்டைமீது கன்னத்தில் கைவைத்து உட்கார்ந்திருந்த அம்மா எழுந்தாள்.

புதுவீட்டிற்குப் போகிறோம் என்ற ஆவலும் பரபரப்பும் அடங்கிப்போய் எப்படி இருக்கப்போகிறோம் என்ற அச்சமும் தவிப்பும் வந்துவிட்டது.

"அக்கா, வண்டிய தம்பி ஓட்டியாறது."

"இவனா?"

"ஆமாம் அக்கா."

"ஒன்னு ஒன்னுக்கும் இவன் எதுக்கு இப்படிப் பறக்கறான்?"

"நல்லாத்தானே தம்பி வண்டி ஓட்டியாறது!"

"உன் தம்பிய நீதான் மெச்சிக்கணும்."

"எனக்குப் பொண்ணு இல்லியே அக்கா. இருந்தா தம்பிய மெச்சிக் கொடுப்பேன்."

வண்டி பள்ளத்தில் இறங்கி மேடு ஏறி மூங்கில் பாலத்திற்குப் பக்கத்தில் நின்றது. இவன் வண்டியில் இருந்து முதலில் குதித்தான். அப்புறம் வண்டிக்காரன் முண்டாசை அவிழ்த்து உதறியபடி இறங்கினான்.

உள்ளே வந்து சாமான்களை ஒரு பார்வை பார்த்தான். பாக்கியம் ஒவ்வொன்றாகத் தூக்கிக்கொடுத்தாள். இரண்டு மூட்டை சாமான்கள், ஒரு மூட்டை நெல், அதை வண்டிக்காரன் தூக்கிக்கொண்டு போனான். அப்புறம் அம்மி, முறம், அரிக்கேன் லைட், புத்தகங்கள். எல்லாம் வண்டி ஏறிவிட்டது. பாக்கியம் வண்டியின் பக்கத்தில் சென்றாள். சாமான்களே இல்லாத வீட்டை இவன் ஒரு பார்வை பார்த்தான். சற்றுநேரத்திற்குள் வீடே வெறிச்சோடிவிட்டது. கொல்லை வாசல் வழியாகத் தோட்டத்திற்குச் சென்றான்.

மா மரம் காற்றில் அசைந்தாடியது. தாழ்ந்த கிளையைப் பற்றி மேலே ஏறி வழக்கமாக உட்காரும் இடத்தில் அமர்ந்தான்.

அப்புறம் எழுந்தான். கைக்கு எட்டிய கிளையை இழுத்து இளந் தளிர்களை முத்தமிட்டான். மறுபடியும் காற்று வீசியது. இலை, கிளையெல்லாம் கீழே சாய்ந்தது. சுற்றுமுற்றும் பார்த்தான். பார்வையைக் கண்ணீர் மறைத்தது.

மரத்திலிருந்து கீழே குதித்தான். புல்லில் உட்கார்ந்து இவனையே பார்த்துக்கொண்டிருந்த இரண்டு மைனாக்கள் தத்தித்தத்திச் சென்றன.

இவன் காலடியெடுத்து வைத்து மூங்கில் குத்துப் பக்கம் சென்றான். காற்று அடித்தது. மூங்கில் சப்தம் போட்டது. கீழே தாழ்ந்து உயர்ந்தது. மீன்குத்திக்குருவி தலையை முன்னே நீட்டிக் கொண்டு அடக்கமாக அமர்ந்திருந்தது. அதன் செய்கை இவனுக்கே ஆச்சரியமாக இருந்தது. மீன் குத்திக் குருவி சோர்ந்து இவன் பார்த்ததே இல்லை. எப்பொழுதும் அது பறந்து கொண்டும் நீரில் அமிழ்ந்து மீனைக் கொத்திக்கொண்டும் இருக்கும். அதற்கு என்ன வந்துவிட்டது. இவன் முன்னே காலடியெடுத்து வைத்துச் சென்றான்.

"தம்பி... செல்லா..." அம்மாவின் குரல் கேட்டது.

திரும்பிப் பார்த்தான். கூட்டமாகப் பட்டாம்பூச்சிகள் பறந்து சென்றன. பிடிக்க ஒரு கை உயர்ந்தது.

இவனைத் தேடிக்கொண்டு பாக்கியம் வந்தாள். அவளைப் பார்த்ததும் அழுகை வந்துவிட்டது. அழ ஆரம்பித்துவிட்டான்.

"அழாதடா தம்பி!" பாக்கியம் இவனைக் கட்டியணைத்துக் கொண்டாள். தலையை வருடிவிட்டாள். அவள் மார்பில் தலையைப் புதைத்துத் தேம்பித்தேம்பி அழுதான்.

"எதுக்கு ... எதுக்கு இப்படி அழறான் ... நல்லாத்தானே இருந்தான்?" என்று கேட்டுக் கொண்டே அம்மா வந்தாள். இவன் அழுவதைப் பார்த்ததும் அவளுக்கு ஒன்றும் புரியவில்லை. கொஞ்ச நேரம் இரண்டுபேரையும் பார்த்துக்கொண்டிருந்தாள்.

"வண்டியெல்லாம் நல்லாத்தானே ஓட்டிக்கிட்டு வந்தான், அதுக்குள்ள என்னா ஆயிடுச்சி..? இங்க விடு பாக்கியம்" அம்மா இவன் கையைப் பிடித்தாள்.

"நீங்க இருங்க அக்கா, நான் கூட்டியாறேன்."

"ராத்திரியின்னு ... பகலென்னு இல்லாம வர்றான். ஏதாச்சும் முனீஸ்வரன் பிடிச்சி இருக்கும். இல்லாட்டா எதுக்கு இப்ப நல்லா இருந்தவன் அழப்போறான்?"

“சாமானெல்லாம் வண்டியில ஏத்தியாச்சு அக்கா. நீங்க போங்க.”

“இவன் –”

“நீங்க போங்க அக்கா ... நான் அப்புறமா பஸ்ஸில ஏத்தி அனுப்பிவைக்கிறேன்.”

“நீ கூட்டிக்கிட்டு வா பாக்கியம்.”

“சரி அக்கா.”

“முனீஸ்வரன் பிடிச்சி இருக்கணும். அதான் –” என்று சொல்லிக்கொண்டே திரும்பித்திரும்பிப் பார்த்தபடி அம்மா சென்றாள்.

மைனா இரண்டும் முன்னே உட்கார்ந்து கத்தின. இவன் தலை நிமிர்ந்தான். பாக்கியம் முந்தானையால் இவன் கண்ணீரைத் துடைத்தாள்.

“தம்பி, எதுக்கு அழற? ஏங்கிட்ட சொல்லு தம்பி.”

“இத விட்டுப்போக எனக்கு இஷ்டம் இல்ல அக்கா.”

“நீ எதுக்குப் போகணும்? இங்கேயே இரு.”

“அம்மாதான் வீட்ட வித்துட்டாங்களே.”

“வித்தா என்ன? என் வீடு இல்ல. அதுல இரு –”

இவன் விசித்திரமாக நிமிர்ந்து பாக்கியத்தைப் பார்த்தான்.

“நான் போறேன்னு மரத்துக்கிட்ட, செடிகிட்ட, மைனாகிட்ட, மீன்குத்திக்குருவி கிட்ட எல்லாம் சொன்னேன். அதெல்லாம் போகாதன்னு அழ ஆரம்பிச்சிடுச்சி அக்கா. அப்புறமா எனக்கு அழ வந்துடுச்சி –”

“சரி, நீ இங்க வா –” என்று இவனைக் கையைப்பற்றித் தன் வீட்டிற்கு அழைத்துக்கொண்டு போனாள். இவன் பார்வை சாலைப் பக்கம் திரும்பியது. வண்டி பின்னால் அம்மா போய்க் கொண்டிருந்தாள்.

“நீ ஒண்ணும் அங்க போகவேணாம். இங்கேயே இரு.” பாக்கியம் கயிற்றுக் கட்டிலை இழுத்து முன்னே போட்டாள். அதில் ஏறி உட்கார்ந்தான். கயிறு உள்ளே அழுந்தி மேலே வந்தது.

“பாப்பா வூட்டுக்குப் போனியா?”

தலையை அசைத்தான்.

"எத்தனை வாட்டிக் கூப்பிடுறா ஒரு வாட்டிப் போடா."

"நான் ஒண்ணும் அங்க போக மாட்டேன்." இவன் கட்டிலில் இருந்து எழுந்தான்.

"சரி... சரி... நீ ஒண்ணும் அங்க போகவேணாம். நீ உட்கார் தம்பி... சமைக்கறேன். சாப்பிடலாம்."

இவன் கட்டிலில் மல்லாக்கப் படுத்தான். மரம் நிழல் பரப்பியது; காற்று வீசியது. கண்களை மூடிக்கொண்டான்.

"படுத்து இரு. அடுப்பப் பத்த வச்சிட்டு வர்றேன்." பாக்கியம் உள்ளே சென்றாள்.

வெய்யிலும் நிழலும் காற்றும் சுகமாக இருந்தது. அப்படியே கண்ணயர்ந்து விட்டான். பாக்கியம் ஒருமுறை இவன் பக்கத்தில் வந்துநின்றாள். தூங்குவது தெரிந்தது. உள்ளே சென்றாள்.

சிறிதுநேரங் கழித்துக் காக்கை கத்தியது. இவன் தூக்கத்திற்கு இடையூறாக இருக்குமே என்று அதை விரட்டிக்கொண்டே வெளியே வந்தாள்.

இவன் எழுந்து நின்றான்.

"செல்லா, சாப்பாடு ஆயிடுச்சி. செத்தப் படுத்து இரு."

"அம்மா இன்னேரம் போய் இருப்பாங்க. நான் போறேன் அக்கா."

"எங்கடா?"

"புது வீட்டுக்கு." கையை வீசியபடி முன்னே நடந்தான்.

சூரிய வம்சம்

27

செல்லையா வீட்டுவாசலில் நின்று பார்த்தான். குடிவந்திருக்கும் வீடு இதுதானா? இவனால் தீர்மானிக்க முடியவில்லை. அம்மா வீட்டைப் போய்ப் பார் என்று சொன்ன போதெல்லாம் எப்படியோ தட்டிப்போய்விட்டது. பார்த்திருந்தால் சௌகரியமாக இருந்திருக்கும்; பார்க்கவில்லை. அம்மா சொன்ன அடையாளத்தில் இருந்து இந்த வீடுதான் என்று பட்டது. முன்னே காலடி எடுத்துவைத்துப் பாதி சாற்றியிருந்த கதவைத் திறந்தான்,

"யார் அது?" ஆண் குரல் – கிழக்குரல் அதட்டியது.

இவன் தலையை நீட்டிப் பார்த்தான். மர நாற்காலியில் ஒருவர், மரம் போலவே இருந்தார். பார்வை இவன் மேலே பட்டது.

"யாருடா அது உள்ளே வர்றது?"

"புதுக்குடித்தனம்."

"கடைசி... பின்னால போ."

மரம் பேசுவதுபோல இருந்தது. இவன் ஒன்றும் பேசவில்லை. அப்படியே நின்றான்.

"எதுக்கு நிக்கற... பின்னால போ."

இவன் ஒவ்வொரு அடியாக எடுத்து வைத்துப் பின்னால் பார்த்தபடி முன்னே சென்றான்.

"நாங்க ஒண்ணும் பஞ்சத்துக்குக் குடி வல்ல. தோப்பும் தொரவுமா சொந்த வீட்டுல இருந்துட்டுத்தான் வந்து இருக்கோம்." அம்மாவின் குரல் பெரிதாகக் கேட்டது.

"தெரியலே." மீனாட்சி.

சா. கந்தசாமி

"என்னா தெரியுது?" சாக்கை உதறிக்கொண்டே அம்மா முன்னால் சென்றாள். இரண்டுபேரையும் இவன் ஒருமுறை ஏறிட்டுப் பார்த்தான். சண்டை ரொம்ப நேரமாக நடப்பது போல இருந்தது.

"ரொம்ப வாழ்ந்தவதான்னு—"

அம்மா சாக்கைக் கீழே போட்டாள்.

"யாரப் பாத்துச் சொன்ன? நீ வாழற வாழ்வு, உங்க அப்பன் வாழ்ந்த வாழ்வுயெல்லாம் எனக்குத் தெரியாதுன்னு பேசுறியா?"

"அம்மா!"

அம்மா திரும்பிப் பார்த்தாள்.

"வந்துட்டியா ... வா ... நீ கூடவே வந்து இருக்கப்படாதா! வழியில சாமானெல்லாம் செத்தக் கிடந்து போச்சாம். அதுக்குச் சண்டைக்கு வந்துட்டா ... எல்லாம் உன்னாலதான் ... கூட நீயும் வந்திருந்தா இவகிட்டயெல்லாம் நான் எதுக்குப் பேச்சு வாங்கறேன்?" தரையில் கிடந்த விளக்குமாற்றை எடுத்துக் கொண்டு இவன் காலிலும் தலையிலும் மாறிமாறி அடித்தாள். அசையாமல் இவன் அப்படியே நின்றான்.

மீனாட்சி ஒரு கணம் பொறுத்தாள். அப்புறம் முடியவில்லை. முன்னே ஓடி வந்து அவள் கையிலிருந்த விளக்குமாற்றைப் பிடுங்கி எறிந்துவிட்டு, "ராட்சசி மாதிரி எதுக்குப் பிள்ளையப் போட்டு அடிக்கற?" என்று கேட்டுக் கொண்டே இவனைக் கட்டியணைத்துக் கொண்டாள்.

"நான் ராட்சசிதான்."

"தெரியல!" இவனை அணைத்துக்கொண்டு தன் வீட்டிற்குப் போனாள். மீனாட்சிக்குப் பிள்ளை இல்லை. கல்யாணம் ஆகிப் பதினோரு வருஷம் ஆகிறது.

அம்மா வீடு பார்க்க வந்தபோது மீனாட்சிதான் வீட்டையெல்லாம் திறந்துகாட்டினாள்.

"நீங்க வந்துடுங்க அக்கா. நல்லா இருக்கும். துணைக்கு எல்லாம் நாங்க இருக்கோம்!" என்றாள். அவள் ஒருவழியில் சேது அக்காவுக்குச் சொந்தம். சேது அக்காகூட, "இந்த வீட்டையே பார்த்துக்க சொர்ணம். மீனாட்சி பக்கத்தில இருக்கா!" என்று ஆலோசனை கூறினாள்.

"இங்க வர்றீயா இல்லியா?" அம்மா உள்ளேயிருந்து கத்தினாள். இவன் மீனாட்சியை ஒரு பார்வை பார்த்துவிட்டு

வெளியே வந்தான். அம்மியைத் தூக்கிக்கொண்டு உள்ளே போனான்.

"அந்த ஓரத்துல போடு–" அம்மா எழுந்து வந்துஅம்மியைப் போட இடம் காட்டினாள். அம்மா காட்டிய இடத்தில் இவன் போட்டான்.

"வந்ததும் வராததுமா சண்டைக்கு வந்துட்டா. நான் ராட்சசியாம். எப்படி இருக்குது? பட்டி கணக்காப் பேசுறா. எல்லாரும் வேடிக்கை பார்த்துக்கிட்டு நிக்கறாங்க."

இவன் ஒரு மூட்டை மேல் உட்கார்ந்தான்.

"நீ அப்பவே வந்திருந்தா அவகிட்ட நான் பேச்சுக் கேட்க வந்திருக்குமா..? எல்லாம் உன்னாலதான். அங்க அவகிட்ட குந்திக்கிட்ட. இங்க என்ன ராட்சசிங்கறவ கிட்டப் போய்க் குந்திக்கற... நீதான் என் காலம்வரைக்கும் வச்சிக் கஞ்சி ஊத்தப் போறியா?"

சாமான்களையெல்லாம் அம்மா இடத்தில் வைத்தாள். இவன் மூட்டையில் சாய்ந்தபடி அதையே பார்த்துக்கொண்டு இருந்தான்.

"நீ இன்னக்கி வேலக்கிப் போகல இல்ல?"

"இல்ல அம்மா."

"சேது அக்கா வூட்டுல போய் ஒரு புட்டி மண்ணென வாங்கிக் கிட்டு வா... ராத்திரிக்கு விளக்குக்கு வேணும்."

"கடையில வாங்கியாறனே."

"அப்ப, அக்காக்கிட்ட ஒரு புட்டி வாங்கிக்கிட்டுப் போ."

இவன் மூட்டையிலிருந்து எழுந்து வெளியே வந்தான். வெளியில் வந்ததும் கையைவீசிக் கடையை நோக்கி நடந்தான்.

28

மாலைப் பொழுது.

செல்லையா அரிக்கேன் விளக்கைத் துடைத்து மாடத்தில் கொண்டுபோய் வைத்தான். வாசலில் இருந்து யாரோ கூப்பிடுவதுபோல இருந்தது. கவனித்துக் கேட்டான்.

"பாப்பா மாதிரி இல்ல. போய்ப் பார்!" என்றாள் அம்மா.

இவன் வாசலுக்கு வந்தான். கதவைத் திறந்தான். பாப்பா நின்று கொண்டிருந்தாள்.

"வா, பாப்பா."

"எம்மாம் நேரமா கூப்பிடுறேன். கதவச் சாத்தினா தொறக்கமாட்டீங்களா?" என்றாள்.

இவன் ஒரு சிரிப்புச் சிரித்தான்.

"பின்னால அத்தான் நிக்கிறாங்க. அழச்சிக்கிட்டு வா."

"வாங்க." இவன் அவன் பக்கமாகச் சென்றான்.

அவன் பெயர் கோவிந்தன். உயரத்திலும் அகலத்திலும் வளர்ந்து இருந்தான். இடுப்பில் சிங்கப்பூர் லுங்கி – பச்சையும் மஞ்சளுமாக. மார்பில் பனியன். வெள்ளை. பனியனுக்கு மேலே பெல்ட். பெல்ட்டைப் பார்க்கும்போதெல்லாம் இவனுக்கு அல்லியூர் மணி நினைவு வரும். அவன்தானா இவன் என்று செல்லையா ஓரோர் சமயம் நினைப்பதுண்டு.

கோவிந்தனுக்குக் கொஞ்சம் நிலம், தென்னந்தோப்பு. சினிமாக் கொட்டகையில் டிக்கெட் விற்றான். கல்யாணம் ஆனதும் அதை விட்டு விட்டான். நிலத்தையும் தென்னந்தோப்பையும் பார்த்துக்கொண்டு சும்மாதான் இருக்கிறான். அவனுக்கு அண்ணன் தம்பி இல்லை. அக்கா

தங்கையும் இல்லை. அதில் பாப்பாவைவிட அம்மாவுக்குத்தான் ரொம்பச் சந்தோஷம்.

"அக்கா எம்மாம் நேரமா கூப்பிட்டுக்கிட்டே நிக்குது. உள்ள என்ன பண்ணிக்கிட்டு இருந்த?"

"வாங்க."

"வாசல்ல யாரு கூப்பிடுறா ... யார் வர்றா ... ஒன்னும் பாக்கறது இல்ல. தின்னுப்புட்டு உள்ளேயே பூந்துக்கிட்டு இரு."

கஷ்டப்பட்டு இவன் சிரித்தான்.

"இளி!" கோவிந்தன் இவன் தலையில் லேசாக ஒரு தட்டுத் தட்டிவிட்டு முன்னே நடந்தான்.

அம்மா ஒதுங்கி நின்று, "வாங்க... வாங்க!" என்றாள்.

பாப்பா ஒரு மணையை எடுத்துப்போட்டாள். அவன் உட்கார்ந்தான். மணை நிறைந்து போய்விட்டது. பார்வை நாலாப் பக்கமும் சென்றது.

"வீடு நல்லா இருக்காப் பாருங்க?"

"எதுக்குக் கதவச் சாத்திடுறாங்க?"

"அதான் பழக்கமாம். முதல்ல வாத்தியார் இருக்கார் –"

"வேடிக்கையா இருக்கே." கையைத் திருப்பிக் கடிகாரத்தைப் பார்த்தான். பெரிய கடிகாரம். கை நிறைந்து இருந்தது.

அம்மா இவனைக் கூப்பிட்டு டீ வாங்கிவரச் சொன்னாள். பாத்திரத்தை எடுத்துக்கொண்டு வேகம்வேகமாக நடந்தான்.

"நேரம் ஆகுதே பாப்பா. போறதுக்குள்ள படம் ஆரம்பிச்சிடாது?"

"இருங்க, டீ குடிச்சிட்டுப் போகலாம். முதன்முதல்ல இந்த வூட்டுக்கு வந்து இருக்கிறீங்க!" பாப்பா அவன் மூஞ்சைப் பார்த்துச் சிரித்தாள். கோவிந்தன் மடியிலிருந்து ஒரு பீடியை எடுத்துக் கொளுத்தினான்.

"சினிமாப் பார்க்கலாமென்னு வந்தோம் அம்மா. நீதான் வூடு மாத்தறதா சொன்னியா ... அதான் மாத்திட்டீயான்னு பாக்க வந்தேன்."

"சாமான கொண்டாந்துச் சேர்க்கறதுக்குள்ள பிராணன் போயிடுச்சி. இவன் வேற வர்ல."

"நீ சினிமாவுக்கு வர்றீயா அம்மா?"

"இல்ல பாப்பா. இன்னமதான் சோறு ஆக்கணும்."

"சினிமாப் பாத்துட்டு அப்படியே ஓட்டல்ல தின்னுட்டு வரலாம் அம்மா."

"நல்லாயிருக்கு. நீ போ."

இவன் டீயோடு உள்ளே நுழைந்தான். பாப்பா அதை வாங்கி ஒரு எவர்சில்வர் டம்ளரில் ஊற்றி, "சாப்பிடுங்க!" என்று அவன் முன்னே நீட்டினாள்.

கோவிந்தன் பீடியை வாயில் வைத்துக்கொண்டு இடது கையை நீட்டி டீயை வாங்கினான். அதைத் தரையில் வைத்து விட்டு ஒரு தம் இழுத்தான். புகையைப் பாப்பா பக்கம் ஊதி விட்டு டீயை எடுத்துக் குடித்தான்.

"ரொம்ப ஆறிப்போய் இருக்கு டீ."

"டீய வாங்கிக்கிட்டுப் பராக்குப் பாத்துக்கிட்டு நின்னு இருப்பான்!" என்றாள் பாப்பா.

"பாப்பா! உன் தம்பி இப்ப ரௌடி மாதிரி நிக்கறான். இல்ல."

"நேத்தி நாம்பப் பார்த்த சினிமாவில ஒரு ரௌடி இவன மாதிரியே இல்லீங்க?"

"சினிமாங்கறது என்ன? இருக்கறதக் காட்டுறதுதான." கோவிந்தன் பீடிச் சாம்பலை விரலால் தட்டிவிட்டுவிட்டுப் பீடியை ஒரு இழுப்பு இழுத்தான்.

இவன் பாப்பாவையும் கோவிந்தனையும் திரும்பி ஒரு பார்வை பார்த்தான்.

"பாப்பா! என்னமா முறைக்கறான் பாத்தியா? சீக்கிரத்துல பெரிய ரௌடியா வந்துடுவான்."

"நீங்க டீயக் குடிங்க. நேரம் ஆகுது . . . அப்புறம் படம் ஆரம்பிச்சிடும்."

கோவிந்தன் டீயை எடுத்துக் குடித்துவிட்டு எழுந்தான். அப்புறம் அம்மாப் பக்கம் திரும்பி, "இன்னொரு நாளைக்கு வர்றோம். பயல மட்டும் பத்தரமாப் பாத்துக்கொள்ளுங்க அத்தை!" என்றான்.

"நான் அடிச்சி உதைச்சிப் பார்த்துட்டேன், எனக்கு எங்க அடங்குது? அடங்காத பிடாரியா வளருது. வந்ததும் வராததுமா பக்கத்து வூட்டுக்காரி ராட்சசின்னு சண்டைக்கு வந்துட்டா. இது அவ வூட்டுல போய் இம்மா நேரமா குந்தியிருந்துட்டு இப்பத்தான் வருது."

"எல்லாத்தையும் சரிப்படுத்திடலாம் அத்தை."

"நேரம் ஆயிடுச்சி. நாங்க வர்றோம்!" என்ற பாப்பா அவனை முன்னேவிட்டுப் பின்னால் நடந்தாள். அம்மா கூடவே போனாள். இவன் சுவரில் சாய்ந்தபடி அவர்கள் போவதைப் பார்த்துக் கொண்டிருந்தான். போன அம்மா சிறிது நேரங் கழித்து வந்தாள். அப்பவும் இவன் அப்படியே நின்றுகொண்டிருந்தான்.

"அக்காவும் அத்தானும்தானே வந்தாங்க. வாசல் வரைக்கும் வரக்கூடாதா? அந்த மரியாதையெல்லாம் எப்பத்தான் நீ கத்துக்கப் போற?"

அம்மாவை ஏறிட்டுப் பார்த்தான்.

"உன் மனசுக்குள்ள என்னதான் நீ நெனச்சிக்கிட்டு இருக்க?"

"நான் என்ன ரௌடியா?"

"பின்ன நீ பண்ணறது எல்லாம் எப்படி இருக்குதாம்?"

"சரி."

"என்னடா சரி?"

"நான் ரௌடி. சரிதாங்கறேன்."

"அப்பன் மாதிரியே பேசுற."

"இன்னம நான் பேசுல!" வெளியே காலடி எடுத்து வைத்தான்.

"எங்க புறப்பட்டுட்ட?"

பதிலொன்றும் சொல்லாமல் வெளியே நடந்து வந்தான். சாலை வழியே நடந்தான். திடீரென்று கூட்டமாக இருந்தது. ஒரு பாட்டுக் கேட்டது. பெரியபெரிய பானர்கள். பெண்கள் சிரித்துக்கொண்டும் ஆண்கள் சண்டை போட்டுக்கொண்டும் இருந்தார்கள். சினிமாக் கொட்டகை வாசலில் சிறிதுநேரம் நின்றான். அப்புறம் திரும்பி ஓர்க்ஷாப் பக்கமாகச் சென்றான். விளக்கு எரிந்துகொண்டிருந்தது. இவன் உள்ளே சென்றான்.

ராமு இவனை வாசலில் பார்த்தார். "வீடு மாத்திட்டியா?"

"மாத்தியாச்சி."

"இப்பத் திரும்பிப் போகணுமா."

"இல்ல."

"அப்பச் சட்டையை மாத்திக்க. பெரிய லாரியில கியர் பாக்ஸை இறக்கி ஏத்தணும் –"

இவன் பின்னால் சென்று மரப்பெட்டியைத் திறந்து காக்கிச்சட்டையை எடுத்து உதறினான். ஒரே நாற்றம் அடித்தது. மழையில் நனைந்த சட்டையைக் காயவைக்காமல் போனது இப்போதுதான் நினைவுக்கு வந்தது. இரண்டுமுறை சட்டையைக் கழற்றிப் பெட்டியில் அடித்தான். அப்புறம் அதைப் போட்டுக் கொண்டு முன்னே சென்றான்.

"இன்னம சட்டையைப் பொட்டியில வைக்காத. கொடியில போடு."

"சரிங்க."

"ஸ்பேனரை எடுத்துக் கீழ இருக்கற நட்டையெல்லாம் கழட்டு."

கியர் பாக்ஸை இறக்கி ஏற்றுகிற வேலை பெரிய வேலை தான். ஆனால் இப்போது சந்தோஷமாக இருந்தது. ஸ்பேனரை நட்டில் மாட்டித் திருகினான்.

ராமு இவன் பக்கத்தில் வந்து உட்கார்ந்தார்.

"இன்னக்கி கியர் பாக்ஸையே நீதான் செட் பண்ணி ஏத்தப் போற!"

இவன் தலையை வெளியே நீட்டிப் பார்த்தான்.

"என்ன பாக்கற?"

"இங்க நீங்க இருப்பீங்க இல்ல?"

"பின்ன."

"அது போதும்." தலையை அசைத்தான்.

பரபரப்பும் உற்சாகமும் மனத்தில் மூண்டது. அவசரம் அவசரமாக நட்டுகளைக் கழற்றினான். திடீரென்று கோவிந்தன் முகம் நினைவுக்கு வந்தது.

"பல்ல உடைப்பேன்!" என்று ஸ்பேனரைக் கியர் பாக்ஸில் அடித்தான்.

"கஷ்டமா இருக்கா?" என்றார் ராமு.

"இல்லீங்க, எல்லா நட்டையும் கழட்டிட்டேன் – " லாரியின் கீழே இருந்து செல்லையா வெளியே வந்தான்.

"சீக்கிரத்துல நீ பெரிய மெக்கானிக்கா ஆகிடுவ."

இவன் பதிலொன்றும் சொல்லாமல் ஒரு புன்சிரிப்புச் சிரித்தான்.

சூரிய வம்சம்

29

அம்மா சோற்றை வடித்தாள். குழம்பு வைக்கக் காய் ஒன்றும் இல்லை. வெளியில் போய்க் கருவாடு வாங்கிக்கொண்டு வந்தாள். நெத்திலிப்பொடி. ஆனால் இவனுக்குப் பிடிக்காது. நெத்திலி என்றுதான் இல்லை; கருவாடே பிடிக்காது.

ஒருநாள் நாலணா கொடுத்து அம்மா இவனை நெத்திலிக் கருவாடு வாங்கி வரச்சொன்னாள். இவன் வரும்வழியில் கருவாடு விற்கும் கருவாட்டுக் கூடையைப் பார்த்தான். ஆனால் வாங்கத் தோன்ற வில்லை. காலை எட்டயெட்ட எடுத்து வைத்து நடந்தான்.

அம்மா இவனுக்காகக் குழம்பு வைக்காமல் காத்துக்கொண்டிருந்தாள். இவன் உள்ளே நுழைந்தான்.

"எங்கடா, வாங்கினியா?"

பையில் கைவிட்டுக் காசையெடுத்து முன்னே நீட்டினான்.

"வாங்கல?"

"இல்ல."

"ஏன் வாங்கல?"

"வாங்கத் தோனல."

"என்னாடா தோனல?" அம்மா பாய்ந்து தலையில் கொட்டினாள். வலி மூளைக்குள் பாய்ந்தது. ஆனால் இவன் அழவில்லை. பல்லைக் கடித்துக் கொண்டு நின்றான். பார்வை அம்மாவின் மேலேயே இருந்தது.

சா. கந்தசாமி

“இந்த அழும்பு இருக்கறவரைக்கும் நீ ஒன்னும் உருப்படமாட்ட!” பிடரியைப் பிடித்து அம்மா இவனை வெளியே தள்ளினாள்.

அம்மா உள்ளேயிருந்து வெளியே வந்தாள். இவன் மத்தியானம்கூடச் சாப்பிடவில்லை. வீடு மாற்றியதில் சமைக்க முடியாமல் போய்விட்டது. அம்மா இவனுக்காகத் தனியாகக் கொஞ்சம் குழம்பு எடுத்துவைத்தாள். இரண்டு அப்பளம் சுட்டாள். அதையெல்லாம் மூடிவைத்துவிட்டுச் சாலைக்கு வந்து பார்த்தாள், கொஞ்ச நேரம் நின்றுகொண்டிருந்தாள். சினிமா விட்டுவிட்டதுபோல இருந்தது. ஜனங்கள் கூட்டமாகப் போய்க்கொண்டிருந்தார்கள். கண்கள் இப்போது மகளைத் தேடின. சினிமா விட்டு இப்படித்தானே போக வேண்டும் என்று நினைத்துக்கொண்டாள். ஆனால் அவர்களைக் காணோம். திரும்பி வந்தாள்.

முதல் வீட்டு வாத்தியார், “என்ன அம்மா, பையனத் தேடுறீங்களா?” என்றார்.

“ஆமாங்க.”

“வேலைக்குப் போய் இருக்கிறானா?”

“ஆமாங்க.”

“நமக்குத்தான் மனசு கேட்கமாட்டேங்கறது. வழியவழியப் பாத்துக்கிட்டு இருக்கோம். அதுங்களுக்கு எங்க அம்மா அப்பா மேல அக்கறை இருக்கு?”

அம்மா நின்று அதைக் காதில் வாங்கிக்கொண்டு உள்ளே வந்தாள். பசி கண்ணை அடைப்பது போல இருந்தது. சோற்றைத் தட்டில் போட்டாள்.

“அம்மா... அம்மா!” பாப்பா உள்ளே காலெடுத்து வைத்தாள்.

“வா . . . பாப்பா. இம்மாம் நேரமா நீ வர்றீயாயென்னு தான் வாசல்ல பாத்துக்கிட்டே இருந்தேன். கூட்டமெல்லாம் போயிடுச்சி. உன்னக் காணல. சரி, நீ போயிட்ட போல இருக்குன்னு திரும்பி வர்றேன், நீ வந்து கூப்பிடுற... எங்க மாப்பிள்ளை ..?”

“பீடி வாங்கிக்கிட்டு வர்றாங்க. சோறு இருக்குயில்ல?”

“ரெண்டு பேருக்கும் இருக்கு.”

“அவுங்க ஓட்டலில தின்னுட்டுப்போகலாம் என்னாங்க. நான்தான் அம்மா ஏதாச்சும் பண்ணி வச்சியிருப்பாங்க.

சாப்பிட்டுப் போகலாமென்னு கூட்டிக்கிட்டு வந்துட்டேன் ... என்னம்மா கொளம்பு?"

"நெத்திலிக் கொளம்பு. அப்பளம் சுட்டு வச்சியிருக்கேன்."

"நெத்திலியின்னா அவுங்களுக்கு ரொம்பப் பிடிக்கும்."

கோவிந்தன் பீடிப் புகையை ஊதியபடி வந்தான். தண்ணீர் மொண்டுகொண்டு ஆசிரியர் மனைவி சென்றாள். இவன் பார்வை அவள்மீது இறங்கியது.

"உள்ள வாங்க!" என்றாள் பாப்பா சப்தமாக.

கனைத்தபடி படியேறி உள்ளே வந்தான்.

"செத்த இரு பாப்பா. ஒரு இல வாங்கிக்கிட்டு வந்துடுறேன்."

"இல எல்லாம் எதுக்கு. எல்லாம் தட்டுல தின்பாங்க!" என்று பாப்பா பெரிய தட்டில் நிறையச் சோறு போட்டு அவன் முன்னே வைத்தாள். அவனுக்குப் பெரிய கை. சோற்றையும் குழம்பையும் ஒன்றாகப் பிசைந்து உருட்டிஉருட்டி உள்ளே தள்ளினான். பாப்பா அவனைப் பார்த்து ஒருமுறை தலை யசைத்தாள்.

"உங்களுக்கு என்னச் சொன்னாலும் தெரியாது."

"அப்படித்தான் போ." சாப்பிட்டுவிட்டுக் கையை நக்கியபடி எழுந்தான்.

"பாப்பா, நீ சும்மா இரு. அது அவுங்க பழக்கம்."

"நல்லாத்தான் இருக்குது பழக்கம்."

"சீக்கிரம் சாப்பிட்டுட்டு வா ... போகணும்." கோவிந்தன் வெளியில் கிடந்த பெஞ்சில் உட்கார்ந்து பீடியைக் கொளுத்தினான்.

"அம்மா, நீ?" பாப்பா சாப்பிட உட்கார்ந்தாள்.

"நான் சாப்பிட்டுட்டேன். நீ சாப்பிடு."

"எங்கம்மா நீ சாப்பிட்ட?"

"வேல இன்னக்கி இருந்துச்சி இல்ல. அதுனால ஒரே பசி. முதல்ல வடிச்சதும் போட்டுச் சாப்பிட்டுட்டேன்."

பாப்பா பானையில் இருந்த மீதிச் சோற்றை அள்ளிக் குழம்புச் சட்டியில் போட்டுப் புரட்டிச் சாப்பிட்டாள். அது அவளுக்குப் போதவில்லை. ஒரு குவளைத் தண்ணீரை மொண்டு குடித்தாள். வயிறு நிறைந்தது போல இருந்தது. கையைப்

புடவையில் துடைத்துக் கொண்டு பெஞ்சியில் இவன் பக்கத்தில் உட்கார்ந்தாள்.

“என்ன பாப்பா உட்கார்ற? புறப்படு, போகலாம்.”

“சாப்பிட்டதும் நடக்கமுடியுமா? செத்த நேரம் குந்தியிருந்துட்டுப் போகலாம்... வெத்தலையை இங்க எடுங்க.”

கோவிந்தன் ஒரு பீடியைக் கொளுத்திப் புகையை ஊதி விட்டு, “எங்க பாப்பா உன் தம்பியக் காணோம்?” என்று விசாரித்தான்.

“அவன் எங்க ராத்திரியில வீடு தங்கறான்?” என்றாள் அம்மா.

“இப்படியே விட்டுட்டா பின்னால ரொம்பக் கெட்டுயில்ல போயிடுவான்.”

“அதான் எனக்கு ரொம்பப் பயமா இருக்குது!” அம்மா கதவுக்குப் பின்னாலிருந்து தலையை வெளியே நீட்டினாள்.

“எல்லாம் வளர்க்கறதுலதான் இருக்குது.”

“நான் என்ன பண்ணுவேன்? என்னால முடிஞ்சவரைக்கும் அடிச்சி உதைச்சித்தான் பாக்கறேன். அது எங்க அடங்குது? செத்த நான் அசந்தா ஏமாத்திட்டுப் போயிடுது.”

“பாப்பா, ஏங்கிட்ட மூணுமாசம் அவன விடுறாங்களான்னு கேளு. நான் சரிப்படுத்திடுறேன்.”

“விடுறது என்ன, இன்னம நீங்கதானே அவனுக்கு எல்லாம்.”

“அம்மா சரியாத்தாங்க சொல்லுறாங்க. இன்னம நம்பதானேங்க இந்தக் குடும்பத்தை எடுத்து முன்னுக்குக் கொண்டாரணும்.”

கோவிந்தன் பீடியை ஒரு இழுப்பு இழுத்துப் புகையை ஊதி விட்டு, “முதல்ல, கொலைகார ராமு ஒர்க்ஷாப்புக்குப் போறதுல இருந்து அவனை நிறுத்தணும். அங்க போறவரைக்கும் அவன் உருப்படமாட்டான் –” என்றான்.

“ராத்திரி ராத்திரியெல்லாம் அங்கதான் போயிடுறான்.”

“அதான். அதுக்குத்தான் சொல்லுறேன். ராமுகிட்டப் போறத நிறுத்திட்டா தன்னால நம்ப வழிக்கு வந்துடுவான்.”

“சரி பாப்பா, நிறுத்திடுவோம்.”

“என்னங்க, அதுதான் அம்மா சரிங்கறாங்களே.”

"இப்ப அவன் எங்க?"

"அங்கதான் போயிருக்கான்."

"இன்னும் சாப்பிடக்கூட வர்ல இல்ல.. அதான் வாச்சப் பார்த்தேன். ஓட்டல்ல உட்கார்ந்து அவனும் இன்னொருத்தனும் தின்னுக்கிட்டு இருக்காங்க."

அம்மா தலையசைத்தாள்.

"அவன ரொம்ப வாட்டி ஓட்டல்ல பார்த்திருக்கேன். இந்த வயசில ஓட்டல்ல தின்னு ருசி கண்டவன் பின்னால ஊர்ப் பொறுக்கியாத்தான் போவான்."

"நீங்க இப்படியே சாபம் கொடுத்துக்கிட்டு இருங்க. போதும்–"

"நாளைக்கு ஏங்கிட்ட வரச்சொல்லு. தங்கப்பன் சாராயக் கடையிலப் போட்டு ஒரு வழிக்குக் கொண்டாந்துடுறேன்."

"அவன் வந்தவுடனே அனுப்பிவை அம்மா."

"எப்படியாவது அவன் உருப்பட்டா சரிதான்."

"நம்பகிட்ட வந்தா எப்படி அவன் சரியில்லாமப் போயிடுவான்? அப்புறம் ரெண்டு மாசத்துல பாருங்க. தட்டி நிமிர்த்தி ஒழுங்குபடுத்திட மாட்டேன்!"

பாப்பா தரையில் கையூன்றி எழுந்தாள்.

"நம்ப வூட்டுக்குப் போகணுங்க."

"உனக்குத்தான் மறந்து போயிடுச்சி. ஒருதரியா உட்கார்ந்துட்ட!"

"சொல்லுவீங்க… சொல்லுவீங்க…" என்று ஒரு அடி எடுத்து வைத்த பாப்பா திரும்பி, "அப்ப, நாங்க வர்றோம் அம்மா. காலையில அவன அனுப்பி வை. சொன்னா கேட்கலயின்னு விட்டுடாதே."

"– ரெண்டு கொடுத்தாவது அனுப்பி வைக்கறேன்."

"ஆமாம்."

"பாத்துப் போ… பூச்சி பொட்டுக் கிடக்கும்."

பாப்பா திரும்பி ஒரு சிரிப்புச் சிரித்து விட்டு நடந்தாள். அம்மா உடம்பை இழுத்துப் போர்த்திக்கொண்டு வாசல் வரையிலும் சென்றாள். சாலைக்கு வந்ததும் கோவிந்தன் ஒரு பீடியைக் கொளுத்திக்கொண்டான். அவர்கள் இரண்டுபேரும்

மறையும் வரையில் அம்மா அப்படியே நின்றுகொண்டிருந்தாள். பிறகு கதவைச் சாற்றித் தாழ்ப்பாள் போட்டாள்.

"இந்தப் பயலுக்கு ஒரு விடிவு காலம் வந்துடுச்சி!" என்று சொல்லிக்கொண்டே வீட்டிற்கு வந்தாள். பசி கண்ணை அடைப்பது மாதிரி இருந்தது. சோற்றுப் பானையைப் பார்த்தாள். ஒன்றும் இல்லை. இரண்டு தம்ளர் தண்ணீரை மொண்டு கடகடவென்று குடித்தாள். பிறகு விளக்கை அணைத்துவிட்டு முந்தானையைத் தரையில் விரித்துப் படுத்தாள். தன் குடும்பத்திற்கே நல்லகாலம் வந்துவிட்டது என்ற நினைப்பு வந்தது. எழுந்து சுவரோடு சாய்ந்து உட்கார்ந்துகொண்டாள்.

"இவன் போவானா?" திடீரென்று ஒரு பயம் வந்தது. "போவான்... எல்லாம் போவான்" என்று சொல்லிக் கொண்டாள். கண்களைத் தூக்கம் செருகியது. மறுபடியும் தரையில் படுத்தாள்.

30

அடுத்த நாள். பிற்பகல்.

செல்லையா வீட்டிற்குள் வந்தான். அரிசி புடைத்துக்கொண்டிருந்த அம்மா முறத்தை ஒரு பக்கமாக வைத்துவிட்டு எழுந்தாள். இவன் முன்னே வந்து, "ரெண்டு நாளா எங்க போய் இருந்த?" என்றாள்.

நிமிர்ந்து அம்மாவை ஒரு பார்வை பார்த்தான்.

"என்னடா நான் கேட்டுக்கொண்டேயிருக்கேன். நீ முறைக்கற?"

"வேலைக்குப் போயிருந்தேன்."

"எங்க வேலைக்குப் போய் இருந்த? யாரு கூடவோ சேர்ந்துக்கிட்டு ஓட்டல்ல தின்னுக்கிட்டு இருந்தியாமே?"

"யாரு சொன்னா?"

"அதெல்லாம் உனக்கு எதுக்கு? ஓட்டல்ல தின்னுக்கிட்டு இருந்தியா இல்லையா?"

"சரி."

"என்ன சரி? இன்னம நீ ஒன்னும் அந்தக் கொலைகாரன்கிட்ட வேலைக்குப் போகவேணாம்."

"எதுக்கு?"

"அங்க போனா நீ உருப்படமாட்ட."

"பின்ன எங்க போகணும்?"

"உங்க அத்தானைப் போய்ப் பார். அவுங்க சாராயக்கடையில உனக்கு ஒரு வேல வாங்கித் தராங்களாம்."

"நான் ஒன்னும் போகமாட்டேன்."

"எதுக்குப் போகமாட்ட?"

சா. கந்தசாமி

"எதுக்குன்னா? அங்க போக மாட்டேன். அவன் சொல்லுற வேலையும் செய்யமாட்டேன்."

"அப்படியா?"

"நான் என்ன சாராயம் விக்கற ஆளா?"

அம்மா இவனை விசித்திரமாகப் பார்த்தாள்.

"வேலைக்குப் போறேன்னு ராவும் பகலுமா சுத்திக்கிட்டுத் தான் இருப்பியா?"

"நான் எங்கம்மா சுத்தறேன்?"

"பேசாதே, கொன்னுடுவேன்."

இவன் தலையை அசைத்தான்.

"இங்க இருந்தா நீ ஒன்னும் சரிப்பட்டு வரமாட்ட. உங்க அத்தான் வீட்டுக்குப் போ. அப்பத்தான் சரிப்பட்டு வருவ."

"நான் ஒன்னும் அவன் வீட்டுக்குப் போகமாட்டேன்!"

"பாத்தியா. இன்னும் உனக்கு மரியாதைகூட வர்ல."

"அவன் பெரிய ஆளு. மரியாதை கொடுக்கணும்" இவன் திரும்பினான்.

"எங்கடா போற?"

"நீதான் அவன் வீட்டுக்குப் போகச் சொன்னியே."

"போற மூஞ்சி தெரியுது. குளிச்சிட்டுச் சாப்பிடு."

உள்ளே வந்து துண்டை எடுத்துக் கொண்டு கிண்ணற்றடிக்குக் குளிக்கச் சென்றான். கிணற்றைச் சுற்றி சிமிண்ட் மேடை. அப்புறம் துணி துவைக்க ஒரு கருங்கல் மேடை. தண்ணீரை மொண்டு மொண்டு தலையில் ஊற்றிக்கொண்டிருந்தான்.

தண்ணீர் மொள்ள வந்த மீனாட்சி, "தம்பி, நாளைக்குக் கொஞ்சம் தண்ணி கிணத்துல இருக்கட்டும்!" என்றாள்.

இவன் சிரித்துத் துண்டை எடுத்துத் துவட்டிக் கொண்டான். சட்டையை அலசிப் பிழிந்து வந்து கொடியில் போட்டான். கம்பிக் கொடியில் நிறையத் துணிகள் காய்ந்தன.

"நம்ப கொடி தனியா இருக்கே. அதுல துணியப் போடக் கூடாது?" என்றாள் அம்மா இவனைப் பார்த்து.

"இன்னம போடுறேன் அம்மா."

இரண்டு நாட்களுக்குப் பிறகு மாலைப் பொழுது. செல்லையா வீட்டிற்கு வந்தான். உள்ளே இருந்து பாப்பா பேச்சுக் குரல் கேட்டது. நின்று கவனித்தான். கோவிந்தன் குரலும் காதில் விழுந்தது. முன்னே காலடி எடுத்து வைத்தான். கதவு கொஞ்சம் போலச் சாற்றியிருந்தது. தள்ளித் திறந்துகொண்டு உள்ளே நுழைந்தான்.

"வா...வா...உன்னப் பத்திதான் பேசிக்கிட்டு இருக்கோம்!" என்றாள் பாப்பா.

இவன் பதிலொன்றும் சொல்லாமல் பாப்பாவை, கோவிந்தனை, அம்மாவை ஒரு பார்வை பார்த்துக்கொண்டான்.

"நீ இப்ப வரமாட்டேன்னு அம்மா சொல்லிக்கிட்டே இருந்தாங்க –" கோவிந்தனை இடித்துக்கொண்டு உட்கார்ந்து இருந்த பாப்பா எழுந்தாள்.

கோவிந்தன் பீடியைக் கொளுத்தித் தீக்குச்சியை இவனை நோக்கித் தூக்கிப் போட்டான். அது எரிந்துகொண்டே போனது.

"அம்மா சொன்னாங்களாமே, நீ ஏன்டா வீட்டுக்கு வர்ல?" என்றாள் பாப்பா.

இவன் பார்வை கோவிந்தன் மேலே சென்றது. அவன் புகையை ஊதினான். அது அம்மாப் பக்கம் சென்றது. அம்மா முந்தானையை எடுத்து உதறினாள். ஒவ்வொரு அடியாக எடுத்து வைத்து இவன் முன்னே சென்றான்.

"வீட்டுக்குள்ள பீடி குடிக்கறது கெட்ட பழக்கம்!" என்று கோவிந்தன் வாயில் இருந்த பீடியைப் பிடுங்கி வெளியே கொண்டு வந்து போட்டான்.

கோவிந்தன் துள்ளியெழுந்தான்.

"அடெ, எனக்கா புத்தி சொல்ல வந்துட்ட?"

இவன் கையைப் பிடித்து முன்னே இழுத்து நிறுத்தினான்.

"இப்படித்தான் பெரியவங்க சின்னவங்கயின்னு மரியாதை இல்லாமப் பேசுறான்."

"நீங்க அப்படி வளர்த்துட்டீங்க. அதுனாலதான் பேசுறான். இன்னம அப்படிப் பேசுவானா? எந்த வாய் பேசுதுன்னு பார்க்கறேன்?"

"நீங்க இப்படி விடுங்க –" பாப்பா இவனைத் தன்பக்கம் இழுத்துக்கொண்டாள்.

சா. கந்தசாமி

"அம்மா உன்ன அன்னக்கிப் போகச் சொன்னாங்களாமே, நீ ஏன் வர்ல?"

"வர்ல."

"அதான் ஏன் வர்லென்னு கேட்கறேன்."

"உன் வீட்டுக்கு நான் ஏன் வர்ணும்?"

"என்னாடா... என்ன பேசுற?"

"நீ போ–" கோவிந்தன் பாப்பாவைப் பிடித்திழுத்துப் பின்னால் தள்ளிவிட்டு, "என்ன சொன்ன?" என்றான்.

"இப்படித்தான் எதுத்துயெதுத்துப் பேசறான்!" என்றாள் அம்மா.

"இப்பப் பேசுறத பார்த்துடுவோம்... என்ன, என்ன சொன்ன? உன் வீட்டுக்கு ஏன் வர்ணுமென்னா கேட்ட... அவ்வளவு கொளுப்பு இல்ல உனக்கு?"

"எனக்கொன்னும் கொளுப்பு இல்ல."

"– பின்ன."

"நீதான் இங்க வந்து குந்திக்கிட்டு ஓட்ட அதிகாரம் பண்ணுற."

"ராஸ்கேல்... என்னடா சொன்ன" பளீரென்று கன்னத்தில் அறைந்தான். அறைந்த வேகத்தில் இவன் கையைப்பிடித்து முறுக்கிப் புட்டத்தில் உதைத்துத் தள்ளினான். வெளியில் போய் விழுந்தான்.

"அடிக்காதீங்க." அம்மா வெளியில் ஓடிவந்தாள்.

"ஆரம்பத்திலேயே கட்டுப்பாடா வளர்த்து இருக்கணும். அதெ விட்டுட்டீங்க. அதான் கொளுத்துப் போய் இருக்குது." இடுப்பில் போட்டிருந்த பெல்ட்டைக் கழட்டினான்.

"நீங்க பெல்ட்ட போடுங்க–" பாப்பா ஓடி வந்து கோவிந்தனைக் கட்டிப்பிடித்துக்கொண்டாள்.

"முளச்சி மூணு இல கிளம்புல. அதுக்குள்ள என்னா பேச்சுப் பேசு–" அவளைப் பிடித்துத் தள்ளிவிட்டுக் கோவிந்தன் வெளியே வந்தான்.

மீனாட்சியால் பார்த்துக்கொண்டு நிற்கமுடியவில்லை. ஓடிவந்து இவனைத் தூக்கி நிறுத்தினாள். தலையைத் தடவிக் கொடுத்தாள்.

"ஒரு சின்னப்புள்ளயப் போட்டுக் கொல்றீங்களே! நீங்கயெல்லாம் என்ன மனுஷ ஜாதியா?" என்றாள்.

"நீ யாரு?" பாப்பா முன்னே சென்றாள்.

"இப்படித்தான் பாப்பா, வந்ததுலே இருந்து இவனுக்குப் பரிஞ்சிபரிஞ்சிக்கிட்டுச் சண்டைக்கு வர்றா. அன்னக்கி என்ன ராட்சசியின்னா –"

இவன் மீனாட்சியின் அணைப்பிலிருந்து வெளியே வந்தான்.

"போகாதடா. உன்ன அடிச்சிக் கொன்னுடுவாங்க!" என்று மீனாட்சி இவன் பின்னாலேயே வந்தாள்.

இவன் கோவிந்தனுக்கு முன்னேவந்து நின்றான். தலை மேலே உயர்ந்தது.

"இப்ப நீ என்ன பண்ணப் போற?"

"போடா–" கோவிந்தன் எட்டி ஓர் உதை விட்டான்.

இவன் நிலைகுலைந்து கீழே விழுந்தான். விழுந்த வேகத்தில் எழுந்து ஓட ஆரம்பித்தான்.

"அவன் ஓடுறான்!" என்றாள் அம்மா.

"சாராயக்கடையில போட்டு ரெண்டு மாசத்துல சரிப்படுத்திடுறேன்."

"இருந்தாலும் நீங்க ரொம்ப மோசம். இப்படியாப் போட்டு அடிப்பாங்க."

"ஏங்கிட்ட எதுத்துக்கிட்டு வர்றான்."

"அவனுக்கு என்ன தெரியும்."

"இன்னம தெரியும் பார்."

அம்மா வாசல் பக்கம் சென்றாள்.

"எங்க போறாங்க? கூப்பிடு அம்மாவ."

"அம்மா, நீ இங்க வா."

"அவன் போறான் –"

"அவன் எங்க போவான்? ராத்திரி ஒரு சுத்து சுத்திட்டு சினிமாப் பார்த்துட்டு ஓட்டல்ல தின்னுட்டு வருவான்... நீ இரு. இப்பவே அவனப் புடிச்சுக்கிட்டு வர்றேன்–" கோவிந்தன் லுங்கியை மடித்துக் கட்டிக்கொண்டு முன்னே சென்றான்.

சா. கந்தசாமி

"வழியில புடுச்சிக்கிடுச்சி அடிக்காதீங்க."

கோவிந்தன் தலையை அசைத்துக்கொண்டு சென்றான். வாசலில் பேச்சின்றி நின்ற மீனாட்சி உள்ளே திரும்பிப் போய் உட்கார்ந்தாள்.

செல்லையா கையைக் கட்டிக்கொண்டு நடந்தான். சாலை ஆற்றின் கரை ஏறியது. காவேரிக்கரையில் நடந்தான். ரயில் பாதை வந்தது. நின்று இரண்டு பக்கமும் பார்த்தான். கை காட்டி இறங்கி இருந்தது. இந்த நேரத்தில் மேற்கே போகும் ரயில் வரும். இவன் திரும்பி நடந்தான். ஸ்டேஷனில் ரயில் வந்து நின்றது. முன்னால் இருந்து பின்னால் நடந்தான், ரயில் ஊதிக்கொண்டு புறப்பட ஆரம்பித்தது. தயங்கி இவன் ஒரு படியில் காலடியெடுத்து வைத்தான். கை உள்ளே நீண்டது. யாரோ தெரியவில்லை. நீண்ட கரத்தைப் பற்றி உள்ளே இழுத்துவிட்டான்.

ரயில் பெட்டிக்குள் சென்றதும் சுற்றுமுற்றும் பார்த்தான். பெஞ்சு நிறைய ஆட்கள் உட்கார்ந்திருந்தார்கள். நகர்ந்து நகர்ந்து கக்கூஸ் பக்கம் சென்றான். ரயில் வள்ளியூர் கேட்டைத் தாண்டியது. ஜன்னலுக்கு வெளியே தெரியும் மரங்களையும் கோயில் கோபுரத்தையும் பார்த்துக்கொண்டே வந்தான்.

அடுத்த ஸ்டேஷனில் ரயில் நின்றது. அவசரம் அவசரமாகக் கீழே இறங்கினான். பின்னாலேயே நடந்துசென்றான். சிறிது நேரத்திற்கெல்லாம் சாலை வந்தது. வள்ளியூரை நோக்கிச் சென்றான்.

இரவு பதினோரு மணிக்கு இவன் திரும்பி வந்தான். அம்மா வாசலில் நின்றுகொண்டிருந்தாள்.

"அம்மா."

"ரயில்ல போனியாமே. என்னை விட்டுட்டுப் போயிடாதடா!" என்று இவனைக் கட்டிப்பிடித்துக்கொண்டு அழுதாள்.

நிலவில் அம்மாவின் கண்களில் இருந்து கண்ணீர் பெருகுவது தெரிந்தது. இவன் நிமிர்ந்து அம்மா முகத்தைப் பார்த்தான்.

"நீ ஒன்னும் அவன் வீட்டுக்குப் போகவேணாம்!" என்று சொல்லியபடி இவன் கையைப் பிடித்து வீட்டிற்குள் அழைத்துக் கொண்டு வந்தாள். இவன் பெஞ்சில் உட்கார்ந்தான்.

"நிஜமாதான் சொல்லுறேன். நீ ஒன்னும் அவன் வீட்டுக்குப் போகவேணாம். கண்ணுக்கு முன்னால பிள்ளைய இப்படி அடிக்கறவன் பின்னால என்னதா பண்ணமாட்டான்?"

சூரிய வம்சம்

அம்மா தட்டையெடுத்து வைத்துச் சாப்பாட்டைப் போட்டாள்.

"வா, சாப்பிடு."

இவன் எழுந்து கையலம்பிக்கொண்டு வந்தமர்ந்தான். இரண்டு பிடி சாப்பிட்டதும், "அம்மா, நீ –" என்றான்.

"தம்பி, என்ன விட்டுட்டுப் போயிடாதடா!" அம்மா தரையில் உருண்டு அழ ஆரம்பித்தாள். கையை உதறியபடி எழுந்து வந்தான். கையைப் பிடித்துத் தூக்கி உட்கார வைத்தான். அம்மா கண்ணீரைத் துடைத்துக்கொண்டாள்.

"இன்னம நீ ஒன்னும் அவன் வீட்டுக்குப் போகவேண்டாம்."

"சரி அம்மா."

"நீ சாப்பிடு –" இவன் உட்கார்ந்து சாப்பிட ஆரம்பித்தான். அம்மா இவனையே பார்த்துக்கொண்டிருந்தாள்.

31

ஒரு நாள்.

இவன் கிளச்சை வைத்துக்கொண்டு உட்கார்ந்திருந்தான். வேகமாக வந்து ராமு இறங்கினார். சாதாரணமாக அவர் சைக்கிளில் வேகமாக வரக்கூடிய ஆள் இல்லை. எப்போதும் நிதானம். சைக்கிள் ஒரே மாதிரியாகத்தான் போகும். சைக்கிளை நிறுத்திவிட்டு இவன் பக்கத்தில் வந்தார். எழுந்து நின்றான்.

"வேம்பு எங்க?"

"இப்பதான் கடைக்குப் போனாங்க."

"கிளச்ச மட்டுந்தான மாட்டணும். அதெ விட்டுடு... அவன் பார்த்துக் கொள்ளுவான். நீ வீட்டுக்குப்போய்ப் பத்துநாளைக்கு இருக்கற மாதிரி துணியெல்லாம் எடுத்துக்கிட்டு அம்மா கிட்ட சொல்லிட்டுச் சீக்கிரமா வா... நம்ம ரெண்டு பேரும் பட்டணம் போறோம்."

"சரிங்க,"

"ராத்திரி வண்டிக்குப் போறோம்." தலையசைத்தான்.

"உங்க அம்மா ஒன்னும் சொல்ல மாட்டாங்களே."

"அதெல்லாம் ஒன்னும் சொல்லமாட்டாங்க."

"அப்ப நீ போ."

"கிளச்ச மாட்டிட்டுப் போறேங்க."

"எதுக்கு? வேம்பு இல்ல?"

"எல்லாம் ஆகிடுச்சி. மாட்டற வேலதாங்க."

ராமு இவனை ஒருமுறை நிமிர்ந்து பார்த்தார். அப்புறம் பார்வை கிளச் பக்கம் சென்றது.

"சரி, சீக்கிரம் முடி."

அவர் திரும்பிப் போனார். சிறிது நேரங் கழித்து வெற்றிலையைக் குதப்பியபடி வேம்பு வந்தான். வெற்றிலை எச்சிலை ஒரு பக்கமாகத் துப்பினான். இருந்தாலும் பேசமுடிய வில்லை. உருண்டையாக வாயில் புகையிலை அடங்கிக் கொண்டிருந்தது.

இவன் லாரி மேலிருந்து கீழே குதித்தான்.

வேம்பு இன்னொரு முறை எச்சிலைத் துப்பிவிட்டு, "என்ன பண்ணுற? கிளச்ச மாட்டிடலாம் வா!" என்றான்.

"மாட்டியாச்சு,"

"மாட்டியாச்சா... அவ்வளவு சீக்கிரமாவா?"

"ஆமாம்."

"அதான் நான் வரேன்னுட்டுப் போனேனே..."

"சாயந்தரம் நான் ஊருக்குப் போறேன்."

"ஊருக்கா யாரோட?"

"முதலாளியோட... சாயந்தரம் போறோம்."

"நேத்திவரைக்கும் என்னயில்ல அனுப்புறதாச் சொல்லிக் கிட்டு இருந்தார்."

இவன் ஸ்பேனரையெல்லாம் எடுத்துப் பெட்டியில் போட்டு மூடினான். ராமு கூப்பிடும் குரல் கேட்டது. வேகமாக முன்னே சென்றான். ஐம்பது ரூபாய் நோட்டை எடுத்துக்கொடுத்தார்.

"இதெ உங்க அம்மாகிட்டக் கொடு... செலவுக்கு வச்சிக்கச் சொல்லு. அப்புறமா ஊரில போய்ப் பணம் அனுப்புறதா சொல்லு."

"சரிங்க."

"அப்ப நீ புறப்படு."

இவன் கையை வீசிக்கொண்டு வீட்டிற்கு வந்தான். அம்மாவும் மீனாட்சியும் பேசிக்கொண்டிருந்தார்கள். மூன்று

மாதத்திற்குள் மீனாட்சி அம்மாவின் சிநேகிதியாகிவிட்டாள். அந்தச் சிநேகிதம் அம்மாவின் சுபாவத்தில்கூடச் சிறிதளவு மாற்றத்தை உண்டு பண்ணியிருந்தது. இருந்தாலும் அம்மா ராட்சசி என்று மீனாட்சி சொன்னதை மறக்கவில்லை. மறக்க நினைத்தாலும் மனத்திற்குள் அடிக்கடி வந்துகொண்டே இருந்தது. பேச்சுவாக்கில் அம்மா அதைக் குறிப்பிடுவாள்.

"என்னக்கா, எப்போதோ சொன்னதை விடாம நெனச்சிக் கிட்டு இருக்க!" என்பாள் மீனாட்சி.

"ஆனா அது ரொம்ப நல்லாத்தான் இருக்குது."

"பாக்கப் போனா ராட்சசி நான்தான் அக்கா."

"அது உனக்குப் பொருந்தாது மீனாட்சி."

"அப்படியா அக்கா. தம்பி வரட்டும், நான் கேட்கறேன்."

"அவன் எங்க இப்ப வரப்போறான்?" என்று அம்மா சொல்லிக் கொண்டிருக்கும்போதே கதவு தட்டித் திறக்கப்பட்டது. அவள் திரும்பிப் பார்த்தாள்.

"வா... வா... உன்னப் பத்தித்தான் பேசிக்கிட்டு இருக்கோம். நீயே வந்துட்ட."

"அம்மா, நான் சாயந்தரம் பட்டணம் போறேன்."

"அது என்னாடா கூத்து?"

"ஆமாம் அம்மா, நானும் எங்க முதலாளியும் போறோம். நம்ப புன்னைவனம் ஐயர் கம்பெனியில நிறைய லாரியெல்லாம் இருக்குதாம். அதுல கொஞ்சம் வேல இருக்குதாம். அதுக்காகப் போறோம் அம்மா."

"எத்தனை நாளுடா?" என்று கேட்டாள் மீனாட்சி.

"பத்து - பதினஞ்சி நாளுன்னு சொல்லுறாங்க அக்கா. கொஞ்சம் முன்னப்பின்ன ஆகும் –" இவன் பணத்தை எடுத்து நீட்டினான். அம்மா வாங்கிக்கொண்டாள்.

"போனதும் அப்புறம் வேற பணம் அனுப்பறேன் அம்மா."

"அதுக்கென்னாடா!"

"கொடியில காயற சட்டையை எடுத்துக்கிட்டு வா அம்மா –" இவன் பார்வை சுற்றுமுற்றும் சென்றது. துணி எடுத்துக்கொண்டு போகச் சரியான பெட்டி ஒன்றும் கண்ணில் படவில்லை. வர்ணம்

போன பெட்டி மீது இரண்டு சாக்குகள் கிடந்தன. பார்வை உயர்ந்தது. ஆணியில் எலி கடித்த பை ஒன்று தொங்கியது. அம்மா காய்ந்த துணியைக் கையில் சுருட்டியெடுத்துக் கொண்டு வந்தாள். அவற்றை வாங்கி உதறி மடித்தான்.

"செல்லா! எல்லாத்தையும் எதுல எடுத்துக்கிட்டுப் போகப்போற?"

"அதான் அக்கா பாக்கறேன்."

"இரு, வர்றேன்" மீனாட்சி தன் வீட்டிற்குப் போனாள். போன வேகத்தில் ஒரு பையை எடுத்துக்கொண்டு திரும்பிவந்தாள். போன மாசம் அவள் புருஷன் சிதம்பரம் போனபோது வாங்கிக் கொண்டு வந்தது.

"இது போதுமான்னு பாரு. இல்லன்னா வேற பொட்டி இருக்கு."

மீனாட்சி கொடுத்த பையை ஒரு முறை திருப்பிப் பார்த்தான். போதுமானதாக இருந்தது.

"இது போதும் அக்கா."

அவள் அம்மா கையிலிருந்து துணியை வாங்கி மடித்தாள். இரண்டு மேல்சட்டை. இரண்டு கால்சட்டை. ஒரு நாலு முழ வேட்டி. இரண்டு ஜட்டி. மூனு பனியன். அதில் இரண்டு பனியன் கொஞ்சம் கிழிந்து இருந்தது. ரொம்பக் கிழிந்திருந்த பனியனை எடுத்துத் தனியாகவைத்தாள் மீனாட்சி.

இவன் எழுந்துபோய் அம்மா பெட்டியிலிருந்து ஒரு பழைய புத்தகத்தை எடுத்துக்கொண்டு வந்தான். மீனாட்சி வாங்கிப் பார்த்தாள்.

"உள்ள சர்ட்டிபிகெட் இருக்குது அக்கா!"

"அதெல்லாம் எதுக்குடா?"

"புதுசா ஒரு இடத்துக்குப் போறோம், இல்லியா அக்கா!"

அவள் தலையசைத்து அதை ஏற்றுக்கொண்டாள். பையில் வைத்த துணியையெல்லாம் வெளியில் எடுத்து விட்டுப் புத்தகத்தை உள்ளேவைத்துப் பிறகு துணியை மேலே வைத்தாள். அவள் செய்கிற காரியத்தையெல்லாம் அம்மா பார்த்துக்கொண்டே இருந்தாள்.

"வேற என்ன வைக்கணும்?" மீனாட்சி எழுந்தாள். பையைத் தூக்கிப்பார்த்துவிட்டு ஒரு பக்கமாக வைத்தாள்.

சா. கந்தசாமி

"அவ்வளவுதான் அக்கா."

"இன்னக்கித் தம்பிக்கு நம்ப வீட்டுலதான் விருந்து!"

"வையேன். நானா வேணாங்கறேன்?"

"இரு...மீனு வறுத்திட்டுக் கூப்பிடுறேன்." மீனாட்சி வேகமாகத் தன் வீட்டிற்குச் சென்றாள்.

அம்மா இவன் பக்கமாக வந்தாள். சிறிது தயங்கினாள். அப்புறம், "பாப்பாவுக்குச் சொல்லவேணாம்?" என்றாள்.

கோவிந்தனுக்கு இவன்மேல் கோபம். இவனை அனுப்பவில்லையென்று அம்மா மேல் கோபம். அதனால் அவன் வருவதில்லை. அதோடு பாப்பாவையும் போகக்கூடாது என்று நிறுத்திவிட்டான்.

"நான் லட்டர் போடுறேன் அம்மா!"

"அது சரியா இருக்குமா?"

மீனாட்சி சாப்பிடக் கூப்பிட்டாள். இவன் அம்மாவோடு உள்ளே சென்றான். வாழை இலையில் சோறு போட்டிருந்தாள். அம்மாவுக்கு நிஜமான விருந்து மாதிரிதான் இருந்தது. இவன் சாப்பிடுவதையே பார்த்துக்கொண்டிருந்தாள்.

ஒரு மணி நேரம் சென்றது.

உட்கார்ந்திருந்த இவன் எழுந்தான்.

"புறப்பட்டுட்டியா?" என்று கூட வே மீனாட்சியும் எழுந்தாள்.

"முதலாளி வீட்டுக்குப் போகணும் அக்கா."

பையை எடுக்கக் குனிந்தான்.

"இரு. நான் எடுத்தாரேன்" மீனாட்சி பையை எடுத்துக் கொண்டு இவனுக்குப் பின்னால் வந்தாள். கடைசியில் அம்மா.

"அம்மா, வரட்டுமா?" என்றான். அம்மாவால் தாள முடியவில்லை. பின்னால் இருந்தவள் இடித்துத் தள்ளிக் கொண்டு முன்னேபோய் இவனைக் கட்டிப்பிடித்துக்கொண்டாள்.

"உன்னப் பிரிஞ்சி எப்படிடா இருக்கப்போறேன்?" அம்மாவுக்குத் துக்கம் தொண்டையை அடைத்தது.

"அழக்கூடாது அக்கா" மீனாட்சி அம்மாவைப் பிடித்துக் கொண்டாள்.

சூரிய வம்சம்

வாசலில் ஒரு பெரிய கூட்டம். முதல்வீட்டு வாத்தியார் அவர் மூன்று பெண்கள்; அப்புறம் அடுத்த வீடு. சாலையில் சென்ற ஒரு சைக்கிள்காரன் நின்றான்.

கையை நீட்டி மீனாட்சியிடம் இருந்த பையை வாங்கித் தோளில் மாட்டிக்கொண்டான். பார்வை திரும்பியது.

"அம்மா, நான் வர்றேன்!"

"அக்கா, வர்றேன்!"

"நான் வர்றேன்."

தொண்டை அடைக்க அழுகை வருவதுபோல இருந்தது. கீழே காலடியெடுத்து வைத்தான்.

"தம்பி செல்லா" அம்மாவை மீனாட்சி பிடித்து நிறுத்தினாள். அவள் கண்களில் நீர் பெருகியது.

இவன் ஒவ்வொரு அடியாக முன்னே எடுத்துவைத்துச் சென்றுகொண்டிருந்தான்.

சா. கந்தசாமி

32

புன்னைவனம் சதாசிவம் தொழிற் சாலைக்குள் வந்தார். அவர் சாதாரணமாகத் தொழிற்சாலையைச் சுற்றிப்பார்க்கிற ஆள் இல்லை. மாதத்தில் ஒருநாள், இரண்டுநாள் நினைத்துக் கொண்டால் தன்னந்தனியாக நடந்துவருவார். கூட யாரும் வரக்கூடாது. ஆரம்பத்தில் அதை அமுல் நடத்துவது கஷ்டமாக இருந்தது. அப்புறம் சரிப்படுத்திவிட்டார்.

மாலைப்பொழுது. ஃபைல்களைப் புரட்டிக் கொண்டிருந்த சதாசிவ ஐயர் அதைக் கீழே வைத்துவிட்டு எழுந்தார். மேனேஜர், "சார்!" என்று கூடவே நடந்தார்.

"ஒன்னும் இல்ல. உங்க வேலையப் பாருங்க."

மேனேஜர் திரும்பிச்சென்று ஃபைலை எடுத்தார். அது லாரி ஃபைல். அவர் திரும்பி வந்து முதலாளி எந்தப் பக்கம் போகிறார் என்று பார்த்தார். லாரி செட் பக்கம் போவதுபோலத்தான் இருந்தது. பத்து லாரி. ராணுவ ஏலத்தில் எடுத்தது. பார்க்கவே நன்றாக இல்லை. ஆனால் அது முதலாளியின் நேரடிப் பார்வையில் இருந்தது. அதில் தனக்கொன்றும் பெரிய பொறுப்பு இல்லை என்பது மேனேஜருக்குத் திருப்தி அளித்தது. நாற்காலியில் உட்கார்ந்து ஃபைல்களைப் புரட்ட ஆரம்பித்தார். முதலாளி லாரி பார்க்கச் சென்றால் வரநேரமாகும் என்று அவருக்குப் பட்டது. இன்றைக்கும் ராத்திரி எட்டோ எட்டரையோ மணிக்குத்தான் வீடு என்று சொல்லிக்கொண்டார்.

சதாசிவ ஐயர் கையைப் பின்னால் கட்டிக் கொண்டு மெல்ல மெல்ல ஒவ்வொரு அடியாக எடுத்து வைத்து முன்னே சென்றார். இவன் தலைகுனிந்து கார்புரேட்டரைச் சரிப்படுத்திக் கொண்டிருந்தான். அதைத் திருகி உள்ளே அழுத்த

அழுத்தச் சப்தம் மட்டுப்பட்டது. சரியாகிவிட்டதுபோலத் தோன்றியது. ஸ்க்ரூ ட்ரைவரை இடதுகையில் எடுத்துக்கொண்டு கீழே குதித்தான்.

“சரியாப் போயிடுச்சா?” என்றார் சதாசிவ ஐயர்.

“ஆகிடுச்சிங்க.”

“ராமு எங்க?”

“கடைசி லாரியிலங்க.”

“உனக்கு வேலயெல்லாம் இந்த லாரியில தெரியுமா?”

“தெரியுங்க.”

“தனியா பாப்பியா?”

“ஆமாங்க.”

“ராமுவக் கூட்டியா.”

இவன் முன்னே ஓடினான். ஐயரை இரண்டு தடவை இவன் பார்த்திருக்கிறான்; ஆனால் ஒன்றும் பேசியதில்லை. கையைப் பின்னால் கட்டிக்கொண்டு வேலையைப் பார்த்துக் கொண்டே போவார். சிறிது தூரம் போனதும், கையைக்காட்டி ராமுவைக் கூப்பிடுவார். தணிந்த குரலில் இரண்டுபேரும் பேசுவார்கள். பேச்சு சிறிது நேரத்திற்கெல்லாம் முடிந்துவிடும். ராமு திரும்பி வருவார்.

“ஒன்னும் குறையில்லியேன்னு கேட்டார். உனக்கு ஏதாவது குறை இருக்கா சொல்லு –”

“எனக்கென்னங்க குறை?”

“ரெண்டுபேருக்கும் குறை ஒன்னுமில்லன்னு சொல்லி விட்டேன்.”

“சரிங்க.”

“ஐயருக்கு நம்ப வேல திருப்தி மாதிரிதான் படுது.”

இவர்கள் நேரம் ஒன்றும் வைத்துக் கொள்ளாமல் வேலையைப் பார்த்தார்கள். அதனால் பதினைந்து நாட்கள் என்று போட்ட வேலை ஒன்பதாவது நாளில் பூர்த்தியானது.

“வணக்கங்க” என்று முன்னேவந்த ராமு, “நானே உங்கள வந்து பார்க்கணுமென்னு இருந்தங்க!” என்றார்.

“எதுக்கு?”

“வேலையெல்லாம் ஆகிடுச்சி.”

"ரொம்ப சீக்கிரத்துல முடிச்சிட்ட. ரொம்பச் சந்தோஷம்."

"சந்தோஷங்க. அப்ப எப்பங்க நாங்க புறப்படறது?"

"என்ன அவசரம். இரு."

"இல்லீங்க."

"லாரி செக்ஷனுக்கு இன்சார்ஜா இரு... நல்லாச் சம்பளமும் வீடும் கொடுப்பாங்க."

ராமு சிரித்தார்.

"அதெல்லாம் நமக்குச் சரிப்பட்டு வருமுங்களா? ஊர்ல ஓர்க்ஷாப் இருக்குது. அதைப்போய்ப் பார்க்கணும். நம்பளால இருக்கமுடியாதுங்க. சாயந்தரம் வண்டி ஏறணுங்க."

"நீ இருப்பேன்னுதான் நெனச்சேன்."

"மன்னிச்சிக்கொள்ளணுங்க."

"சரி, இவன விட்டுட்டுப் போ. இந்த லாரியில இவன் தயார் ஆகி இருப்பான் இல்ல"

ராமு திரும்பி இவனைப் பார்த்தார்.

"நீ இங்க இருக்கிறியா செல்லா?"

"இருக்கறேங்க."

"பின்ன, ராமு, இவன் இருக்க ஆசைப்படுறான் . விட்டுட்டுப் போ."

ராமு யோசித்தார்.

"என்ன சொல்லு."

"ஒன்னும் இல்லீங்க. ரெண்டு வருஷமா கை மாதிரி இவனத் தயார் பண்ணினேங்க. பாருங்க, செத்தநேரத்துல வேறபக்கம் சாய்ஞ்சிட்டான்."

"சின்னப் பையன்... முன்னுக்கு வர்ணுமெல்ல."

"ஆமாங்க."

"மேனேஜர்கிட்டச் சொல்லுறேன். கணக்குயெல்லாம் செட்டில் பண்ணுவார். இவன இங்க விட்டுட்டுப் போற."

"சரிங்க."

ஐயர் போன பிறகு சாமான்களையெல்லாம் எடுத்துவைத்துக் கட்டினார்கள். எடுபிடி வேலைக்கு ஒரு பையன். பெயர்

டில்லி. வயது இருபது இருபத்தொன்று இருக்கும். இவனைவிட இரண்டு வயது பெரியவன். உயரமாக மீசை வைத்துக்கொண்டு இருந்தான்.

டில்லி டூல்ஸ் பெட்டியைத் தூக்கிக்கொண்டு வந்தான். அவன்தான் இரண்டு பேருக்கும் தங்க ஓட்டலெல்லாம் ஏற்பாடு பண்ணிக் கொடுத்தான். நல்ல பையன் மாதிரிதான் ராமுவுக்குப் பட்டான். வேலை நேரம் போக – அறைக்குக் கூட இரண்டொரு நாட்கள் வந்தான். ஒருநாள் இவனை அழைத்துக் கொண்டு போய்ப் பட்டணமெல்லாம் சுற்றிக் காட்டினான்.

''டில்லி, உனக்குத் தெரியுமா? செல்லா இங்கதான் இருக்கப் போறான்."

அவன் இவன் பக்கம் திரும்பினான்.

"அப்படியா, ரொம்பச் சந்தோஷம் சார். நீங்க..?"

"நான் இன்னக்கிப் போறேன்."

"ஏன் சார், நீங்களும் இருக்கறது சார்."

"சொந்த ஓர்க்ஷாப் இருக்குது. அதெ விட்டுட்டு இருக்க முடியுமா?"

"ஆமாம் சார்."

"இவன விட்டுட்டுப்போறேன். பத்தரமாப் பார்த்துக்க."

"நான் அதெல்லாம் பாத்துக்கறேன் சார்."

"ஒருத்தன் புதுசாக் கல்யாணம் பண்ணிக்கிட்டுப் பொண்டாட்டியக்கூட்டிக்கிட்டு கூத்துப்பாக்கப் பட்டணத்துக்குப் போனானாம். கூத்து முடிஞ்சு புறப்படற அப்பப் பார்த்தா புதுப்பொண்டாட்டி கூத்துக்காரன்கூடப் போயிட்டாளாம். இவன் மட்டும் தனியா ஊருக்குத் திரும்பிவந்தானாம். அப்படித்தான் நம்ப கதை இப்ப இருக்குது –" ராமு சொல்லிக்கொண்டே முன்னே சென்றார்.

இவர்கள் இரண்டு பேரும் கைகோத்துக்கொண்டு தலை குனிந்தபடியே பின்னால் நடந்துசென்றார்கள்.

33

ராமு கட்டிலில் உட்கார்ந்து கணக்குப் போட்டுப் பார்த்தார். பணம் நோட்டாக டைரியில் இருந்தது. இவன் பேப்பரைப் புரட்டிக் கொண்டிருந்தான். டில்லி ஓட்டல் கணக்கைத் தீர்த்துவிட்டு உள்ளேவந்தான்.

"செல்லா, இங்க வா."

இவன் எழுந்து முன்னேபோய் நின்றான். புதுப்புது நோட்டாக மூன்று நோட்டை எடுத்து முன்னே நீட்டினார். ஒரு கணம் தயங்கி அப்புறம் கைநீட்டி வாங்கிக்கொண்டான்.

"சரிதானே."

ஒரு புன்சிரிப்புச் சிரித்தான்.

"மேனேஜர்கிட்டச் சொல்லியிருக்கேன். உனக்கு நல்லாச் சம்பளம் போட்டுக்கொடுப்பாங்க. நல்ல பையனா ஒழுங்கா இருந்துக்க."

"சரிங்க."

"உங்க அம்மாவுக்கு என்ன சொல்லுற?"

இரண்டு நோட்டை எடுத்து அவரிடம் நீட்டினான். வாங்கி எண்ணிப் பார்த்தார். பையில் வைத்துக்கொண்டார்.

"நல்லா இருக்கேன்னு சொல்லுங்க. நான் லட்டர் போடுறேன்."

"அடிக்கடி லட்டர் போடு. எல்லாம் நீதான் அம்மாவுக்கு."

தலையசைத்தான்.

"முடிஞ்சா எனக்கும் லட்டர் போடு." ராமு குனிந்து பெட்டியை எடுத்தார். பரபரக்க இவன் அவர் கையிலிருந்து பெட்டியைப் பிடுங்கிக்

கொண்டு முன்னே நடந்தான். தோளில் இவன் பை தொங்கியது. படியிறங்கிக் கீழேவந்ததும் டில்லி இவன் தோளில் தொங்கிய பையை எடுத்துக்கொண்டான்.

"டில்லி, இப்ப நீ இவன உன் வீட்டுக்கு அழச்சிக்கிட்டுப் போற."

"புடிச்சா இருக்கட்டும் சார். இல்லென்னா நல்ல ரூமா பாத்து ஏற்பாடு பண்ணிடுறேன் சார்."

"ஆமாம், அதுதான் நல்லது."

இவர்கள் பக்கமாக ஒரு ஆட்டோ வந்து ஆரன் அடித்தது. ராமு கையைக் காட்டினார். ஆட்டோ பக்கத்தில் வந்து நின்றது. இவனிடம் இருந்து பெட்டியை வாங்கி உள்ளே வைத்தார். பிறகு பையில் கைவிட்டு மணிபர்ஸை வெளியேயெடுத்து ஐம்பது ரூபாயை எடுத்து இவனிடம் கொடுத்தார்.

"இல்ல. . . வேணாங்க!" பின்னால் நகர்ந்தான்.

"பிடி. உனக்குச் சம்பளம் மாசக்கடைசியில்தான். அது வரைக்கும் பணம் வேணாம்?"

கைநீட்டிப் பணத்தை வாங்கிக்கொண்டு ஆட்டோவில் ஏறி உட்கார்ந்தான். டில்லியை இவர் ஏறச் சொன்னார். அவன் உட்கார்ந்தான். கடைசியில் இவர் ஏறிக்கொண்டார்.

ரயிலில் டில்லி இடம் பிடித்தான். ஜன்னல் பக்கத்து இடம். யாரோ போட்டிருந்த துண்டைத் தூக்கிப்போட்டுவிட்டு உட்கார்ந்தான். துண்டுக்காரன் வந்தான். டில்லி முகத்தைப் பார்த்தான். ஒன்றும் பேசவில்லை. கீழே கிடந்த துண்டை எடுத்துக் கொண்டு போனான்.

பெட்டியைக் காலுக்குக் கீழே தள்ளிப்போட்டான். அவன் சுறுசுறுப்புதான் ராமுவுக்குப் பிடித்திருந்தது. நல்ல ஆளிடந்தான் இவனை விட்டுவிட்டுப் போவதாகச் சொல்லிக் கொண்டார்.

ரயில் புறப்பட மணி அடித்தது. இவன் முதலில் இறங்கினான். ஜன்னல் பக்கமாக வந்தான். அவர் இவன் கையைப் பற்றிக் கொண்டார். பேச ஒன்றும் தோன்றவில்லை; அப்படியே இன்னும் இன்னுமென்று பிடித்துக் கொண்டிருந்தார். வண்டி நகர ஆரம்பித்தது, பிடி விலகியது. நிமிர்ந்து பார்த்தான். ராமு உருவம் மங்கலாகத் தெரிந்தது. டில்லி ரயிலிலிருந்து கீழே குதித்து இவன் தோளில் ஒரு தட்டுத்தட்டினான். அப்புறம்

கையை ஆட்டினான். ஒவ்வொரு பெட்டியாக இவனைத் தாண்டிப்போயிற்று. கால்சட்டையில் கைவிட்டுக் கைக்குட்டையை எடுத்துக் கண்களைத் துடைத்துக்கொண்டான்.

அம்மா, அக்கா, மீனாட்சி என்று பலரும் மனத்தில் வந்து போனார்கள். தலையை அசைத்துக்கொண்டான்.

"போகலாம்" டில்லி முன்னே சென்றான். படியேறிக் கீழே இறங்கினார்கள். சாலையின் குறுக்காக நடந்தார்கள். பஸ் ஸ்டாண்ட் தென்பட்டது. இவன் நின்றான்.

"இல்லை. வா" என்றான். இவன் கூடவே சென்றான். ஓட்டல் வந்தது. படியேறி உள்ளே சென்றான்.

பெரிய ஓட்டல். அலங்காரமாக இருந்தது. இரண்டு பேரும் எதிரெதிராக உட்கார்ந்தார்கள். தண்ணீர் வந்தது. ஒரு கிளாஸை டில்லி கையில் எடுத்துக்கொண்டு "என்ன சாப்பிடுற?" என்றான் .

"சொல்லு."

"சிக்கன் பிரை, பரோட்டா சாப்ஸ்."

இவன் டில்லி முகத்தையே பார்த்தபடி இருந்தான்.

"என்னான்னு தெரியுமா?"

தலையசைத்தான். தண்ணீரை எடுத்துக் குடித்தான்.

"இன்னம தெரிந்துக்குவ!" சர்வர் வெள்ளை உடையில் வந்தான். ஆர்டர் கொடுத்தான். அவன் போனதும், "ராமு உனக்குச் சொந்தமா?" என்று கேட்டான்.

"இல்ல. ஆனா அவர்கிட்டத்தான் வேல கத்துக்கிட்டேன்."

"ஆளு ஒரு மாதிரியா இல்ல."

"ஆமாம்."

"ஏன்?"

"மிலிட்டரியில இருந்தார்."

"அதான்."

"தெரியுதா?"

சர்வர் தட்டுத்தட்டாகக் கொண்டுவந்து மேசைமீது வைத்தான். மேசை முழுவதும் தட்டாக இருந்தது.

"சாப்பிடு" டில்லி தட்டைச் சுட்டிக்காட்டினான். இவன் தலைகுனிந்து சாப்பிட ஆரம்பித்தான். இந்தச் சாப்பாடு இதுவரையில் சாப்பிடாத புதுமையாக இருப்பது போல இருந்தது.

டில்லி பல் குத்திக்கொண்டே சாலைக்கு வந்தான்.

"லாட்ஜ் நாளைக்குத்தான் காலியாகுது."

"அப்படியா?"

"இன்னக்கி இங்க படுத்துக் கிடந்துட்டு, காலையில வீட்டுக்குப் போகலாம்."

"சரி."

"இப்பவே போயிடலாம், ஆனா படுக்கையெல்லாம் தேடணும்."

"இல்ல, காலையிலேயே போகலாம்."

சிகரெட் ஒன்றை எடுத்து வாயில் வைத்துக்கொண்டு இவனிடம் சிகரெட் பெட்டியை நீட்டினான்.

"வேண்டாம். குடிக்கறது இல்ல."

டில்லி சிகரெட்டைக் கொளுத்திப் புகையை ஊதிக் கொண்டே நடந்தான்.

பஸ் ஸ்டாண்ட் வந்தது. ஒரு பஸ் நின்றுகொண்டிருந்தது. டில்லி சிகரெட்டைக் கீழே போட்டுவிட்டு உள்ளே ஏறினான். புறப்பட்ட வண்டியில் இவன் தாவி ஏறிக்கொண்டான்.

"பரவாயில்ல. ஏறத்தெரியுது!" என்றான் டில்லி. கூட்டம் இல்லை. இவன் முன்னால் போய் உட்கார்ந்துகொண்டான். இடம் காலியாக இருந்தது. தலையசைத்து அவனைக் கூப்பிட்டான், அவன் வரவில்லை. நின்றுகொண்டே வந்தான். அப்புறம் இவனுக்குக் கைகாட்டிவிட்டு இறங்கினான்.

ஓட்டல். மாடியில் அறை. இவன் முன்னால் சென்றான். பின்னால் வந்து டில்லி கதவைத் திறந்தான். பக்கத்து அறையில் இருந்தவன் கதவைத் திறந்துகொண்டு எட்டிப் பார்த்தான். உள்ளே போனதும் கதவைச்சாற்றி இவன் தாழ்ப்பாள் போட்டான்.

சா. கந்தசாமி

34

செல்லையா எழுந்து குளித்துவிட்டு வேறு சட்டை போட்டுக்கொண்டு உட்கார்ந்திருந்தான். டில்லி இன்னும் எழுந்திருக்கவில்லை. கட்டிலில் கவிழ்ந்து படுத்துக்கிடந்தான். மேலே சட்டை இல்லை. நீல பேண்ட் அவன் உடம்போடு ஒன்றிப் போய் இருந்தது.

கீழேபோய்க் காபி சாப்பிட்டுவிட்டு, வாசல் கடையில் பேப்பரெல்லாம் சற்று நேரம் பார்த்தான். மணி ஏழு அடித்தது. திரும்பி அறைக்கு வந்தான். டில்லி எழுந்து உட்கார்ந்திருந்தான்.

"முன்னாடியே எழுந்திரிச்சிட்டியா?"

"ஆமாம்."

"நான் ஏழுக்கு அப்புறந்தான்... சட்டையில சிகரெட் இருக்கு. எடு."

இவன் சிகரெட்டை எடுத்து அவனிடம் நீட்டினான். அதை வாயில் வைத்துக்கொண்டு தீப்பெட்டிக்குச் சைகை காட்டினான். மறுபடியும் அவன் சட்டையில் கைவிட்டுத் தீப்பெட்டியை எடுத்துக்கொடுத்தான். சிகரெட்டைக் கொளுத்திப் புகையை ஊதிக்கொண்டு வெளியே சென்றான்.

பதினைந்து நிமிடங்கள் கழிந்து காறி உமிழ்ந்து கொண்டே உள்ளே வந்தான்.

"புறப்படலாமா?"

"புறப்படலாம்."

"நல்லாப் பாத்துக்க, ஏதாவது சாமான் கிடக்கப்போகுது."

"ஒன்னும் இல்லை" இவன் பையைத் தோளில் மாட்டிக்கொண்டு வெளியே வந்தான்.

டில்லி கதவை இழுத்துப் பூட்டிவிட்டு மேனேஜரிடம் சாவியைக் கொடுத்தான்.

"காபி சாப்பிடலாமே." வாசலில் போய் நின்ற செல்லையா திரும்பி வந்து டில்லிக்குப் பக்கத்தில் உட்கார்ந்தான்.

இரண்டு காபி வந்தது. ஒன்றை இவன் பக்கம் தள்ளி வைத்தான். இரண்டு கரண்டிச் சர்க்கரையை அள்ளிக் காபியில் போட்டு ஆற்றிக் குடிக்க ஆரம்பித்தான். இவனுக்கு அது என்னவோ போல இருந்தது. அவனையே பார்த்தான். தம்ளரை டக்கென்று கீழேவைத்துவிட்டு அழுக்குக் கைக்குட்டையை எடுத்து வாயைத் துடைத்துக்கொண்டெழுந்தான்.

பில் வந்தது. இவன் கையில் எடுத்தான். அவன் பிடுங்கிக் கொண்டுபோய்க் கொடுத்தான்.

இரண்டுபேரும் சாலைக்கு வந்தார்கள்.

"பஸ்ஸா?"

"இல்ல, வா."

அவன் முன்னே நடந்தான். இவன் அவனைத் தொடர்ந்து சென்றான்.

பஸ், லாரி, கார், ஆட்டோ என்று வாகனங்கள் வேகமாக ஓடின. சாலையைத் தாண்டினார்கள். வளைந்துசென்ற சாலை வழியே நடந்தார்கள். வாகனங்கள் போக்குவரத்துக் குறைந்தது. பெரிய தூங்குமூஞ்சி மரம் பட்டுப்போயிருந்தது. தந்திக் கம்பத்தில் சினிமாப் போஸ்டர்கள். சுவரில் போஸ்டர்கள். பல போஸ்டர்கள் என்னவென்று தெரியவில்லை. ஆனால் அவை தமிழ்ப் போஸ்டர் இல்லை என்று மட்டும் இவன் தெரிந்து கொண்டான்.

முன்னே சென்ற டில்லி ஒரு பெரிய போஸ்டரைப் பார்த்துக் கொண்டு நின்றான். ஒரு ஆணை இன்னொருவன் மூஞ்சியில் உதைத்துத் தள்ளுகிறான்; ஒரு பெண் காலைப் பரப்பிக்கொண்டு சிரிக்கிறாள்; இன்னொருத்தி அழுகிறாள்.

"ஆ! டக்கர் படம்!" என்றான் டில்லி.

இவன் போஸ்டரை நிமிர்ந்து பார்த்தான்.

சிகரெட்டைக் கொளுத்திக்கொண்டு இவனிடம் ஒரு சிகரெட்டைக் கொடுத்தான்.

"இல்ல, வேணாம்."

சா. கந்தசாமி

"அடெ, சும்மா ஒன்னு கொளுத்து."

தயங்கினான்.

"குடிச்சிப் பாரு. ஒன்னும் பண்ணாது."

இவன் சிகரெட்டை வாங்கி வாயில் வைத்துக்கொண்டான். டில்லி கொளுத்திவிட்டுவிட்டு, "இழு... நல்லா இழு" என்று இவனைப் பார்த்துச் சொன்னான். புகையை இவன் தம் பிடித்து இழுத்தான். உள்ளே போய்ப் புகை சிக்குவது மாதிரி இருந்தது. சிகரெட்டைக் கையில் எடுத்துக் கொண்டான். இருமலும் தும்மலும் வந்தன. இரண்டுமுறை தலையை மேலே உயர்த்தித் தும்மினான். அடித்தொண்டை காறியது. தலையைச் சிலுப்பி எச்சிலைத் தரையில் உமிழ்ந்தான். இவன் செயல்கள் அனைத்தும் டில்லிக்கு ஆச்சரியமாக இருந்தது. கொஞ்சநேரம் இவனையே பார்த்துக் கொண்டிருந்தான். பிறகு மெதுவாக அடியெடுத்து வைத்து அவன் பக்கம் சென்று தோளில் கைவைத்து, "ஒன்னும் இல்ல; ரொம்ப இழுத்துட்ட. அதான். செத்த நேரத்துல சரியாப்போயிடும்!" என்றான்,

கண்களில் நீர் முட்டிக்கொண்டு வந்தது. புறங்கையால் அதைத் துடைத்தான். டில்லி சிகரெட்டை ஒரு இழுப்பு இழுத்துக் கொண்டான்.

"கஷ்டமா இருக்கா?"

தலையசைத்தான்.

"கீழ போட்டுடு."

நெருப்பு அணைந்த சிகரெட் நீளமாகக் கையில் இருந்தது. திரும்பிப்பார்த்தான். டில்லி வாயில் பாதி சிகரெட் இருந்தது. அதைக் கையில் எடுத்துக்கொண்டு, "பரவாயில்ல. போட்டுடு" என்றான்.

ஒரு தந்திக் கம்பத்தில் அழுத்திச் சிகரெட்டைத் தூக்கிப் போட்டான். முழுச் சிகரெட்டைத் தூக்கிப் போட வருத்தமாகவே இருந்தது.

"முதல்வாட்டி சிகரெட் குடிச்சப்ப எனக்குக் கஷ்டமே இல்லை. ரெண்டு சிகரெட்ட ஒன்னா அடிச்சேன்."

"அப்படியா?"

"நிஜமாதான்!" கையில் இருந்த சிகரெட்டைத் தூக்கிப் போட்டுவிட்டு இன்னொரு சிகரெட்டைப் பற்றவைத்துக் கொண்டான்.

சாலை குறுகியது. மண்ணெண்ணெய் வண்டியை ஒருவன் தள்ளிக்கொண்டு போனான். குறுக்காக ஒரு சின்ன சாக்கடை. இரண்டுபேரும் தாண்டினார்கள். கையை நீட்டிப் பையை டில்லி வாங்கிக்கொண்டான்.

"இப்பதான் முதல் தடவையா பட்டணம் வர்றியா?"

"ஆமாம்."

மரத்தடியில் ஒரு மேசை. அதன் மேல் ஒரு கேரம் போர்டு. கூட்டமாக ஏழெட்டுப்பேர் சுற்றி இருந்தார்கள். அது என்ன மரமென்று இவன் நிமிர்ந்து பார்த்தான். இவனுக்குத் தெரிய வில்லை. இலையெல்லாம் நீண்டுநீண்டு இருந்தன. இலை நிழலில் கிழிந்த பாயில் ஒரு கிழவன் படுத்துக்கிடந்தான். அவனுக்குப் பக்கத்தில் ஒருத்தி கிழங்கு, வேர்க்கடலை கூறுகட்டிவைத்துக்கொண்டு உட்கார்ந்திருந்தாள்.

சாலை குறுகி ஒற்றையடிப் பாதையாக மாறியது. இரண்டு பக்கத்திலும் வீடுகள். தகடு போட்ட வீடுகள். காகிதம் போட்ட வீடுகள், பிளாஸ்டிக் போட்ட வீடுகள், தென்னங்கீற்றுப் போட்ட வீடுகள். சின்னச் சின்ன வீடுகள். இவனுக்குக் கோழிக்கூடு மாதிரி இருந்தது. பார்த்துக்கொண்டே நடந்தான். ஒரு பெண் இவனைப் பார்த்துச் சிரித்தாள். திரும்பிப் பின்னால் பார்த்தான். கருப்பு நாய் நாக்கைத் தொங்கப்போட்டுக்கொண்டு வந்தது.

"இப்படி வா" முன்னேபோன டில்லி நின்றான். சாலை அகலமாகியது. சிமிண்ட் சாலை. ஒரு கை வண்டி நிறைய வாழைப் பழங்கள். கருத்துப்போன வாழைப்பழங்கள் – வண்டியைத் தள்ளிக் கொண்டு – கூவிக்கொண்டு போனான்.

"இப்ப நம்ப வந்தது குறுக்கு வழி. நேர்வழி இதான்" என்றான் டில்லி. சாலையில் நடந்து இன்னும் சென்றான். நடக்க நடக்கப் போய்க்கொண்டே இருந்தது. பழங்காலத்து ஓட்டுவீடுகள்; இடையில் புதிய மாடி வீடுகள்; பழைய மாடிவீடுகள். வாசலில் முருங்கை மரங்கள்.

"இதான் நம்ப வீடு!" பழங்காலத்து வீட்டிற்குள் டில்லி நுழைந்தான். பின்னாலேயே இவன் சென்றான்.

முன்னே ஒரு ஹால். அதைத் தாண்டியதும் ஒரு அறை. அறையில் ஒரு மேசை. பக்கத்தில் இரண்டு இரும்பு நாற்காலிகள். மேசைமீது டில்லி பையை வைத்துவிட்டு, "உட்கார்" என்றான்.

நாற்காலியை இழுத்துப்போட்டு உட்கார்ந்தான். நாற்காலி சப்தம் போட்டது.

மேசைக்கு முன்னால் ஒரு ஏசுநாதர் படம் மாட்டியிருந்தது.

டில்லி ஒரு சிகரெட்டைக் கொளுத்தினான்.

"டில்லி, யாரு?" என்று கேட்டுக்கொண்டே மேரி உள்ளே வந்தாள்.

"நம்ப பிரண்ட், மேல இருக்கப்போறார்!" என்றான்.

"மேலவா, சரி." மேரி திரும்பிப்போனாள்.

டில்லி சிகரெட்டை வேகம்வேகமாக இழுத்தான். இவன் பார்வை அறை முழுவதும் சென்றது. ஆனால் கண்ணில் ஒன்றும் தென்படவில்லை. ஜன்னலுக்கு அப்பால் காய்கறி வண்டி போவது தெரிந்தது. புகையைக் கையால் வீசித்தள்ளினான்.

"நம்ப மேல போகலாம் வா."

இவன் பையைத் தூக்கிக்கொண்டு எழுந்தான்.

"இல்ல, அது இங்கேயே இருக்கட்டும்" பையைப் பிடுங்கி வைத்துவிட்டு முன்னே நடந்தான்.

வாசலிலிருந்து மாடிக்குப் படி போனது. அவன் பின்னால் இவன் படி ஏறி மேலே சென்றான்.

மொட்டைமாடியில் கீற்றுக் கொட்டகை. நாலா பக்கமும் தட்டி. தட்டியில் சினிமாப் போஸ்டர்கள், கிழிந்தும் கிழியாமலும் இருந்தன. சுவரை ஒட்டினாற் போல் ஒரு கயிற்றுக் கட்டில். அதன் பக்கத்தில் ஒரு பானை. அதில் குடிக்கத் தண்ணீர். கட்டிலில் போர்வையும் தலையணையும் அப்படியே கிடந்தன. டில்லி எடுத்து உதறிப்போட்டான்.

"இனிம இதான் உன் இடம்."

"நீ."

"என்னப் பத்தி என்ன, உனக்குப் புடிச்சி இருக்கா?"

"புடிச்சி இருக்கு."

"கீழ கக்கூஸ், பாத்ரூம் எல்லாம் இருக்கு. இங்க ரொம்பப் பேர் வூட்டுல கக்கூஸ் பாத்ரூமெல்லாம் இல்ல."

இவன் சுற்றுமுற்றும் பார்த்தான். சிகரெட் துண்டு தீக்குச்சி சிதறிக்கிடந்தது. கூட்டுவதற்காக டில்லி மேரியைக் கூப்பிட்டான்.

மேரி துடைப்பத்தோடு படியேறி மேலே வந்தாள். இரண்டுபேரும் கீழே சென்றார்கள்.

"எவ்வளவு"

"என்ன?"

"வாடகை."

"அதெப்பத்தி இப்ப என்ன?"

"நீ இங்க சாப்பிடுற."

"இல்ல. இல்ல. அதெல்லாம் வேணாம். நான் ஓட்டல்ல சாப்பிட்டுக்கறேன்."

"ரெண்டு நாளைக்குச் சாப்பிடு. அப்புறம் பிடிக்கலேன்னா பார்த்துக்கொள்ளலாம்."

"எதுக்குக் கஷ்டம்!"

"சொன்னா கேட்கணும்" டில்லி சிகரெட்டை எடுத்துக் கொளுத்திக்கொண்டான்.

"டில்லி! கூட்டிட்டேன்" சொல்லிக்கொண்டே மேரி உள்ளே சென்றாள்.

"சீக்கிரம் சோறு ஆக்கு. நாங்க சினிமாவுக்குப் போறோம்!" என்று கூறிவிட்டு மீண்டும் மாடி ஏறிவந்தான். மாடி சுத்தமாக இருந்தது. தலையணையும் போர்வையும் மடித்து ஒரு பக்கத்தில் இருந்தது. இவன் கீழே உட்காரப் போனான். கட்டிலில் உட்காரச் சொன்னான். அப்புறம் இவன் பக்கம் அமர்ந்து, "சினிமாவுக்குப் போவோம்!" என்றான்.

"சினிமாவுக்கா?"

"இந்தி சினிமா நீ பார்த்து இருக்கிறியா?"

"இல்ல."

"ரொம்ப டக்கரா இருக்கும்." டில்லி சிகரெட்டை அணைத்துத் தூரத்தில் தூக்கிப்போட்டான். மேரி சாப்பாடு தயார் என்றாள். கீழே இறங்கிவந்தார்கள்.

சா. கந்தசாமி

35

சாப்பிட்டுவிட்டு இவன் திரும்பிப் பார்த்தான். டில்லி சாப்பிட்டுக்கொண்டிருந்தான். அவன் சாப்பாட்டில் எப்பொழுதும் பின்னால்தான். எனவே இவனை எழுந்து போகச்சொன்னான். இவன் எழுந்து கையைத் துடைத்தபடி சாலைக்கு வந்தான்.

நல்ல சாப்பாடு. ஆனால் கொஞ்சம் காரம். அடி நாக்கெல்லாம் எரிவதுபோல இருந்தது. அம்மா வைக்கும் குழம்போ – பாப்பா வைக்கும் குழம்போ இல்லை. அது வேறு – வித்தியாசமானது. சோற்றோடு பிசைந்து தின்ன நன்றாகத்தான் இருந்தது.

மேரிதான் சோறு போட்டாள். இவன் முகத்தைப் பார்த்துக்கொண்டு மொண்டுமொண்டு குழம்பு ஊற்றினாள். அவளுக்குப் பாப்பா வயது இருக்குமா?

ஒரு வயதோ இரண்டு வயதோ கூட இருக்கும் போல் இருந்தது. பாவாடையைக் கீழே இறக்கிக் கட்டிக்கொண்டிருந்தாள். மேலே தூக்கிய சின்ன ஜாக்கெட். குனியும்போது உள்ளேயிருக்கும் மார்பு வெளியே தெரியும். தாவணி ஒருபக்கமாக ஒதுங்கிக் கிடக்கும். வழியில் இருக்கும் தையல் கடைப் பொம்மை இவன் நினைவுக்கு அடிக்கடி வந்து கொண்டிருந்தது.

இந்தப் பதினைந்துநாட்களில் அம்மா எலிசபத்தை இவன் அதிகம் பார்த்தது இல்லை. வெளிப்பக்கம்கூட நடமாட்டம் இல்லை. கொல்லையில் உட்கார்ந்திருந்தாள். நடக்கும் போது நடை சற்றுத் தடுமாறும். கால் ஊனமோ என்று நினைத்தான். அப்புறந்தான் அது இல்லையென்று தெரிந்தது. சந்துவழியாகக் கொல்லைப்பக்கம் ஆட்கள் வந்துபோனார்கள். அல்லியூர் மணி நினைவுக்கு வந்தது. புட்டத்தைத் தடவிப் பார்த்தான். வலிப்பதுபோல இருந்தது.

செல்லையா மாடியேறி வந்து கட்டிலில் உட்கார்ந்தான். தலையணைமீது சிகரெட்டும் தீப்பெட்டியும் கிடந்தன. இவன் ஒரு சிகரெட்டை எடுத்துப் பற்றவைத்துக்கொண்டான். மெதுவாக ஒரு தம் இழுத்துப் புகையை விட்டுவிட்டு ஊதினான். வெள்ளைப் புகை பந்துபந்தாக இவனுக்கு முன்னே சென்றது.

மூன்று நாட்களுக்கு முன்னால்தான் டில்லி வேலையில் இருந்து திரும்பிவரும்போது சொன்னான். அவன் அப்பா தேவராஜுலு நாயுடு. மளிகைக்கடை வைத்துக்கொண்டிருந்தார். இவன்தான் ஒரே பையன். படித்துக்கொண்டிருந்தான். பத்தாவதுக்குப் போனபோது, அம்மா கான்சர் வந்து செத்தாள். அப்பாவுக்கு ஒன்றும் முடியவில்லை. கடையை மூடிவிட்டு வீட்டில் கொஞ்ச நாட்கள் உட்கார்ந்திருந்தார். பிறகு கடையைத் திறந்தார்.

எப்படி ஏற்பட்டதோ, தெரியவில்லை. குடிக்க ஆரம்பித்தார். சீமைச்சரக்கில் தொடங்கியது. சீக்கிரத்தில் சாராயத்திற்கு மாறியது. தினமும் குடிக்கச்சென்றார். குடிக்கக் குடிக்கச் சரக்கு திருப்தி இல்லாமல் இருந்தது. நல்ல சரக்கு எங்கே கிடைக்கும்? தேடிக்கொண்டு போனபோது எலிசபத்தைப் பார்த்தார். அவள் கொடுத்த சரக்கு நன்றாக இருந்தது. தினமும் அங்கேயே போக ஆரம்பித்தார். நாட்கள் ஆகஆக எலிசபத்தும் நன்றாக இருப்பது போலப் பட்டது. தன்னைப்பற்றி, கான்சரில் செத்த தன் மனைவியைப் பற்றி, தனக்கிருக்கும் ஒரே மகனைப் பற்றியெல்லாம் சொல்ல ஆரம்பித்தார். அவளுக்குக் கேட்கப் பரிதாபமாக இருந்தது. தலையை அசைத்துக்கொண்டே சாராயத்தை ஊற்றிக்கொடுத்தாள். குடித்துவிட்டுத் தடுமாறிப் படுத்து விட்டார். ஒன்று ஒன்றாக மாதங்கள் போய்க்கொண்டு இருந்தன.

ஒரு நாள் தேவராஜு வேகமாக வந்தார். இரண்டு நாட்களாக அவர் வரவில்லை. சமீபத்தில் அவர் அப்படி இருந்ததே இல்லை. ஒருவேளை உடம்பு சரியில்லையோ என்று நினைத்துக் கொண்டாள். கேட்க வேண்டும் என்று தீர்மானித்துக்கொண்டு ஒரு கிளாஸ் ஊற்றி அவரிடம் நீட்டினாள். அதை வாங்கிக் கீழே வைத்துவிட்டுப் பையில் கைவிட்டு மல்லிகைப் பூவை எடுத்துக் கொடுத்தார்.

“இதென்ன வேடிக்கை!” என்றாள் கையில் வாங்கிக்கொண்டு.

“தலையில வச்சிக்க.”

எலிசபத் தலையில் சூடிக்கொண்டாள்.

“என்னோட வூட்டுக்கு வந்துடு.”

"மேரி இருக்கறாளே."

"அவளையும் கூட்டிக்கிட்டுத்தான்."

"உனக்கு ஒரு பெரிய பையன் இல்ல?"

"அவன் நல்லவன். உன்ன ஒன்னும் சொல்ல மாட்டான்."

"அவன்கிட்ட சொல்லிட்டியா?"

"முதல்ல நீ வா."

எலிசபத் மேரியை அழைத்துக்கொண்டு வீட்டிற்கு வந்தாள். அது ஒரு மாலைப் பொழுது. டில்லி சினிமாவுக்குப் புறப்பட்டுக் கொண்டிருந்தான். அப்பா மெதுவாக இவன் பக்கம் வந்து தோளில் கை வைத்தார். ஒரு சிரிப்புச் சிரித்தார். அப்புறம் அவர்களைக் காட்டி, "தெரியுதா?" என்று கேட்டார்.

இவன் தலையை உயர்த்திப் பார்த்தான். சந்தோஷபுரத்தில் சாராயம் விற்கிறவள். ஒரு நாள் அவளிடம் குடித்தது நினைவுக்கு வந்தது. பார்வை அகன்று மேரி பக்கம் சென்றது. அவள் சிரித்தாள்.

"சித்தி எலிசபத். அது பொண்ணு மேரி."

"உன்னாட்டமே இருக்கானே!" என்றாள் எலிசபத்.

"இன்னம இங்கதான் இருக்கப்போறாங்க."

"சரி."

"சந்தோஷமாச் சொல்லு."

"எதுக்கு மிரட்டுற? நீ இங்க வாப்பா!" என்று முன்னே போய் அவனை அணைத்துக்கொண்டாள்.

"மேரி, அண்ணனுக்கு ஸ்தோத்ரம் சொல்லு."

அவள் இளித்துக்கொண்டு முன்னே வந்தாள்.

ஒரு பொட்டு மட்டும் வைத்துவிட்டால் எலிசபத் அம்மா மாதிரி இருப்பாளோ என்று டில்லிக்குத் தோன்றியது,

எலிசபத் வந்த பத்துநாட்களுக்குப் பிறகு கொல்லையில் வியாபாரம் தொடங்கியது. முதலில் அப்பாதான் கவனித்துக் கொண்டிருந்தார். ஆனால் அவரால் முடியவில்லை. கணக்கை விட்டுவிட்டார். நிறைய விற்றது. ஆனால் நஷ்டம் வந்தது. பார்த்தாள் எலிசபத்.

"நீ ஒன்னும் வித்துக் கிழிக்க வேணாம். குடிச்சிட்டு ஒரு பக்கம் போ!" என்று அப்பாவைத் தள்ளிவிட்டுத் தானே உட்கார்ந்தாள்,

விற்பனை சூடு பிடித்தது. காசு குவிந்தது. ஆனால் அப்பா அதிகம் குடிக்கக் குடிக்க அதிகம் முடியாமல் போனது. எலிசபத் வைத்தியம் எல்லாம் நல்லாதான் பார்த்தாள். ஆனால் முடியவில்லை. ஒன்றரை ஆண்டுகளுக்கு அப்புறம் நினைவு இல்லாமலேயே அப்பா செத்தார்.

அப்பா செத்தபோது டில்லி தொழிற்சாலையில் இருந்தான். அது அவன் வேலையில் சேர்ந்த புதிது. ரொம்பப் பேருக்கு இவனைத் தெரியவில்லை. அதனால் நேரம்கழித்து வீடு வந்து சேர்ந்தான்.

"சர்ச்சிலே முடியாதுன்னுட்டாங்க!" என்றாள் எலிசபத்.

தலையசைத்தான். இவன் சிநேகிதர்கள் வந்து கூடினார்கள். ஒருவன் வாயில் விரலைவைத்து விசில் அடித்துச் சாலையில் பாய்ந்து ஆட ஆரம்பித்தான். உள்ளே இருந்து மேரி வெளியே வந்து பார்த்தாள். இரண்டுபேர்கள் ஆடினார்கள்.

"உனக்கு அப்பா இல்ல?" என்று இவனிடம் கேட்டான் டில்லி.

"இல்ல. அம்மா இருக்காங்க."

"எனக்கு யாரும் இல்ல!" டில்லி சாக்கடையைத் தாண்டி முன்னே குதித்துச் சென்றான். யாரோ ஒருத்தன் சைக்கிளைத் தூக்கிக்கொண்டு சாக்கடையைத் தாண்டினான். அவனுக்கு டில்லி கைகொடுத்து சைக்கிளை வாங்கிவைத்தான்.

இவன் அருகில் போனான்.

"அம்மாவுக்குப் பணம் அனுப்பணும் இல்ல."

"சம்பளம் வாங்கினதும், அதான் முதல் வேல."

"அம்மாவை மறக்கக் கூடாது!" என்று சொல்லிக்கொண்டே நடந்தான் டில்லி.

மேரி மாடிப்படியேறி மேலே வந்தாள். இவன் சிகரெட்டை இழுத்துப் புகையை ஊதினான். நின்று இவனை ஒரு பார்வை பார்த்தாள். இவன் சிரித்தான்.

"நல்ல பழக்கம் கத்துக்கிட்ட."

"சும்மா ஒன்னு."

"நாளைக்குக் குடிக்கக் கத்துக்க."

சிகரெட்டை அணைத்துத் தூக்கிப்போட்டான்.

"எங்க டில்லி? இன்னும் வர்ல."

"ராணி வூட்டுல சண்டையாம். அதுக்குப் போயிட்டான். உன்ன தையக்கடைக்குக் கூட்டிக்கிட்டுப் போகச் சொன்னான்."

"தையக் கடைக்கா. எதுக்கு?"

"அரைக்கால் சட்டை அசிங்கமா இல்ல. இங்க அதெல்லாம் யாரு போடுறா?"

நிமிர்ந்து அவள் இடுப்பைப் பார்த்தான்.

"ரெண்டு பாலிஸ்டர் சர்ட், ரெண்டு பேண்ட்டுக்குச் சொல்லி இருக்கானாம்."

"பணம்."

"பணமா? எல்லாம் இன்சால்மெண்ட். மாசம் மாசம் கொஞ்சம் கொடுக்கணும்."

"கடனா?"

"கடன் மாதிரிதான்."

"கடன்னா இப்ப எதுக்கு?"

"அதெல்லாம் டில்லிய கேளு. அவன் உன்னக் கூட்டிக்கிட்டுப் போகச் சொல்லியிருக்கான். நீ இப்ப எழுந்திரி."

தயங்கியபடி எழுந்தான்.

"எவ்வளவு ஆகும்?"

"எவ்வளவு – ஐநூறு அறநூறு ஆகும்."

"அறநூறா?" ஆச்சரியத்தோடு திரும்பி மேரியைப் பார்த்தான்.

"எல்லாம் கொடுத்துடலாம்... பயப்படாம வா" மேரி படியிறங்கிச் சென்றாள்.

இவன் அவள் பின்னால் நடந்துசென்றான்.

36

செல்லையா அரைநாள் விடுமுறை. எம்ப்ளாய்மெண்ட் அலுவலகத்திற்குப் போய்ப் பெயரைப் பதிவு பண்ண வேண்டும். கூட டில்லி வருவதாகச் சொல்லியிருந்தான். ஆனால் பாதிராத்திரியில் எழுந்துபோனவன்தான். திரும்பி வரவில்லை. கையைத் திருப்பி மணி பார்த்தான். மணி ஒன்பதே முக்கால். இப்போது புறப்பட்டால்தான் சௌகரியமாக இருக்கும். டில்லி வருவானா? தலையை வெளியே நீட்டிப் பார்த்தான்.

"பேண்ட் ரொம்ப நல்லாதான் இருக்குது!" என்று சொல்லிக்கொண்டே மேரி உள்ளே வந்தாள்.

"டில்லி எங்க?"

"எதுக்கு?"

"கூட வர்ரேன்னு சொன்னான்."

"துணை இல்லாமப் போகமாட்டியா?"

"அதுக்கில்ல."

"இப்படி வா. பேண்ட் சரியா தச்சியிருக்கானா என்னு பார்க்கலாம்."

முன்னே வந்து இவளுக்கு எதிரே நின்றான்.

"நல்லாதான் இருக்கு. இன்னம பேண்ட்டே போடு."

"சரி."

"புறப்படுல?"

"டில்லி வர்லியே."

"அவன் வரமாட்டான். நீ புறப்படு."

இவன் சர்ட்டிபிகேட்டை எடுத்துக்கொண்டு நடந்தான். நடக்கையில் டில்லி ராணி வீட்டிற்குப் போய் இருப்பானா என்ற நினைப்பு வந்தது. ஆனால் தீர்மானிக்க முடியவில்லை. அவன் இருந்தால் சௌகரியமாக இருக்கும் என்று சொல்லியபடியே எம்ப்ளாய்மெண்ட் அலுவலகம் சென்றான். கூட்டமாக இருந்தது. வரிசையில் நின்று பன்னிரண்டரை மணிக்குப் பெயரைப் பதிவுசெய்துகொண்டான். ஒரு பெரிய வேலை முடிந்ததுபோல இருந்தது. சர்ட்டிபிகேட்டையெல்லாம் கொண்டுவந்தது நல்லதாகிவிட்டது என்று பட்டது. வெளியே வந்தான். பசித்தது. சாப்பிடலாமா என்று நினைத்தபோது, பஸ் வந்து நின்றது. ஓடிப்போய் ஏறினான்.

தொழிற்சாலைக்கு இவன் சென்றபோது ஒரு லாரி யுனிவர்சில் ஜாயிண்ட் உடைந்து வந்திருந்தது. ஃபோர் மேன், "காலையில ஏன் வர்ல?" என்றார். இவனைப் பார்த்ததும் பேசாமல் இருந்தான்.

"டில்லி கூடச்சேர்ந்து மட்டம்போட ஆரம்பிச்சிட்ட. சினிமாவுக்கா போன?"

"வேல வந்து இருக்கா சார்?"

"இரண்டு வண்டி நிக்குது. சீக்கிரம் பாரு."

இவன் அவசரம்அவசரமாகப் பேண்ட்டை அவிழ்த்து ஆணியில் மாட்டிவிட்டுக் காக்கிச்சட்டையை எடுத்து மாட்டிக் கொண்டான். சிரமமான வேலைதான். ஆனாலும் –

ஐந்துமணிக்கு வேலையை முடித்துவிட்டுப் பேண்ட்டை எடுத்து மாட்டிக்கொண்டு வெளியே வந்தான். இவனுக்கு டில்லியைப் பார்க்க வேண்டும்போல இருந்தது. வேகமாக நடந்தான்.

ரசாக் தோட்டத்தில் மூன்றாவது தெருவில் ஒரு பழைய கட்டடத்தில் கிளை நூல் நிலையம். மூன்று காலில் ஒரு மேசை. பழைய காலத்து நான்கு நாற்காலிகள், மேசைமீது நிறைய பேப்பர். சுற்றிலும் புத்தகங்கள். வந்த நான்கு நாட்களில் நூலகம் இவனுக்குப் பழக்கமாகிவிட்டது. பெரும்பாலும் வேலையை விட்டு வரும்போது நூலகத்திற்குள் போய்விடுவான்; பேப்பர், வார இதழ்களைக் கொஞ்சநேரம் புரட்டிப் பார்த்துவிட்டுப் படிக்கப் புத்தகம் எடுத்துக்கொண்டு வருவான். அதற்குப் பணம்கூட மேரிதான் கொடுத்தாள். நூலகத்தைப் பார்த்ததும் மனது மாறிவிட்டது.

செல்லையா டில்லியை மறந்து நூலகத்திற்குள் நுழைந்தான். கூட்டமாக இருந்தது. ஒரு ஆள் இரண்டு பேப்பரை மறைத்து வைத்துக்கொண்டு படித்தான். ஒரு இங்கிலீஷ் பேப்பர் கீழே விழுந்து கிடந்தது. குனிந்து அதை எடுத்து மேலே போட்டான். ஒரு கையிலிருந்து தமிழ்ப் பத்திரிகை கீழே உதிர்ந்தது. இவன் அதை எடுத்துப் புரட்டினான். கொஞ்சநேரத்திற்கு மேல் இப்போதெல்லாம் பேப்பரைக் கையில் வைத்துக் கொண்டிருக்க முடியவில்லை என்று இவனுக்குப் பட்டது. மறுபடியும் இங்கிலிஷ் பேப்பர் காற்றில் பறந்து கீழே விழுந்தது. அதையெடுத்துக் கண்ணை ஓட்டினான். பல சொற்கள் தெரியவில்லை. கொஞ்சநேரம் அதையே பார்த்துக் கொண்டிருந்தான். பிறகு பேப்பரை மேசைமீது வைத்து அதில் கல்லைப் பறக்காமல் வைத்தான். எழுந்து போய்ப் புத்தகங்களைப் புரட்டினான். மாறிமாறி அடுக்கடுக்காகப் போய்ப் பார்த்தான். மூன்றாவது அடுக்கில், பின்னால் இருந்து மூன்று புத்தகங்களை எடுத்தான். இரண்டு ஆங்கில அகராதி; ஒன்று தமிழ் – ஆங்கிலம். புத்தகத்தை எடுத்தே வெகுநாட்கள் ஆகி இருக்கவேண்டும்போல் இருந்தது. தூசி, ஒட்டடை. புத்தகத்தைப் புரட்டினான். இரண்டுமுறை தும்மல் வந்தது. கைக்குட்டையை எடுத்து வாயை மூடிக்கொண்டான். மறுபடியும் அவற்றைப் பழைய இடத்தில் வைத்தான். நூலகத்தின் ஜன்னல் கதவு மூடப்பட்டது. எட்டு மணிக்கு அடைப்பார்கள். ஏழே முக்கால் ஆகியிருக்கலாம் என்று திரும்பி வந்தான். பேப்பரெல்லாம் மேசைமீது கிடந்தன. காலையில் அகராதி எடுக்கும்போது படித்துக்கொள்ளலாம் என்று வீட்டை நோக்கி நடந்தான்.

மாடியில் விளக்கு எரிந்தது. டில்லி வந்திருப்பான் என்று நினைத்துக்கொண்டு மேலே ஏறிப்போனான். மேரி கட்டிலில் மல்லாக்கப் படுத்துக்கொண்டு படித்துக்கொண்டிருந்தாள். காலடிச்சப்தம் கேட்டதும், புத்தகத்தை மூடிக்கொண்டு புரண்டாள்.

“மேரியா ?” என்றான் இவன்.

“நல்லாயில்லையா ?” எழுந்து நின்றாள். ஒரு மேக்ஸி போட்டுக் கொண்டிருந்தாள்.

“நல்லா இருக்கு.”

“நிஜமாவா ?”

“பின்ன” கையை நீட்டிப் புத்தகத்தைக் கேட்டான். அவள் தயங்கினாள். அப்புறம் கொடுத்தாள். தலைப்பைப் பார்த்தான். காணோம். கிழிக்கப்பட்டது மாதிரி இருந்தது. உள்ளே புரட்டிப் பார்த்தான். இங்கே அங்கே கொஞ்சம் படித்தான். அப்புறம் திரும்ப அவளிடம் கொடுத்தான்.

"இந்தப் புத்தகம் எங்க கிடச்சது?"

"டில்லி பொட்டியில நிறைய இருக்கு."

"நல்லாப் படி."

கொஞ்சநேரம் இவனையே பார்த்துக்கொண்டிருந்தாள். அப்புறம் புத்தகத்தைச் சுருட்டிக் கையில் எடுத்துக்கொண்டு படியிறங்கிக் கீழே போனாள்.

இவன் சர்ட்டிபிகேட்டைப் பெட்டியில் வைத்துப் பூட்டினான். சாவியை மணிபர்ஸில் போட்டபடிக் கட்டிலில் அமர்ந்தான்.

பாவாடை தாவணியில் மேரி மேலே ஏறி வந்தாள். மாறுதல் இவனுக்கு விநோதமாக இருந்தது. அவளையே பார்த்துக் கொண்டிருந்தான். இதற்கு மேக்ஸியே தேவலாம்போல இருந்தது. ஆனால் கட்டிலில் சாய்ந்து படுத்தான்.

"பேண்ட்டக் கழட்டிப் போடக்கூடாதா?"

"புதுசு இல்ல!" இவன் எழுந்து பேண்டைக் கழற்றிப் போட்டுவிட்டு லுங்கியைக் கட்டிக்கொண்டு, "டில்லி எங்க... வேலைக்குக்கூட வர்ல!" என்றான் .

"வர்றான். எதுக்கு டில்லி டில்லியின்னு அலையற!" இடுப்பில் சொருகியிருந்த கடிதத்தை எடுத்துக்கொடுத்தாள்.

"எனக்கா?"

"உங்க ஊரில இருந்து."

இன்லண்ட் கவர். பிரித்து அவசரம்அவசரமாகப் படித்தான். அம்மா போட்டிருக்கும் கடிதம், முதல் கடிதம். படித்து முடித்ததும் தலையை அசைத்துக்கொண்டான்.

"என்னா?"

"அம்மாவுக்குப் பணம் வேணுமாம்."

"அனுப்பின இல்ல."

"கோயில்ல ஒரு மணி வாங்கிக் கட்டப்போறாங்களாம் நான் வேலையில சேர்ந்ததுக்கு. அதுக்கு நூறு ரூபா வேணுமாம்."

"சாமிக்குத்தான, அனுப்பு."

"போன மாசமே வட்டிக்குத்தான் வாங்கி அனுப்பி இருக்கேன். அதெ இந்த மாசம் கொடுக்கணும். பேண்ட்டுக்குக் கொடுக்கணும். அப்புறம் பழைய முதலாளிக்கு ஐம்பது பாக்கி இருக்குது. அதெ அனுப்பணும்."

“கஷ்டம் எப்பவுந்தான் இருக்கு.”

“ஆமாம்.”

“சாப்பிடுறியா?”

“டில்லி வரட்டும்.”

“அவன் ஒன்னும் வரமாட்டான்.”

மின்சார விளக்கு அணைந்தது. ஒரு நிமிஷம் கழித்துப் பிறகு மறுபடியும் வந்தது. இவன் மேரியை ஒரு பார்வை பார்த்தான்.

“நீதான அணைத்த?”

அவள் சிரித்தாள்.

“மேல துணியை எடுத்துப்போட்டுக்க.”

“எதுக்கு?”

“உதைப்பேன்.”

அவள் அவசரம் அவசரமாகத் துணியை எடுத்துப் போட்டுக்கொண்டு, “ராணி வூட்டுக்குத்தான் ஓடுவீங்க...” என்று சொல்லிப் படியிறங்கிப் போனாள்.

இவன் திரும்பிப்பார்த்தான். அவள் உருவம் படியில் மறைந்துவிட்டது. அது போன வாரத்தில் நடந்திருக்குமா? இருக்கலாம் என்றுதான் பட்டது.

இரவு சாப்பிட்டுவிட்டுச் சிகரெட் பிடித்துக்கொண்டு இரண்டு பேரும் நடந்தார்கள். போகப்போக நடை நீண்டு கொண்டே போயிற்று. நடக்கையில், “நம்ப ஒரு நல்ல இடத்துக்குப் போறோம்!” என்றான் டில்லி.

“எங்க?”

“வந்து பாரு.”

சந்தில் நுழைந்து ஒரு வீட்டில் கதவைத் தட்டினான். “ராணி” என்றான். ஒரு பெண் கதவைத் திறந்தாள். டில்லியைப் பார்த்ததும் சந்தோஷப்பட்டாள். அப்புறம், “இரண்டு நாளாக் காணோமே!” என்றாள்.

“இது நம்ப சிநேகிதம். சிநேகிதம் என்றால் சாதாரண சிநேகிதம் இல்ல. ரொம்பச் சிநேகிதம்.”

இவன் திடீரென்று அவளைக் கையெடுத்துக் கும்பிட்டான். அவளும் கும்பிட்டாள்.

"ச்சீ... ச்சீ... உட்கார்." டில்லி கட்டிலில் இவனை உட்காரச் சொல்லிவிட்டுத் தானும் உட்கார்ந்தான்.

"எங்க உன் புருஷன்?"

"நைட்டுதான்."

"அவன் எனக்காகத்தான் நைட்டுப் போறான்."

"இல்லாட்டா மட்டும் விட்டுடுவ."

"இந்தா" டில்லி பேண்ட் பையில் கைவிட்டு ஒரு இருபது ரூபாய் நோட்டை எடுத்துக்கொடுத்தான்.

"என்ன, நிறையதான் பணம் வருது."

"விஷயமாதான்."

"என்ன விஷயம்?" அவள் சிரித்தாள். அவள் பொட்டும் அலங்காரமும் சிரிப்பும் இவனுக்கு இம்சையாக இருந்தது. எழுந்து நின்றான்.

"நம்ப பிரண்ட்... செத்தச் சந்தோஷமா வச்சிக்க..."

"என்னா?"

"உள்ளக் கூட்டிக்கிட்டுப் போ. நான் வாசல்ல இருக்கேன்."

"அடி செருப்பால."

"என்னா சொல்லுற?"

"நீ என்னாடா மாமாப் பயலா?"

"என்னாடி சொன்ன?" அவள் வாயைப் பொத்தி அறைக்குள் தள்ளிக்கொண்டு போனான்.

இவனுக்குப் பயமாகப் போய்விட்டது. அவசரம் அவசரமாக வெளியே வந்தான். ஒரு நாய் இவனைப் பார்த்துக் குரைத்தது. நிற்கமுடியவில்லை. வேகமாக நடந்தான். நடக்கநடக்க மூச்சு வாங்கியது. ஒரு கடையில் சிகரெட் வாங்கிப் பற்றவைத்துக் கொண்டான். இரண்டு முறை புகையை ஊதினான். படபடப்புக் கொஞ்சம் நின்றது. திரும்பிப் பார்த்தான். நடமாட்டம் இல்லை. சிகரெட்டை ஊதிக்கொண்டே நடந்து வந்தான்.

நாளைக்கே இங்கிருந்து போய்விட வேண்டும் என்று தீர்மானித்துக்கொண்டான். படுக்கமுடியவில்லை. கட்டிலில் உட்கார்ந்து வெகுநேரம்வரையில் யோசித்துக்கொண்டே இருந்தான்.

மேரி சாப்பாட்டை மேலே தூக்கிக்கொண்டு வந்தாள். தட்டை எடுத்துவைத்தாள். சாப்பாட்டைப் போட்டாள். இவன் கையை அலம்பிவிட்டு உட்கார்ந்தான். குனிந்தபடியே சாப்பிட்டான். இவன் சாப்பிடச் சாப்பிட அவள் போட்டுக் கொண்டே இருந்தாள். சாப்பிடவே முடியாது போல இருந்தது.

நிமிர்ந்து பார்த்தான். அவள் முகத்தைத் திருப்பிக் கொண்டாள்.

"எதுக்கு அழற?"

"…"

"சாப்பிடல?"

"எல்லாம் ஆச்சு."

"ஆனது மாதிரித் தெரியல."

"ரொம்ப சந்தோஷம்."

"எதுக்கு?"

மேரி அவசரம் அவசரமாக இவன் சாப்பிட்ட தட்டை எடுத்துக்கொண்டு கீழே போனாள்.

இவன் சிகரெட்டைப் பிடித்தபடி காலடியோசை கேட்கிறதா என்று கவனித்தபடி உட்கார்ந்திருந்தான். சிகரெட் ஒன்று இரண்டாக மாறியது. சட்டையை எடுத்து மாட்டிக் கொண்டு கடைவரையில் ஒரு நடை நடந்தான். கடையை மூடிக் கொண்டிருந்தார்கள். மணி பத்து ஆகிவிட்டது போல் இருந்தது. கைக்கு ஒரு கடிகாரம் வாங்கிக்கொள்ள மேரி சொன்னதை நினைத்துக்கொண்டான். மெதுவாகத் திரும்பி வந்தான். படியேறிக் கதவை மெல்லத் தட்டினான். தாழ் போடப்படாத கதவு உடனே திறந்தது. கதவு அருகே தலை வைத்துப் படுத்திருந்த மேரி தலையை உயர்த்திப் பார்த்தாள்.

அவள் கதவைச் சாற்றினாள். இவன் ஒரு கணம் தயங்கி விட்டு மாடியேறி மேலே போனான். லைட்டைப் போட்டான். சட்டையைக் கழற்றி மாட்டிவிட்டு வாசல் பக்கம் வந்தான்.

பத்து நிமிடங்கள் கழித்து மேரி மாடியேறி மேலே வந்தாள். இவன் விளக்கை அணைத்து இரவு விளக்கைப் போட்டான். சூழல் மாறியது.

மேரி கட்டிலில் கிடந்த தலையணையை எடுத்துத் தரையில் போட்டுக்கொண்டு சுருண்டு படுத்தாள். இவன் அவள் பக்கத்தில் மண்டியிட்டு உட்கார்ந்தான்.

"கதவு தெறந்து இருக்குது."

எழுந்துபோய்த் தாழ்ப்பாள் போட்டுவிட்டு, "டில்லி" என்றான்.

"ராணிய அழைச்சிக்கிட்டுப் போய்த் தனிக்குடித்தனம் வச்சிட்டான். இன்னம இங்க வரமாட்டான்."

"எப்பயல இருந்து?"

"அதெல்லாம் உனக்கு எதுக்கு?" மேரி திரும்பிப் படுத்தாள்.

இவன் அவள் பக்கத்தில் படுத்தான்.

"இங்க படுக்காத!" என்றாள்.

இரண்டடி பின்னால் நகர்ந்து படுத்துக்கொண்டான்.

37

இவன் வேகமாக வந்துகொண்டிருந்தான். மேரி சீக்கிரமே வரச்சொல்லியிருந்தாள் – சினிமாவுக்குப் போகலாம் என்று. அவளுக்கு சினிமா பிடிக்கும். பார்த்த படத்தையே இரண்டுமுறை கூடப் பார்ப்பாள். அவள் கூடப் போய்த்தான் சினிமா பார்க்கக்கூட இவன் கற்றுக்கொண்டான்.

ஐந்துமணிக்குச் சங்கு ஊதும். அதுதான் வேலை விடுகிற நேரம். அதற்கு ஐந்து நிமிஷத்திற்கோ பத்து நிமிஷத்திற்கோ கையலம்பிவிடலாம். கையலம்பலாம் என்று சோப்பை எடுத்துக்கொண்டு புறப்பட்டபோதுதான் ஒரு லாரி பிரேக் பிடிக்கவில்லையென்று உள்ளே வந்தது.

ஃபோர்மேன் இவனைத்தான் கூப்பிட்டார். சோப்பைப் பையில் போட்டுக்கொண்டு முன்னே போனான். பிரேக்கைப் பார்க்கச் சொன்னார். வேலை முடிந்து லாரி ஓட ஆரம்பிக்கிற வரையில் அவரும் போகமாட்டார். இவன் டூல்ஸைக் கையில் எடுத்துக் கொண்டு லாரிக்குப் பக்கத்தில் வந்தான். துணைக்குச் சபாபதி. சாதாரணமாக டில்லிதான் இருப்பான். ஆனால் அவன் அடிக்கடி வேலைக்கு வருவதில்லை. நின்று நின்று போய்விடுகிறான்.

பிரேக் வேலை முடிய ஏழரைமணி போல் ஆகியது. வண்டியில் ஏறி உட்கார்ந்து ஓட்டிப் பார்த்தான். பிரேக்கைப் போட்டதும் லாரி குலுங்கி நின்றது. கீழே இறங்கினான். டிரைவர் ஏறினான். இவன் வேலையென்றால் டிரைவர்களுக்குத் திருப்தியாக இருக்கும். நம்பி வண்டியை எடுத்துக் கொண்டு போவார்கள்.

இவன் டிரைவர் பக்கம் சென்று, "ஓட்டிப் பாருங்க பிரேக் பிடிக்குதான்னு" என்றான்.

"நீ பார்த்த இல்ல."

சா. கந்தசாமி

தலையை அசைத்தான்.

"அப்ப சரிதான்."

ஃபோர்மேன் வந்து வாசலில் நின்றார். டிரைவர் அவரிடம் சொல்லிக்கொண்டு வண்டியை நகர்த்தினான். மெயின் கேட் திறக்கப்பட்டது. பிரேக்கை அழுத்தினான். திடீரென்று வண்டி நின்றது.

எட்டுமணிவரையில் வேலை பார்த்ததாக ஓவர் டயத்திற்கு எழுதுவதாக ஃபோர்மேன் சொன்னார். சரியென்று சொல்லி விட்டுக் கையலம்பினான். அழுக்குச் சட்டையைக் கழற்றிப் போட்டுவிட்டு பேண்ட்டை எடுத்து மாட்டிக்கொண்டான்.

மேரி, 'சினிமாவுக்குப் போகணும். சீக்கிரம் வந்துடு' என்று சொன்னது நினைவுக்கு வந்தது. அவளிடம் என்ன சமாதானம் சொல்வது என்று யோசித்தபடிக் குறுக்காக நடந்தான்.

ரசாக் தோட்டத்தின் மரத்தடியில் நான்கு பேர்கள் உட்கார்ந்து பேசியபடி இருந்தார்கள். இவன் அருகில் போனதும் பேச்சு நின்றது. திரும்பிப் பார்த்தான். முகம் தெரியவில்லை. ஒரு சைக்கிள் இருந்தது.

இவன் நடந்துகொண்டே இருந்தான். ஒரு பன்றி முன்னே ஓடியது. பின்னால் குட்டிகள் கத்திக்கொண்டு ஓடின. அவை போகட்டும் என்று நின்றான்.

திடீரென்று காலில் என்னவோ மோதுவது போல இருந்தது. திரும்பிப் பார்த்தான். சைக்கிள். ஓராள் அவசர அவசரமாகக் கீழே இறங்கினான். இருட்டில் முகம் தெரியவில்லை. இன்னொருவன் மார்பில் அடித்துச் சட்டையைப் பிடித்திழுத்தான்.

"மேரிய இழுத்துக்கிட்டு சினிமாவுக்காப் போற?"

பிடரியில் ஒரு அறை விழுந்தது.

"எங்க பேட்டைப் பொண்ணத் தள்ளிக்கிட்டுப் போற... எந்த ஊர்ரா உனக்கு?"

கத்தியை எடுத்து மார்பில் கிழித்தான். ஒரு கையால் மார்பில் அழுத்திக்கொண்டு, கத்தியைத் தட்டினான்.

"எதுக்கற?" பின்னால் இருந்து ஒருவன் உதைத்தான். தடுமாறி முன்னே போனான். சாக்கடையில் கால் பதிந்தது. அவர்கள் நான்கு பேரோ ஐந்து பேரோ இருக்கலாம். எதிர்க்க முடியாது. நெஞ்சு வலித்தது. ரத்தம் வந்துகொண்டே இருந்தது. கையை வைத்து நன்றாக அழுத்திக்கொண்டு முன்னே நடந்தான்.

"மரியாதையா இருந்துக்க!" பின்னாலிருந்து ஒருவன் குரல் கொடுத்தான்.

இவன் வேகவேகமாக நடந்து மாடி ஏறினான். கதவைத் திறந்துகொண்டு உள்ளே போய் விளக்கைப் போட்டான். சட்டையெல்லாம் ரத்தக் கறையாக இருந்தது. அதைக் கழற்றிப் போட்டான். அழுக்குப் பனியன் கிழிந்து ரத்தமாக இருந்தது. கழற்றினான். நெஞ்சில் நீளமாக ஒரு கத்தி கிழித்திருந்தது. பார்க்க முடியவில்லை. தலையைச் சிலுப்பிக்கொண்டான். கட்டிலில் உட்கார்ந்தான். வலித்தது. எழுந்து ஒரு நடை நடந்தான்.

"இதுதான் சினிமாவுக்குப் போற நேரமா?" மேரி கேட்டுக் கொண்டே உள்ளே நுழைந்தாள். கொடியில் கிடந்த துண்டை எடுத்துப் போர்த்தியபடித் திரும்பினான். ஆனால் காயமும் ரத்தமும் அவள் கண்ணில் பட்டது. ஒரு கணம் அவளுக்கு ஒன்றும் புரியவில்லை.

"என்ன? என்ன ஆச்சி?" மேரி ஓடிவந்து இவன் கையைப் பிடித்துக்கொண்டாள்.

"குத்திட்டாங்க."

"எங்க?"

"மரத்தடியில."

"இங்கயா எதுக்கு?"

"உன்ன நான் சினிமாவுக்கெல்லாம் தள்ளிக்கிட்டுப் போறேனாம்."

அவள் குத்திட்டு இவனைப் பார்த்தாள்.

"இந்தப் பொறுக்கிங்களுக்கு என்ன?"

காயத்தில் இருந்து வழிந்த ரத்தத்தைத் துடைத்துக் கொண்டான்.

"பெரிய காயமாத்தான் இருக்குது. வா டாக்டர் கிட்டப் போகலாம்."

"இல்ல வேணாம்."

"நீ வா" இவன் கையைப் பற்றி இழுத்தாள்.

"நீ இரு."

"குத்தின ஆளுங்க தெரியுமா?"

"இருட்டுல தெரியல."

சா. கந்தசாமி

"அவ்வளவு ஏது உனக்கு?" இவன்கூட வந்தாள்.

"நீ வேணாம், இரு... நான் போயிட்டு வாரேன்."

"அப்ப இரு. டில்லியப் போய்க் கூட்டியாறேன்!"

"அதெல்லாம் ஒன்னும் வேணாம். சின்னக் காயந்தான். நீ ஒன்னும் பெரிசாக் கலாட்டா பண்ணாத. நான் டாக்டர்கிட்டப் போய்க் கட்டுப் போட்டுக்கிட்டு வந்துடுறேன்!"

மேரி தயங்கி நின்றாள்.

"சீக்கிரமா வந்துடு."

இவன் துண்டை இழுத்து நன்றாகப் போர்த்திக்கொண்டு சென்றான். டாக்டர் வீடு செல்ல ஆயத்தமாக இருந்தார். இவன் உள்ளே நுழைந்தான். துண்டை விலக்கிக் காயத்தைக் காட்டினான்.

"சண்டையா? ஆஸ்பத்திரிக்குப் போ. போலீஸ் கேஸ் எல்லாம் வரும்."

"அதெல்லாம் ஒன்னும் இல்ல சார்."

"பின்ன என்னயா?"

"வழியில சார்..."

"தகராறு" டாக்டர் காயத்தைப் பார்த்தார். சின்னக் காயந்தான். நெஞ்சில் கிழித்து ஒரு குறிப்பை உணர்த்தியிருக் கிறார்கள்.

"கேஸ் கொடுக்கப் போறியா?"

"அதெல்லாம் ஒன்னும் இல்ல சார்."

"நீ நல்லாக் குத்திக் கிழிச்சியா?"

தலையை அசைத்தான்.

"எங்க இருக்க?"

"ரசாக் தோட்டம் சார்."

"நல்ல இடந்தான்." டாக்டர் கட்டுப் போட்டு மருந்து கொடுத்தார். அப்புறம் காலையில் ஆஸ்பத்திரிக்குப் போ என்றார். மருந்தைப் பையில் வைத்துக்கொண்டு அவர் முகத்தைப் பார்த்தான்.

"பதினஞ்சி ரூபா கொடு."

புறப்பட்டு வரும்போது மேரி இருபது ரூபாய் கொடுத்து இருந்தாள். ஒரே நோட்டு. எடுத்து டாக்டரிடம் கொடுத்தான்.

புது நோட்டு. டாக்டர் டிராயரைத் திறந்து அழுக்கான ஐந்து ரூபாய் நோட்டை எடுத்து இவனிடம் நீட்டினார். வெளியே வந்தபிறகு அது செல்லுமா என்ற சந்தேகம் வந்தது. யோசித்துக்கொண்டே நடந்தான்.

வீட்டு வாசலில் மேரி நின்று கொண்டு இருந்தாள். இவனைத் தூரத்தில் பார்த்ததும் முன்னே ஓடி வந்தாள்.

"டாக்டர் இருந்தாரா? என்ன சொன்னார்?"

"ஒன்னும் இல்ல. சின்னக் காயந்தான் என்றார்"

"ஊசி போட்டாரா?"

"மேல போகலாம்."

இவன் மாடி ஏறினான்.

ஒரு சைக்கிள் வீட்டைத்தாண்டி வேகமாகச் சென்றது.

"வந்து பாத்துக்கிட்டுப் போறானுங்க."

"பாத்துப் புடுங்கட்டும்."

மேரி உள்ளே வந்தாள். இவன் துண்டை எடுத்துக் கட்டை மெதுவாகத் தொட்டு, "வலிக்குதா?" என்று கேட்டாள்.

"இல்லை!" இவன் தலையசைத்தான்.

சா. கந்தசாமி

38

அடுத்த நாள் இவனுக்கு ஜுரம் கண்டது. நடுங்கியபடிப் படுத்துக்கிடந்தான். மேரி கீழே போய் இன்னொரு போர்வை எடுத்துவந்து போர்த்தினாள். டீ வாங்கிவந்து கொடுத்தாள். பாதி குடித்தான். அப்புறம் தலையை அசைத்துப் படுத்துக் கொண்டான்.

டில்லி வந்து பார்த்தான். ஜுரம் கடுமையாகத் தான் தெரிந்தது. இரவே ஏன் தகவல் தரவில்லை என்று அவளைக் கடிந்துகொண்டான். பிறகு ஒரு ஆட்டோ கொண்டு வந்தான். மேரி கைத்தாங்கலாக இவனைக் கீழே கொண்டுபோனாள். டில்லி ஆட்டோவில் உட்கார்ந்து மடியில் இவனைச் சாத்திக் கொண்டான். ஆட்டோ சீறிக்கொண்டு புறப்பட்டது.

இவன் குத்துப்பட்ட சற்றுநேரத்திற்கெல்லாம் டில்லிக்குச் செய்தி கிடைத்தது. லுங்கியை மடித்துக் கட்டியபடி புறப்பட்டான். கொஞ்சம் கூடுதலாகவே போட்டிருந்தான். நடை தடுமாறியது. ராணி பிடித்துக் கொண்டுபோய்ப் படுக்கப்போட்டுத் தானும் படுத்துக்கொண்டாள். அப்போதே வந்திருக்கலாம் என்று இப்போது நினைத்தான். இது யார் வேலை? மீன் வெட்டும் தனபால். பிக்பாக்கெட் ஜானி. சைக்கிள் கடை தேவா. அதில் ஒருவனாகத்தான் இருக்க வேண்டும். குனிந்து வெட்டுக்காயத்தைப் பார்த்தான். இது தனபால் வேலை மாதிரிதான் இருந்தது. முன்னால்கூட அவனால் ஒரு தகராறு வந்தது.

எலிசபத் வேலையாக உள்ளே இருந்தாள். கொல்லைப்பக்கம் வந்த மேரி தனபாலுக்கு ஒரு கிளாஸ் ஊற்றிக் கொடுத்தாள். அவன் மேரி கையைப் பிடித்துக்கொண்டான். கையை உதறிவிட்டு

உள்ளே வந்தாள். எலிசபத் குடித்திருந்தாள். நிதானம் இருந்தது. என்னவென்று கேட்டாள். பின் பக்கம் கையைக் காட்டினாள்.

மெதுவாக எலிசபத் வந்தாள். தனபால் நின்றுகொண்டிருந்தான். அவன் பத்து நாளாகக் கடன். ஆளே நாலு நாளாக வரவில்லை. வேறு இடத்திற்குக் குடிக்கப் போய்விட்டான். எலிசபத்தைப் பார்த்ததும் ஒரு சிரிப்புச் சிரித்தான்.

"என்ன சிரிக்கற. காசு எங்க?"

"எல்லாம் வரும்."

"எல்லாம் எங்க வரும்? காசு இருந்தால் குடி. இல்லாட்டாப் போ."

"என்னா, ரொம்பப் பிகு பண்ணுற?"

"ச்சீ... போடா."

"என்னாடீ சொன்ன?" தனபால் முன்னால் ஓரடி எடுத்து வைத்தான்.

"துட்டுக் கொடுக்கத் துப்பு இல்ல. குடிக்க வந்துட்டானாம் குடிக்க. எங்கயாவது போய் மூத்திரம் குடிக்கறது."

"ஏங்கிட்டயாடீ சொல்லுற?"

"இவன்கிட்டயெல்லாம் என்னம்மா பேச்சு. நீ வா" உள்ளே இருந்து வந்து அம்மாவைப் பிடித்து மேரி இழுத்தாள்.

"ரெண்டு பேரையும் கிழிச்சிடுவேன் கிழிச்சி."

"அடி கிடியின்னா தெரியும் செய்தி."

"என்னாடீ தெரியும்? சாராயம் விக்கற சாக்கில அம்மாவும் பொண்ணும் பண்ணுறதெல்லாம் எனக்குத் தெரியும்."

வாசலிலிருந்து யார்யாரோ வந்து தனபாலைப் பிடித்து இழுத்துக்கொண்டு போனார்கள். அதிலிருந்து இரண்டு நாள் தனபால் கண்ணிலேயே தென்படவில்லை. மூன்றாம் நாள் செல்லையாகூட சைக்கிளில் கடைக்குப்போகும் வழியில் தனபால் தென்பட்டான். சைக்கிளை ஓட்டிக்கொண்டு போன டில்லி கீழே இறங்கினான். குத்தவைத்து உட்கார்ந்து கஞ்சா அடித்துக்கொண்டிருந்த தனபால் எழுந்து, "என்னா, அண்ணாத்தே?" என்றான்.

"என்னாடா, வூட்டாண்ட கலாட்டா?"

"நானா அண்ணாத்தே கலாட்டா பண்ணுவேன்? தங்கச்சிதான் அண்ணாத்தே ரொம்ப ஏகமா பேசிடுச்சி."

"நீ ஒன்னும் பண்ணுல?"

"சத்தியமா அண்ணாத்தே. நான் ஒன்னுமே பண்ணல அண்ணாத்தே. தங்கச்சிதான் அண்ணாத்தே என்னப் போய் மூத்தரம் குடிக்கச் சொன்னிச்சி."

"இன்னம அந்தப்பக்கம் தலையக் காட்டின, ஒத்தா! செத்துடுவ."

டில்லி எட்டி தனபாலை உதைத்தான். அவன் தடுமாறிக் குப்பைமேட்டில் விழுந்தான். அப்புறம் எழுந்தான்.

"என்னா அண்ணாத்தே, என்னப் போய் அடிக்கறியே?" என்று முன்னே வந்தான்.

இவன் ஒருமுறை இரண்டுபேரையும் மாறிமாறிப் பார்த்தான்.

"ஏன் சார், நீ சொல்லக் கூடாது?" தனபால் இவன் பக்கமாக வந்தான்.

"அங்க என்னாடாப் பேச்சு? இங்க வா" அவன் கையைப் பிடித்து முறுக்கித் தள்ளினான். தடுமாறிப் போய் விழுந்தான்.

இவனுக்குப் பாவமாக இருந்தது.

"டில்லி, வா!" சைக்கிளில் ஏறி அமர்ந்தான். டில்லி பின்னால் உட்கார்ந்தான். சைக்கிள் முன்னே சென்றது.

வேலை செய்யும்போது இருக்கும் டில்லி இல்லை. வீட்டில் இருக்கும் டில்லி வேறு ஆள், வித்தியாசமானவன் என்று இவனுக்குப் பட்டது.

காய்கறி வண்டியை ஒரு பெண் தள்ளிக்கொண்டு கூவிக் கொண்டு வந்தாள். அதற்கு வழி கொடுத்து ஒதுங்கி சைக்கிளை முன்னே ஓட்டிக்கொண்டு சென்றான்.

கடை வந்தது. கீழே குதித்தான்.

"இரு." சிகரெட்டைக் கொளுத்திக்கொண்டு வந்தான்.

மூன்றுமணி நேரங்கழித்து ஆட்டோ வந்து நின்றது. மேரி வாசலிலேயே இருந்தாள்.

"ஒன்னும்... இல்லையாம்... ரெண்டு நாளில சரியாப் போயிடுமாம். ஊசி போட்டு இருக்காங்க; மாத்திரை இருக்கு."

ஆட்டோவில் இருந்து இவனாக இறங்கினான். ஒவ்வொரு அடியாக எடுத்து வைத்தான். மேரி முன்னே சென்று இவனுக்குக் கை கொடுத்தாள். கையைப் பிடித்துக்கொண்டு மேலே படி ஏறினான்.

“தேவலாமா?”

“ரெண்டு நாள்ல சரியாப் போயிடும்.”

சாலையில் ஏதோ சப்தம் கேட்டது. மேரி திரும்பிப் பார்த்தாள். தனபால் நின்றுகொண்டிருந்தான். ராத்திரி சைக்கிளில் போனது தனபால் போலத்தான் இருந்தது.

“என்னா அண்ணாத்தே, நம்ப ஆளக் குத்திட்டாங்களாமே.”

டில்லி தலையை அசைத்தான். “என்னா அண்ணாத்தே, நம்பப் பேட்டையில வந்து நம்ப ஆளக் குத்திட்டுப் போறாங்கயின்னா அது என்னா அண்ணாத்தே?”

“இங்க வாடா.”

தனபால் அருகில் வந்தான்.

“நேத்தி நான் இங்க இல்ல அண்ணாத்தே. பட்டாளத்துல ஒரு சாவு அண்ணாத்தே.”

“சாவா?”

“ஆமாம் அண்ணாத்தே.”

டில்லி பளீரென்று அவன் கன்னத்தில் அறை வைத்தான். அவன் கன்னத்தை அழுத்திப் பிடித்துக்கொண்டு கீழே உட்கார்ந்து கத்தினான். மூஞ்சியில் உதைத்து டில்லி அவனைக் கீழே உருட்டினான்.

“நக்கல் பண்ணவா வந்து இருக்க. எனக்கு ஆளா தெரியாது?”

அக்கம் பக்கத்தில் இருந்தவர்கள் எல்லாம் ஓடிவந்து டில்லியைப் பிடித்துக்கொண்டார்கள்.

மேரி மேலே இருந்து பார்த்தாள். தனபால் உருண்டு எழுந்தான். போர்வையை ஒருமுறை உதறி மடித்தாள்.

“என்ன கலாட்டா?” இவன் கேட்டான்.

“ஒன்னும் இல்ல. படு” இவன் மார்புக் காயத்தில் படாமல் போர்வையைப் போர்த்தினாள்.

“வலி இல்லியே.”

“இல்ல. சிகரெட் கொடு.”

“டில்லி கூடச் சேர்ந்து நீ ரொம்பதான் கெட்டுப்போயிட்ட. சிகரெட் இல்ல” அவள் சிகரெட் பெட்டியை எடுத்துக்கொண்டு கீழே இறங்கிப்போனாள்.

நான்காவது நாள் ஜுரம் விட்டது. எழுந்து உட்கார்ந்தான். மீன் குழம்பு வைத்துச் சோறு போட்டாள். நன்றாகச் சாப்பிட்டான்.

"நாளைக்கு ஷேவ் பண்ணிக்க!"

"எதுக்கு?"

மேரி கண்ணாடியை எடுத்து வந்து இவன் முகத்திற்கு எதிரே காட்டினாள். அது இவன் முகம்தானா? சந்தேகமாக இருந்தது. பார்த்துக்கொண்டே இருந்தான். கண்ணாடியைத் திருப்பி வைத்துவிட்டு, "நாளைக்கு சினிமாவுக்குப் போகலாமா?" என்றாள்.

"ஏன்? இன்னொரு குத்துப்படவா?"

"டில்லி அவன நஷ்டி பண்ணிட்டான்."

"என்ன பண்ணிட்டான்?"

"நீ இன்னும் சரியான நாட்டுப்புறத்து ஆளாவே இருக்க" என்று சொல்லிக்கொண்டு கீழே இறங்கிப் போனாள்.

இவன் தாடையைத் தடவிப்பார்த்துக்கொண்டான். மயிர் முள்முள்ளாகக் குத்தியது. எழுந்து ஷேவிங் செட்டை எடுத்துக் கொண்டு உட்கார்ந்தான்.

39

அன்று செல்லையா நேராக வீட்டிற்கு வந்தான். நூலகத்திற்கு விடுமுறை. எனவே பேப்பர் படிக்க முடியவில்லை. வாரத்தில் ஒருநாள் அப்படித்தான் ஆகிவிடுகிறது. அடுத்தநாள் சாயந்தரம் போவதற்குள் நேற்றுப் பேப்பர் பழசாகிக் கிழிந்து போய்விடுகிறது. அதற்கு என்ன செய்யலாம். யோசித்துக்கொண்டே சென்றான்.

ரேடியோ கேட்டுக்கொண்டிருந்த மேரி இவனைப் பார்த்து, "இன்னக்கி மழைதான்!" என்றாள்.

"நல்லா வரட்டும்."

"இரு, உனக்கு ஒரு லட்டர் வந்து இருக்கு."

"அம்மாகிட்ட இருந்துதானே."

"அது இல்ல. எதுக்குப் பயப்படுற?" என்று கீழே ஓடிப்போய்க் கடிதத்தைக் கொண்டுவந்து கொடுத்தாள்.

அது ஒரு கவர். ஆங்கிலத்தில் இவன் பெயர் டைப் அடிக்கப்பட்டிருந்தது. பிரித்துப் படித்தான். முழுவதும் தெரியாவிட்டாலும், கருத்துத் தெரிந்தது. இண்டர்வியூவுக்குக் கூப்பிட்டு இருக்கிறார்கள். மூன்று மாதத்திற்கு முன்னால் நூலகத்தில் பேப்பரில் பார்த்துதான் போட்டான். அப்புறம் அதை மறந்து போய்விட்டான். இன்னொருமுறை படித்தான்.

பதினேழாம் தேதி பத்து மணிக்கு இண்டர்வியூ. சாட்டிபிகேட் எல்லாம் எடுத்துக்கொண்டு வர வேண்டும். சொன்னதும் மேரி அதை வாங்கி ஏசுநாதர் படத்திற்குக் கீழே வைத்தாள். மார்பில் சிலுவைக்குறி கீறிக்கொண்டாள். இவன் அவளையே பார்த்தபடி இருந்தான்.

சா. கந்தசாமி

“நீயும் சாமிய வேண்டிக்க.”

“...”

“உனக்கு வேல கிடைக்கும். சர்க்கார்ல வேல கிடைக்கறது சும்மாவா? சாமிய வேண்டிக்க.”

இவனை முன்னே இழுத்து நிறுத்தினாள்.

“வேண்டிக்க.”

இவன் கண்களை மூடிக் கரம் குவித்தான். அப்பாவின் நினைவு மனத்தில் தோன்றி மறைந்தது. உடல் சிலிர்த்தது. என்னவோ கணப்பொழுதில் உடலில் நேர்ந்ததுபோல இருந்தது. கண்களைத் திறந்து பார்த்தான். இண்டர்வியூ கடிதம் காற்றில் புரண்டு இருந்தது. அதை எடுத்து டைரியில் வைத்துக்கொண்டான்.

மேரி பின்னாலேயே நின்றாள்.

“டில்லி எங்க. வேலைக்கு வர்ல?”

“இண்டர்வியூ வந்திருக்க – அது எங்கே இருந்து?”

“திங்களூர்.”

“எங்க இருக்கு?”

“அரக்கோணத்துக்கிட்ட.”

“எப்படிப் போவ?”

“சென்ட்ரல் போய், ரயில்ல.”

“வேல கிடைச்சதும் அங்கேயே தங்கிடுவ.”

இவன் பெட்டியைத் திறந்து புத்தகத்தை வெளியே எடுத்தான். அதில் மடித்துவைத்திருந்த சர்டிபிகேட் ஒவ்வொன்றையும் புரட்டிப்புரட்டிப் பார்த்தான். பாஸ்போர்ட்கூட இருந்தது. அது டில்லிதான் வாங்கிக்கொடுத்தான்!

மேரி பாஸ்போர்ட் புத்தகத்தை எடுத்துப் புரட்டிப் பார்த்தாள். பார்வை போட்டோவில் சிறிது நேரம் நிலைத்தது.

“இங்க கொடு” இவன் அவள் கையிலிருந்து பிடுங்கினான். பெட்டியில் வைத்துவிட்டு டிரைவிங் லைசென்ஸ் புக்கை எடுத்தான்.

மேரி எதிரே வந்து நின்றுகொண்டாள்.

கை லைசென்ஸ் புத்தகத்தைப் புரட்டியது. கார் ஓட்ட, மோட்டார் சைக்கிள் ஓட்ட எல்லாம் லைசென்ஸ் இருக்கிறது. லாரி ஓட்டத்தான் லைசென்ஸ் இல்லை. லைட் லைசென்ஸை ஹெவியாக மாற்ற வேண்டும். அதற்கு ஆறு மாதம் போக வேண்டும். இண்டர்வியூவில் ஹெவி கேட்பார்களா? பாஸ்போர்ட் மேல் லைசென்ஸை வைத்துப் பெட்டியை மூடினான்.

“ரொம்ப சர்ட்டிபிகேட் எல்லாம் வச்சி இருக்க. டில்லி கிட்ட ஒன்னும் இல்ல.”

“அவன் எங்க?”

“ராணி கூடத் தனிக்குடித்தனம் வச்சான்–”

“இப்ப–”

மேரி தயங்கினாள்.

“வேலைக்கும் ஒரு வாரம் பத்து நாளாக் காணோம். மெமோ தயார் பண்ணிக்கிட்டு இருக்காங்க. ஃபோர்மேன் சொன்னார். இப்படி இருந்தா வேல போயிடுமாம்.”

“எல்லாம் ராணிதான் –”

“சொல்லு.”

“ரெண்டுபேரும் தனிக்குடித்தனம் வச்சி இருக்காங்க. ராணி புருஷன் ரெண்டு நாளு குடிச்சிட்டு அலஞ்சான். அப்புறம் குடி தெளிஞ்சதும் டில்லி கால்ல வந்து விழுந்து, “தம்பி! என் பொண்டாட்டியை விட்டிடுடா அப்பா. ராணி இல்லாம என்னால இருக்க முடியாது. அப்படி இப்படி!”யின்னு ரொம்பக் கெஞ்சிருக்கான். டில்லி போடான்னு ரெண்டு மூனு வாட்டி அவன உதச்சித் தள்ளியிருக்கான். அவன் போகவே இல்ல. அப்புறம் ரொம்ப அழுதிருக்கான்.

“டில்லிக்கு மனசு மாறிப்போயிடுச்சி. உள்ள இருந்து வேடிக்கை பார்த்துக்கிட்டே இருந்த ராணியைக் கூப்பிட்டு, ‘நீ உன் புருஷன்கூடப்போ... அதான் நல்லது!’ என்று சொல்லி யிருக்கான்.

“ராணி கேட்கல. மாட்டேன் அப்படி இப்படிச் சொல்லி இருக்கா. கடைசியில டில்லிக்குக் கோபம் வந்துடுச்சி.”

“போடீ, புருஷன்கூட”யின்னு உதைச்சித் தள்ளியிருக்கான்.

"எனக்குப்புத்தி சொல்ல நீயாருடான்னு ரோட்டுல நின்னு கத்த ஆரம்பிச்சி இருக்கவும் பொறுக்கமுடியாம, அவள உதச்சித் தள்ளிவிட்டான்."

இவன் எழுந்து செருப்பை மாட்டிக்கொண்டான்.

"எங்க புறப்பட்டுட்ட?"

"செத்த – கடை வரைக்கும்."

"சிகரெட் குடிக்கவா?"

திரும்பித் தலையசைத்தான்.

"இல்ல. இப்ப எல்லாம் சிகரெட் குடிக்கறது இல்ல!"

படி இறங்கிச் சாலை வழியே நடந்தான்.

40

"டில்லிய வேலய விட்டு எடுத்துட்டாங்க."

மேரி இவன் முகத்தையே பார்த்துக்கொண்டிருந்தாள். "இன்னக்கிதான் நோட்டீஸ் போர்டுல ஒட்டினாங்க. மொத்தமா மூனு மாசமா வேலைக்கு வர்லியாம்."

"அவன் ஒன்னும் கவலப்பட மாட்டான். புதுசா ஒரு கூட்டாளியோடு பிஸ்னஸ் பண்ணுறான்."

"என்ன பிஸ்னஸ்?"

"அதெல்லாம் தெரியாது. ஒரு ஆளோடு வந்தான். கொஞ்சநேரம் இருந்தான். அப்பதான் சொன்னான்."

"டில்லியப் பாத்தே ஒரு மாசத்துக்கு மேல ஆகுது."

"இப்ப அதுக்கு என்ன?"

இவன் நிமிர்ந்து அவளைப் பார்த்தான்.

"டில்லி எனக்கு எவ்வளவு உதவியெல்லாம் செய்து இருக்கான் தெரியுமா?"

"அதுனால நீயும் இப்ப வேலயவிட்டுட்டு அவன்கூட இறங்கிடு. ஊர்ஊராச் சுத்தலாம். அப்புறம் உள்ள போகலாம்."

"என்ன பண்ணுறான்? கொஞ்சம் விளக்கமாத்தான் சொல்லு."

"எனக்கு என்னா தெரியும்?"

"உனக்குத் தெரியுது. மறைக்கற."

"உனக்கு ஒன்னும் அது தெரிய வேணாம்."

"சரி. விடு."

சா. கந்தசாமி

"இண்டர்வியூக்குப் போய் ஒரு மாசம் ஆச்சி இல்ல"

"ரெண்டு மாசத்துல தெரியுமென்னாங்க."

"அப்ப இந்த வாரத்துல அடுத்த வாரத்துல வரும்."

இவன் தலையசைத்தான். அப்புறம் பையில் கையைவிட்டு ஒரு கடிதத்தை எடுத்தான். அது அம்மாவின் கடிதம். அக்காவுக்கு வளைகாப்பு. நிறையச் செலவு. ஐநூறு ரூபாய் வேணும். அவசியம் வரவேண்டும். பத்து நாட்கள் இருப்பதுபோல் வா. போய் ஒன்னரை வருஷத்திற்கு மேல் ஆகிறது. இந்தப் பக்கமே வரவில்லை என்றெல்லாம் அம்மா எழுதியிருந்தாள். இவன் சாரத்தை அவளிடம் சொன்னான். அவள் சந்தோஷப்பட்டாள்.

நிமிர்ந்து பார்த்தான்.

"எதுக்கு முறைக்கற?"

"ரெண்டு மாசத்துக்கு முன்னதான் நூறு ரூபா அனுப்பினேன். அதுக்குள்ள ஐநூறு வேணுமாம். இங்க என்னா நான் பணத்தையா அறுக்கறேன்?"

"அறுக்கறது" மேரி சிரித்தாள்.

இவன் கடிதத்தை மடித்துப் பையில் வைத்துக்கொண்டான்.

"நல்ல காரியத்துக்குத்தானே கேட்கறாங்க."

"..."

"அக்காவுக்குக் கல்யாணம் ஆகி ஒரு வருஷம் இருக்குமா?"

"ரெண்டு வருஷம் ஆகுது."

"ரெண்டு வருஷத்துக்கப்புறம் உண்டாகியிருக்காங்க. அதுக்கு நீதான் செலவு பண்ணணும். இதுகூடச் செய்யாம தம்பின்னு எதுக்கு நீ இருக்க?"

"பணம் வேணாம்?"

"மனசு இருந்தாப் பணம் வரும்."

"பணம் திருடத்தான் போகணும்."

"டில்லிகூடச் சேர்ந்துக்க."

"டில்லி எங்க?"

"வந்தாச் சொல்லுறேன்."

"சரி. இது என்னா பண்ணப் போற?"

"பார்க்கலாம். என்னா பண்ணறது ... நூறு நூற்றியம்யது ரூபா அனுப்பிட்டுச் சும்மா இருக்கப்போறேன். எல்லாம் அதுல பண்ணினாப் போதும்."

மேரி இவனையே பார்த்துக்கொண்டு இருந்தாள்.

"பழைய கடனையே இந்தமாசச் சம்பளத்துலதான் அடைச்சேன்."

"நீ வந்த மாதிரி இல்ல. ரொம்பதான் மாறிட்ட, பட்டணத்துத் தண்ணி உன்ன ரொம்பதான் மாத்தி இருக்குது."

இவன் அம்மாவின் கடிதத்தை எடுத்து இன்னொரு முறை படித்தான். அம்மா சொல்வதெல்லாம் சரிதான் என்று பட்டது. ஆரம்பத்திலேயே பணம் அனுப்புவதை – கடன் வாங்கி – வட்டிக்கு வாங்கி அனுப்புவதைத் தவிர்த்திருக்க வேண்டும் என்று நினைத்தான்.

அம்மா பணத்தையெல்லாம் என்ன பண்ணியிருப்பாள்? இவனுக்கு பாப்பா நினைப்புதான் வந்தது. அவள் வந்து வாங்கிக் கொண்டுபோய் இருப்பாளா? புடவையாக எடுத்துக் கட்டிக் கொண்டுபோய் இருப்பாளா? பாப்பாவை அனுப்பிப் பணம் வாங்கிவரச் சொல்லி கோவிந்தன் குடித்தே தீர்த்திருப்பானா? இவனால் உட்கார்ந்திருக்க முடியவில்லை. கடிதத்தை மடித்துப் பையில் வைத்தபடி எழுந்தான்.

"பணமென்னா சோர்ந்து போயிட்ட?" என்றாள் மேரி.

"இல்ல. அது இல்ல. டில்லிக்கு வேல போனதுக்குத்தான் வருத்தமா இருக்குது. மேல வர நல்ல சான்ஸெல்லாம் இருந்தது."

"அவனுக்கு இல்லாத அக்கறையெல்லாம் உனக்கு இல்ல இருக்குது."

"சிநேகிதம் இல்ல?"

"ரொம்பதான் சிநேகிதன்."

இவன் புத்தகத்தை எடுத்துக்கொண்டு கிளம்பினான்.

"எப்ப வருவ? டில்லிக்கு ராணி வூடு மாதிரியில்ல உனக்கு லைபிரரி இருக்குது."

இவன் திரும்பி அவளை ஒரு பார்வை பார்த்து விட்டுப் படியிறங்கிச் சென்றான். மறுபடியும் அம்மா கடிதம் நினைவுக்கு வந்தது. அம்மா பெரிய திட்டம் போட்டிருப்பது போல இருந்தது. அதை நிறைவேற்ற யாரிடம் கடன் கேட்பது

– யாரிடம் வட்டிக்கு வாங்குவது. பல பெயர்களும் முகங்களும் மனத்தில் தோன்றி மறைந்தன.

ஒரு வாரங்கழித்து அம்மா மறுபடியும் ஒரு கடிதம் போட்டாள். வளைகாப்பிற்கு நாள் குறித்தாகிவிட்டது. ஆகையால் உடனடியாக இருநூற்றைம்பது ரூபாய் அனுப்பி வை. தாமதம் செய்யாதே. மீதிப் பணத்தை எடுத்துக்கொண்டு அவசியம் வா. வராமல் இருக்காதே. நீ வந்தால்தான் எல்லாருக்கும் மதிப்பு. நீ கண்ணுக்குள்ளேயே இருக்கிறாய். உடனே பணத்தோடு வா…

கடிதம் எழுத அம்மா நல்ல ஆளாகத்தான் பிடித்து வைத்திருப்பது போலப் பட்டது. முதல் கடிதம் வந்ததுமே இவன் சுப்பையாவிடம் வட்டிக்குப் பணம் கேட்டிருந்தான். நூற்றுக்குப் பத்து ரூபாய் வட்டி. முப்பது ரூபாய் எடுத்துக்கொண்டு மீதியைக் கொடுத்தான். பெட்டியைக் குடைந்து புத்தகங்களில் இருக்கட்டும் என்று வைத்த இரண்டு ரூபாய் நோட்டையெல்லாம் பொறுக்கி எடுத்தான். எண்ணிப் பார்த்தான். நாற்பத்து நான்கு ரூபாய் வந்தது. அம்மாவுக்கு முந்நூறு ரூபாய் அனுப்பினான். மணிஆர்டர் கூப்பனில் ஒருவாரத்திற்கு முன்னால் வர லீவு கிடைக்காது என்றும், ஆனால் இரண்டு நாட்களுக்கு முன்னால் நான்கைந்து நாட்கள் தங்குவதுபோல வருவதாகவும் எழுதினான்.

அம்மா பணம் வாங்கிக்கொண்டபிறகு ஒரு கடிதமும் வளையல் காப்புப் பத்திரிகையும் அனுப்பியிருந்தாள். பத்திரிகை இவனுக்கு ஆச்சரியமாக இருந்தது. திரும்பத்திரும்பப் பார்த்தான். பாப்பா கல்யாணப் பத்திரிகையைவிட நன்றாக இருந்தது. அதிகந்தான் பணம் ஆகியிருக்கும் என்று நினைத்தான்.

மேரி பத்திரிகையைப் பார்த்தாள். மனசுக்குள்ளேயே ஒரு முறை படித்தாள். அவள் படிப்பு நாலாவதுதான், ஆனால் சினிமாப்பாட்டுப் புத்தகம் படித்துப்படித்துப் படிப்பை விருத்தி பண்ணிக்கொண்டுவிட்டாள்.

"உன் பெயர் இருக்க!"

தலையசைத்தான்.

"செல்லையா சென்னையின்னு போட்டு இருக்கு. ஒரு பத்திரிகையில உன் பேரு ஏறிடுச்சி." இவன் முகத்திற்கு எதிரே பத்திரிகையை ஆட்டினாள். பேசாமல் இவன் இருந்தான்.

"ஊருக்குப் போனதும், இன்னொரு பத்திரிகையில எப்பப் பெயர ஏத்தறதுன்னு முடிவு ஆகிடும்!" மேரி இவன்முகத்தைப் பார்த்தபடி சொன்னாள். இவன் கவனம் பணம் புரட்டுவதில் இருந்தது. சீட்டு ஒன்று கட்டுகிறான். மாதம் முப்பது ரூபாய்.

மொத்தம் பதினைந்து மாதங்கள். பதினோரு மாதங்கள் போய் விட்டது. அதை எடுத்தால், ஊருக்குப் போய்விட்டு வந்து விடலாம். அப்புறம் ஒரு கடன்தான்.

வெள்ளிக்கிழமை இரவு புறப்பட்டு வருவதாயும் சிக்கனமாகச் செலவு பண்ணும்படியும் அம்மாவுக்கு ஒரு கடிதம் எழுதிப் போட்டான்.

மேரி ஒரு நூல் புடவை, ஒரு நைலெக்ஸ் புடவை. பச்சை. அப்புறம் ஒரு ஜாக்கெட். எல்லாவற்றையும் இவனிடம் காட்டினாள். நன்றாக இருந்தது. விலை சற்று அதிகமாக இருக்கும் என்று பட்டது.

"ரொம்ப நல்லா இருக்குது!" அவளிடம் திருப்பிக் கொடுத்தான்.

"யாருக்குத் தெரியுதா?"

"உனக்கும் உங்க அம்மாவுக்கும்தான?"

"உங்க அம்மாவுக்கும், உங்க அக்காவுக்கும்."

"எதுக்கு இப்ப இதெல்லாம்?"

"பட்டணத்துல ரெண்டு வருஷம்போல வேல பாத்துட்டு, கையை வீசிக்கிட்டுப் போய் நின்னா ரொம்பதான் மெச்சிக்கிவாங்க."

அவள் இவன் பெட்டியைத் திறந்துவைத்தாள். அப்புறம் உள்ளே சென்று ஒரு அட்டைப்பெட்டியை எடுத்துவந்தாள். திறந்து இவனிடம் காட்டினாள். வளையல் விதவிதமான வளையல். ரிப்பன், சாந்துப் பொட்டு – இருபது இருபத்தைந்து ரூபாய்க்கு மேலே இருக்கும் போல் பட்டது.

"இதெல்லாம் உன்ன யார் வாங்கச் சொன்னா?"

"நல்லா இருக்கா இல்லியா?"

இவன் பேசாமலிருந்தான்.

"நூறு நூறாப் பணம் அனுப்பறது ஒன்னும் பெரிசு இல்ல. ஒரு பெண்ணுக்கு இதுதான் பெரிசு."

அவள் பெட்டிக்குள் வைத்துப் பூட்டிவிட்டு இவனிடம் சாவியைக் கொடுத்தாள். மணிபர்ஸில் சாவியைப் போட்டுக் கொண்டு கையைத்திருப்பி மணியைப் பார்த்தான். ரயிலுக்கு நேரம் ஆகிக்கொண்டு இருந்தது.

சா. கந்தசாமி

"ஒரு வாரத்துல வந்துடுவேன்" பெட்டியைக் கையில் எடுத்தான்.

"ஒரு வாரம் ஆகுமா?"

"ரொம்ப நாளைக்கு அப்புறம் போகுதுல்ல."

"இங்க கொடு" பெட்டிக்குக் கையை நீட்டினாள்.

"புடவை, சாமான் எல்லாம் எவ்வளவு ஆச்சி?"

"இப்ப அதுக்கு என்ன?"

"தெரிய வேணாம்?"

"வேணாம்."

இவன் படி இறங்கிச் சாலைக்கு வந்தான்.

"அப்ப வரட்டுமா?"

"பத்ரம். முடிஞ்சா ஒரு கடிதம் போடு."

தலையை அசைத்துக்கொண்டு நடந்தான். மேரி அப்படியே நின்றுகொண்டிருந்தாள்.

41

நான்காவது நாள், அதிகாலை. மேரி வீட்டின் முன்னே நின்று கதவைத் தட்டினான். கொஞ்சநேரம் காத்து நின்றான். யாரும் வரவில்லை. அப்புறம் வேகமாகத் தட்டினான்.

"யார்?" உள்ளே இருந்து ஒரு குரல் அதட்டியது.

"நான்தான்."

"நான்தான்னா?" அது எலிசபத் குரல் மாதிரி இருந்தது.

"செல்லையா."

மேரி படீரென்று கதவைத் திறந்தாள். படுக்கையிலிருந்து எழுந்து வந்தது மாதிரி இருந்தது. உள்ளே ஓடி, மாடிச்சாவியை எடுத்துக் கொண்டு வந்தாள். தரையில் இவன் வைத்திருந்த பெட்டியை எடுத்துக்கொண்டு மேலே ஏறினாள். தோளில் இருந்த பையை எடுத்துக் கட்டிலில் போட்டு விட்டு இவன் உட்கார்ந்தான்.

"ஒருவாரம் பத்துநாளு கழிச்சிதான் நீ வருவேன்னு இருந்தேன்."

"அப்படியா?"

"அம்மா, அக்காவைப் பார்க்கப் போனே! எல்லாம் நல்லா நடந்துச்சு இல்ல?"

"ரொம்பநல்லா நடந்துச்சு. ஆனா, எனக்குத்தான் ரெண்டு நாளைக்கு மேல இருக்க முடியல."

"ஏன், சொந்த ஊர்தானே? சிநேகிதம் சொந்தக்காரவங்க எல்லாம் இருக்காங்கயில்ல."

"எல்லாருந்தான் இருக்காங்க, ரொம்ப சந்தோஷமாத்தான் பேசினாங்க. ஆனா, என்னால

தான் இருக்க முடியல. பள்ளிக்கூடத்துல படிக்கற அப்ப தங்கவேலுன்னு ஒரு பையன். கூடப் படிச்சான். எப்பவும் என்ன அடிப்பான். இப்ப, போன அப்ப அவன ரோட்டுல பார்த்தேன். கையைப்பின்னால கட்டி ரெண்டு போலீஸ் அவனை இழுத்துக்கிட்டுப் போகுது, மண்ட உடஞ்சி பின்னால ரத்தம் ஊத்திக்கிட்டே இருக்குது—"

"டீ சாப்பிட்டியா?"

"இருக்கா?"

"அம்மாவை வாங்கியாறச் சொல்றேன்—" இரண்டு படியிறங்கி அம்மாவைக் கூப்பிட்டு மூன்று டீ வாங்கி வரச்சொல்லிவிட்டு இவன் பக்கத்தில் வந்து உட்கார்ந்தாள்.

"சொல்லு, அப்புறம்."

"அப்புறம் என்ன? ஓடியாந்துட்டேன்."

மேரி நகத்தைக் கடித்தபடி இவனை ஒரு பார்வை பார்த்தாள்.

"ஊர்ல இருக்கவே முடியல. எப்பப் புறப்படுவோமென்னு ஆகிடுச்சு."

"வளைகாப்பு எல்லாம் நல்லா ஆச்சி இல்ல."

"ரொம்ப நல்லா ஆச்சு."

"புடவை உங்க அம்மாவுக்கும் அக்காவுக்கும் புடுச்சி இருந்துச்சா?"

"பாத்தியா, அதைச் சொல்ல மறந்துபோயிட்டேன். அம்மாவுக்குப் புடவை ரொம்பப் பிடிச்சி இருந்துச்சு. அக்காவைக் கேட்கவே வேணாம். வளைகாப்புக்கே அதைதான் கட்டிக்கிச்சி. என் தம்பி பட்டணத்துல இருந்து எடுத்தாந்த புடவை, வளையல், ரிப்பன் என்று வரவங்க போறவங்ககிட்ட எல்லாம் சொல்லிக்கிட்டே இருந்துச்சி. நீ ரொம்ப நல்லாதான் எடுத்துக் கொடுத்த."

"நான் ரொம்பப் பயந்துக்கிட்டே இருந்தேன்."

"எதுக்கு?"

"பிடிக்குதோ இல்லியோயின்னு."

"என்னா பணம் ஆச்சு?"

"ஏன்?"

"எவ்வளவு செலவுன்னு ஒரு கணக்கு வேணும்."

மேரியென்று கூப்பிட்டபடி எலிசபத் உள்ளே வந்தாள். டீ சொம்பை அவள் பக்கமாக வைத்தாள். மேரி எடுத்து மூன்று கிளாசில் ஊற்றி ஒன்றை இவனிடம் நீட்டினாள்.

"அம்மாவுக்குக் கொடு."

"கொடுக்கலாம். நீ பிடி."

இவன் டீயை வாங்கிக் குடித்தான்.

"லட்டர் வந்துச்சா?"

"எப்ப வருமென்னு நானும் அதெதான் பாத்துக்கிட்டே இருக்கேன்."

பையிலிருந்து துண்டை எடுத்துத் தோளில் சுற்றிக்கொண்டு கீழே இறங்கினான்.

"குளிக்கணுமா?"

"பின்ன?"

"தண்ணி பிடிக்கணும்!" மேரியும் கூடவே வந்தாள். இவன் பார்வை குளிக்கும் அறைக்கு அப்பால் சென்றது. வேலியை ஒட்டி வளர்ந்திருந்த செடி வெட்டப்பட்டிருந்தது. அதையே பார்த்தபடி இருந்தான்.

"என்ன பார்க்கற? அதெல்லாம் நீ ஊருக்குப் போன மறுநாளே போயிடுச்சி."

"எங்க போயிடுச்சி."

"இல்லாமல் போயிடுச்சு!"

"இல்லாமல் போயிடுச்சா?"

"டில்லிகூட ஒரு பிரண்டு பாபு வந்தான். அன்னிக்கும் தனபால் கூட ஒரே தகராறு. போலீஸ்கூட வந்துடுச்சி. அம்மாவைப் புடுச்சிக்கிட்டுப் போயிட்டாங்க. அப்பதான் பாபு இன்னம எதுக்கு, விட்டுடேன் அப்படியின்னு சொன்னான். கொஞ்ச நேரத்துக்கெல்லாம் டில்லி இடத்தைக் காலிபண்ணிட்டான். இப்பதான் நிம்மதியா இருக்குது."

"அம்மா."

"ஒன்னும் முடியல. சாயந்தரமானா போய்ப் போட்டுக்கிட்டு வந்துடுது."

"தண்ணி பிடிச்சிட்டியா?" இவன் மேல் பனியனைக் கழற்றிப் போட்டான்.

சா. கந்தசாமி

மேரி முன்னே வந்து, "காயம் ஆறித் தழும்பா மாறிடிச்சே!" என்றாள்.

தலையசைத்தான்.

"இன்னமா ஆறாது இல்ல."

"தண்ணி புடிச்சியா, இல்லியா?"

"தண்ணிதான் வந்துக்கிட்டு இருக்குதுல்ல."

துண்டை முண்டாசாகத் தலையில் கட்டிக்கொண்டான்.

"உங்க அம்மாக்கிட்ட என்னப் பத்தி சொன்ன?"

"என்னான்னு?"

"டில்லி உன்ன ரொம்பக் கேட்டான்."

"வேல போயிடுச்சியின்னு சொன்னியா?"

"மயிரு போச்சின்னான்."

"நிஜமாவா?"

"பின்ன... நீ அவனப்பாத்து ரொம்பநாளு ஆச்சு இல்ல?"

"மூணு மாசம் இருக்கும்."

"இப்பப் பார்த்தா உனக்கு அடையாளமே தெரியாது. ஒரு மோட்டார் சைக்கிள் வச்சி இருக்கான்."

"அவனுடையதா?"

"பாபு சைக்கிள் மாதிரி இருக்குது."

"பாபு யார்?"

"அவன் பிரண்ட்."

"வருவான் இல்ல?"

"அன்னக்கி வேல போயிடுச்சி டில்லி என்னதும் 'யாரு, செல்லா சொன்னானா,' என்று கேட்டான். அப்புறம் ஒன்னும் கேட்கல. கொஞ்சநேரம் இருந்துட்டு ரெண்டு பேரும் மோட்டார் சைக்கிள்ல போயிட்டானுவோ. ரோடு தாண்டுற வரைக்கும் மோட்டார் சைக்கிள் போட்ட சத்தம், காதுயெல்லாம் செவிடாப் போயிடுச்சு."

"தண்ணி இன்னமா ரெம்புல?"

"தண்ணி எங்க குழாயில வருது? மெதுவாதானே வருது."

"ஊர்லேயும் அதான். ஆத்துல தண்ணி இல்ல. குளம் குட்டையெல்லாம் ரொம்ப வறண்டு போயிடுச்சு."

"ரெண்டு வருஷமாத் தண்ணி இல்ல இல்ல!"

"இதுபோதும். நான் குளிச்சிட்டு வர்றேன்."

"நான் போயி ரேஷனில கெரஸின் வாங்கியாறேன். இப்பப் போனாதான் கூட்டம் இல்லாம இருக்கும்."

"குளிச்சிட்டு டில்லியப் பார்க்கப் போறேன்."

"நீ எங்க போய் அவன பார்ப்ப? ராணிகிட்ட அவன் இப்ப இல்ல. குளிச்சிட்டு இரு. நான் ரேஷனுக்குப் போயிட்டு வர்றேன்."

இவன் தண்ணீரை மொண்டு தலையில் ஊற்றிக் கொண்டான். அசதியும் சோர்வும் போவதுபோல இருந்தது. இன்னும் இன்னுமென்று தண்ணீரை மொண்டுமொண்டு ஊற்றிக் கொண்டான்.

42

மாலை. சினிமாவிற்குப் போகலாமென்று இவனைச் சீக்கிரமாகவே மேரி வரச்சொல்லி இருந்தாள். தலையை வாரிக்கொண்டாள். ஒரு நல்ல புடவையை எடுத்து உடுத்திக்கொண்டாள். கண்ணாடியில் முகம் பளிச்சென்று தெரிந்தது. ஒரு சிரிப்புச் சிரித்துப் பொட்டைச் சரிசெய்து கொண்டாள்.

இவன் வருவானா? மேரி கடிகாரத்தைப் பார்த்தாள். இன்னும் நேரம் இருந்தது. ஆனால் பல நாட்களில் இவன் வராமல் போனது உண்டு. அப்புறம் அவசரமான வேலை, ஆள் இல்லை, ஓவர் டைம் பார்க்க வேண்டி வந்துவிட்டது, அப்படி இப்படிக் காரணங்கள் சொல்லுவான். அவை ஒன்றும் தள்ளக் கூடிய காரணங்கள் இல்லை. இவனாக இட்டுக் கட்டிச் சொல்வது இல்லை. மேரிக்கு அவற்றைக் கேட்கப் பிடிக்காது. ஆனால் முகத்தைத் திருப்பியபடி கேட்டுக்கொண்டே இருப்பாள். அதுவே ஓரோர் சமயம் சினிமாபோலப்படும். அதையெல்லாம் வைத்துத்தான் சினிமா எடுக்கிறார்களா?

வாசலில் மோட்டார் சைக்கிள் சப்தம் கேட்டது. ஜன்னல் வழியாகப் பார்த்தாள். டில்லி கீழே இறங்கினான். சாவியைச் சுற்றியபடி உள்ளே வந்தான். மேரி வாவென்று வரவேற்றாள், நாற்காலியை முன்னே இழுத்துப்போட்டு உட்கார்ந்து, "சித்தி எங்க?" என்றான்.

"கடைக்கு. இப்ப வரும்."

"நீ எங்க சினிமாவுக்கா?"

"தெரியுதா?"

சாவியைத் தூக்கிப்போட்டுப் பிடித்தான்.

"உனக்கொரு மாப்பிள்ளை பார்த்து இருக்கேன்."

மேரி பேசாமல் இருந்தாள்.

“யார் தெரியுமா?”

உள்ளே போகக் காலடி எடுத்துவைத்தாள்.

“எங்க போற?”

“சொல்லு” அவள் நின்றாள்.

“…”

“சொல்லேன்.”

“பாபு.”

திரும்பி வந்தாள். ஒருமுறை இவனை நிமிர்ந்து பார்த்தாள். பிறகு உள்ளே போக முயன்றாள்.

“இஷ்டம் இல்லையா?”

“தெரியுது இல்ல.”

“என்னா தெரியுது?”

“இஷ்டம் இல்லேன்னு!”

“ஏன், அவனுக்கு என்ன?”

“அவனுக்கு ஒன்னும் இல்ல. எனக்குத்தான் இஷ்டமில்ல.”

“உன் இஷ்டமெல்லாம் இங்க ஒருத்தரும் கேட்கல. நீ பாபுவைக் கல்யாணம் பண்ணிக்கப் போற. நான் முடிவுபண்ணிட்டேன்.”

“அப்புறம் எதுக்கு என்னக் கேட்கற?”

“ரொம்பத் தப்புதான்.”

“எதுக்கு டில்லி இப்பச் சண்டைக்கு வர்ற?”

“நம்ப எல்லாம் கல்யாணம் பண்ணிக்கிட்டு ஒழுங்கா இருக்கற சாதியாயென்ன!”

“நாங்கயெல்லாம் ஊர் மேயற சாதிதான். ஆனா அதுக்கு உன்ன ஒன்னும் மாப்பிள்ளை பிடிக்கச் சொல்லுல.”

“நாளையில இருந்து செல்லா ஒன்னும் இங்க இருக்கக் கூடாது.”

“சரி.”

“என்ன சரி.”

“நீ சொல்லுறது.”

“உங்க ரெண்டுபேரையும்பத்தித் தெரு சிரிக்கிது. உனக்கு. அதுக்குள்ள ஆம்பள கேக்குது.”

மேரி அவனையே பார்த்துக்கொண்டிருந்தாள்.

"போனவாரம் நீ அபார்ஷன் பண்ணிக்கிட்டியாமே? இப்பத்தான் எனக்குத் தெரிஞ்சிச்சு."

"அபார்ஷனா? புள்ள இல்ல பெத்துக்கிட்டேன்."

டில்லி இருக்கையிலிருந்து எழுந்து முன்னே போய் அவள் கன்னத்தில் பளீரென்று அறைந்தான்.

"கிண்டலா பண்ணுற கிண்டல்? கொன்னுடுவேன். ஜாக்ரதை!"

எலிசபத் ஆடிக்கொண்டு உள்ளே வந்தாள்.

"வா. எல்லாத்துக்கும் நீதான் காரணம். உன்ன உதைச்சா சரியாப் போயிடும். ஊருக்கு முன்ன தண்ணி அடிச்சிட்டு மிதக்கற. உன் பொண்ணு அதான் அலையுது."

"நான் எங்க குடிக்கறேன்?"

"உங்க ரெண்டுபேரையும் வீட்டைவிட்டுத் துரத்தி அடிக்கணும்!"

"அதை முதல்ல செய்!" மேரி.

"செய்யமாட்டேன்னு நெனச்சிக்கிட்டியா?"

"உன்னத் தேடிக்கிட்டு ராணி வந்துட்டுப் போனா டில்லி!"

"கிண்டலாப் பண்ணுற?" டில்லி எழுந்துபோய் எட்டி உதைத்தான். அவள் தரையில் விழுந்தாள்.

"எதுக்குடா அடிக்கற?"

"உன்னக் கொன்னுடுவேன்!" எலிசபத் கையைப்பிடித்து இழுத்துத் தள்ளிவிட்டு வந்து நாற்காலியில் உட்கார்ந்தான்.

மேரி பல்லைக் கடித்தபடி எழுந்து உட்கார்ந்தாள்.

டில்லியின் கூட்டாளி பாபு. கஞ்சா கடத்துகிறானாம். ஒரு முறை ஜெயிலுக்குக்கூடச் சென்று இருக்கிறானாம். எல்லாம் மேரி கேள்விப்பட்டதுதான். மெய்யாக இருக்குமா? மேரிக்குத் தெரியவில்லை. ஆனால் நேரில் பார்க்கும்போது ஒன்றுமே தெரியாத சின்னப் பையன் மாதிரிதான் உட்கார்ந்து இருக்கிறான்.

"நாளைக்குப் பாபு வர்றான்."

"எதுக்கு?"

"மரியாதையா இரு!"

மேரி எழுந்து நின்றாள். வயிற்றில் பட்ட வலி தாளமுடியாதது போல இருந்தது. வயிற்றை ஒரு முறை அழுத்திவிட்டுக் கொண்டாள்.

"உன்னதான் சொல்லுறேன். உன் பொண்ணுகிட்ட சொல்லி வை. நாளைக்கு ரெண்டுபேரும் வர்றோம். மத்தது யெல்லாம் அப்புறம், அதுக்குள்ள ஓடினா, கொன்னுடுவேன்!"

"உன்ன விட்டுட்டு எங்க போவோம்?"

"அந்த அறிவு இருந்தா சரிதான்." டில்லி எழுந்து வாசலுக்கு வந்தான். மோட்டார் சைக்கிளில் சாவியைச் செருகிவிட்டு நிமிர்ந்து பார்த்தான். செல்லையா கையைக் கட்டிக்கொண்டு வருவது தெரிந்தது.

"இங்க வாடா."

செல்லையா அவன் முன்னே வந்து நின்றான்.

"டில்லி, எங்க உன்னக் காணோம்?"

"ராஸ்கேல், உனக்குத் தின்னச் சோறும் இருக்க இடமும் கொடுத்தா – பொண்ணா கேட்கற பொண்ணு!" என்று கன்னத்தில் அறைந்து பிடரியைப் பிடித்துத் தள்ளினான். தடுமாறி விழுந்து எழுந்தான். சாலையில் கூட்டம் கூடியது.

டில்லி அவசரம் அவசரமாக மாடிக்கு ஓடிப்போய் இவன் பெட்டியைத் தூக்கிவந்து சாலையில் எறிந்தான்.

"எடுத்துக்கொண்டு மரியாதையாகப் போ. இல்லாவிட்டால் கொன்னுடுவேன்!" என்று கத்தினான். அவன் குரல் அச்சமூட்டு வதாக இருந்தது. முகம் பார்க்கச் சகிக்கவில்லை.

"எடுடா பெட்டிய."

ஒருமுறை அவனை நிமிர்ந்து பார்த்துவிட்டுக் குனிந்து இவன் பெட்டியைக் கையில் எடுத்தான்.

"இன்னம திரும்பி இந்தப் பக்கம் வந்த, கிழிச்சிடுவேன் கிழிச்சி–"

பின்னால் நின்ற கூட்டம் முன்னால் வந்தது. பையில் இருந்து சின்னக் கத்தியை அவன் வெளியில் எடுத்தான்.

யாரோ தெரியவில்லை. ஒரு பெரியவர் வந்து செல்லையாவை இழுத்துக்கொண்டு போனார்.

"எதுக்கு இங்கக் கூட்டம், இங்க என்ன சினிமாவா எடுக்குறாங்க?"

கூட்டம் பின்னால் நகர்ந்து வேடிக்கை பார்க்கத் தொடங்கியது. டில்லி ஒரு பார்வை பார்த்துவிட்டுக் கத்தியை மடித்துப் பையில் போட்டு உள்ளே சென்றான். கதவைச் சாத்தித் தாழ்ப்பாள் போட்டுவிட்டு நாற்காலியில் உட்கார்ந்தான். எலிசபத் தயங்கித்தயங்கி முன்னே வந்தாள். கால்கள் தடுமாறின.

"நாளைக்குப் பாபு வர்றான்."

"..."

"ராத்திரிக்குள்ள ஓடிடப்போற."

"நாங்க ஒன்னும் மானங்கெட்ட ஜாதியில்ல."

"அது ஊருக்கெல்லாம் தெரியும்."

"என்னா தெரியும்?"

"நம்ப வீட்டு லட்சணம்."

"உன் லட்சணமென்னு சொல்லு."

"என்னாடீ சொன்ன?" டில்லி எழுந்து முன்னால் சென்று மேரி கன்னத்தில் பளீரென்று அறைந்தான்.

"எதுக்கு அடிக்கற?"– எலிசபத்.

"பேசாம இரு. இல்லாட்டா உன்ன உதைச்சித் தெருவில விரட்டிடுவேன்..."

மேரி கன்னத்தில் கை வைத்து அழுத்தியபடி முன்னே வந்தாள். டில்லி எதிரில் நின்றான். அவன் கால்மேல் கால் போட்டுக்கொண்டு அவளை ஏறிட்டுப் பார்த்தான்.

"டில்லி, எதுக்கு மிரட்டுற?"

"எதுத்தாப் பேசற?" அவள் கழுத்தைப் பிடித்து வேகமாகத் தள்ளினான். அவள் கதவில் மோதிக் கீழேவிழுந்தாள்.

"ஏன்டா, அவளப் போட்டுக் கொல்லுற!" எலிசபத் எழுந்தாள்.

"சத்தம் போட்டீங்க, கொன்னுடுவேன் கொன்னு–"

மேரி எழுந்து உட்கார்ந்து டில்லியைத் திரும்பிப் பார்த்தாள்.

டில்லி பையில் கைவிட்டு ஒரு தீப்பெட்டியை எடுத்தான். சிகரெட்டைக் கொளுத்திக் குச்சியை அவள்மீது தூக்கிப் போட்டான். அது அவள் புடவையில் விழுந்தது. எலிசபத் தீயை அணைத்தாள். டில்லி நாற்காலியில் உட்கார்ந்து கண்களை மூடியபடி சிகரெட் குடிக்க ஆரம்பித்தான்.

43

இவன் யோசித்து யோசித்துத் தனியாக இடம் பார்த்துக்கொண்டு வந்தான். தொழிற்சாலைக்குப் பக்கத்தில். அதை வீடு என்றோ லாட்ஜ் என்றோ சொல்ல முடியாது. சின்னச் சின்னதாகத் தடுத்து அறைகளாக்கி இருந்தார்கள். இவன் அறையில் கூட ஒருவன் இருந்தான். அவன் எப்பொழுதாவது வருவான், போவான். இவனுக்கு அடிக்கடி மேரி நினைவு வந்துகொண்டே இருந்தது.

தொழிற்சாலைக்கு இவனுக்கு ஒரு கடிதம் வந்தது. கையெழுத்திட்டு வாங்கிப் பிரித்துப் பார்த்தான். அரசாங்க வேலை. இவன் பெயர் ஏழாவது இடத்தில் இருந்தது. மறுபடியும்மறுபடியும் படித்துப் பார்த்துக் கொண்டான். ஒரு வாரத்தில் வந்து வேலையில் சேர வேண்டும் என்று கண்டிருந்தது. மடித்துப் பையில் வைத்துக் கொண்டான். அரைநாள் விடுமுறை எழுதிக் கொடுத்துவிட்டு அறைக்கு வந்தான். சிறிது நேரம் உட்கார்ந்து இருந்தான். நேரம் ஆகஆக உட்கார்ந்து இருப்பது கஷ்டமாக இருந்தது. பையில் கைவிட்டுக் கடிதத்தை எடுத்து மீண்டும் படித்துப் பார்த்துக் கொண்டான்.

மேரி அடிக்கடி வேலையைப் பற்றிக் கேட்டுக் கொண்டே இருந்தாள். அவளிடம் சொன்னால் சந்தோஷப்படுவாள். நடந்து பஸ் ஸ்டாண்டிற்குச் சென்றான். பஸ் வந்தது. கூட்டமாக இருந்தது. ஏற முடியாதோ என்று பார்த்தான். நான்கைந்து பேர்கள் இறங்கினார்கள். கொஞ்சம் இடம் இருப்பது போல இருந்தது. இவன் ஏறி உள்ளே நுழைந்தான். யாரோ ஒருவனின் காலை மிதித்து விட்டான். அவன் முழங்கையால் இவன் நெஞ்சில் குத்தினான். ஒதுங்கி ஒரு பெண்ணின் பின்னால் அவளை அணைத்தபடி

நின்றான். பஸ் குலுங்கலுடன் புறப்பட்டது. ஒரு பெண்ணைப் பின்னால் அணைத்து நிற்பது கஷ்டமாக இருந்தது. மேலே கை பிடித்துச் சற்றே ஒதுங்கிக் கொண்டான்.

பஸ் செல்லச்செல்ல மேரி வீட்டில் இருப்பாளா என்ற சந்தேகம் வந்தது. இல்லாவிட்டால் என்ன செய்வது என்று யோசித்துக்கொண்டே இருந்தான். மேரி வீட்டுப் பக்கத்தில் ஒலிபெருக்கி சப்தமாகப் பாடிக்கொண்டிருந்தது. கொடிகள், தோரணங்கள், போஸ்டர்கள். இவன் அவற்றை வேடிக்கை பார்த்தபடி நடந்தான்.

வாசலில் மோட்டார் சைக்கிள் நின்றது. டில்லி இருக்கிறான். போகலாமா வேண்டாமா? ஒரு கணம் நின்று யோசித்தான். யோசிக்கயோசிக்கக் குழப்பமாக இருந்தது. கையைப் பின்னால் கட்டிக்கொண்டு திரும்பிப் பார்த்தான். ஒலிபெருக்கியில் சப்தம் நின்று பேச்சு வர ஆரம்பித்தது.

மெதுமெதுவாக இவன் உள்ளே சென்றான். பார்வை நாலாப் பக்கமும் சென்றது. வீட்டில் யாரும் இருப்பதாகத் தெரிய வில்லை. நின்று திரும்பிப் பார்த்தான். மாடியில் இருந்து இறங்கி வந்த டில்லி இவனைப் பார்த்ததும் ஆச்சரியப்பட்டான். கையைப்பிடித்து மேலே அழைத்துச் சென்றான். உள்ளே பாபு உட்கார்ந்து குடித்துக் கொண்டிருந்தான். இவனைப் பார்த்ததும் தலையசைத்தான்.

"உட்கார். கொஞ்சம் போடலாம்!" என்றான் டில்லி இவனைப் பார்த்து.

இவன் உட்கார்ந்தான். தனக்கு முன்னால் வைத்த கிளாஸை எடுத்துப் பின்னால் வைத்து, "இல்ல, நான் குடிக்கறது இல்ல!" என்றான்.

"எப்பயில இருந்து குடிக்கறத விட்ட?"

"எப்பயில இருந்துங்கறது என்ன? குடிக்கறத விட்டுட்டேன்."

"ரொம்ப நல்லா இருக்குது."

பாபு டில்லி கிளாஸில் மதுவை ஊற்றினான்.

"இவனுக்கும் கொஞ்சம் போடு."

"இல்ல, வேணாம்."

"சும்மா போடு—"

"இல்ல" இவன் எழுந்து நின்றான்.

சூரிய வம்சம்

"மேரிக்குக் கல்யாணம் நிச்சயமாயிடுச்சி. பாபுதான் மாப்பிள்ள."

இவன் பார்வை பாபு பக்கம் திரும்பியது. அவன் கையில் ஏந்திய கிளாசோடு ஒரு புன்னகை பூத்தான். பிறகு அவசரம் அவசரமாக ஒரு மிடறு குடித்தான். இவன் சிரிக்க முயன்றான். முடியவில்லை. திரும்பி டில்லியைப் பார்த்தான். அவன் கையில் இருந்த கிளாஸைக் கீழே வைத்தான். வாயைத் துடைத்துக் கொண்டான்.

"சித்தியும் மேரியும் அதுக்குத்தான் வேளாங்கண்ணி போயிருக்காங்க... சின்னதா ஒன்னு போடு... உட்கார்..."

"இல்ல" இவன் வேகமாகப் படியிறங்கிக் கீழே வந்தான். சாலையில் ஒரு ஐஸ்கிரீம் வண்டி மணி அடித்துக்கொண்டு சென்றது. ஒலிபெருக்கியில் இருந்து பாட்டு ஒலித்தது. வேலை கிடைத்திருப்பது பற்றி டில்லியிடம் சொல்லியிருக்கலாமே என்று நினைத்தான். ஆனால் எது சொல்லவிடாமல் தடுத்தது என்பது தெரியவில்லை. பையில் கைவிட்டுப் பார்த்துக்கொண்டான். அப்பாய்ன்ட்மெண்ட் ஆர்டர் பத்திரமாக இருந்தது.

கையை வீசிக்கொண்டு நடந்தான். நடக்கையில் டில்லி சொன்னதெல்லாம் நிஜமாக இருக்குமா என்ற சந்தேகம் வந்தது. இரண்டுபேரிடமும் உற்சாகம் இல்லை எனப்பட்டது. பஸ்நிலையத்திற்கு வந்தபிறகும்கூடத் தெளிவு பிறக்கவில்லை. ஒரு சிகரெட் வாங்கிப் பற்றவைத்துக் கொண்டான்.

பஸ் வந்து நின்று புறப்பட்டுச் சென்றது. தெரு விளக்குகள் எரிய ஆரம்பித்தன. கையிலிருந்த சிகரெட்டைத் தூக்கிப் போட்டு விட்டு நடந்தான்.

வேலையில் சேர்ந்ததும் செல்லையா இடம் மாற்றிக் கொண்டான். அதுவும் ஒரு லாட்ஜ்தான். ஆனால் வீடு மாதிரி இருந்தது. தொழிற்சாலையை முன்னிட்டுக் கட்டப்பட்டது மாதிரியும் தோன்றியது. ஒரு அறைக்கு இரண்டு கட்டில். ஒரு மேசை – நாற்காலி. ஃபேன். எல்லாம் வசதியாகத்தான் இருந்தது. பெரும்பாலும் அந்த அறைகளில் இவன் தொழிற்சாலையில் வேலை செய்கிறவர்கள்தான் இருந்தார்கள்.

முதலில் இவன் பதினொன்றாவது அறையில் இருந்தான். கூட இருந்தவனை இவனுக்குப் பிடிக்கவில்லை. அவன் எப்போதும் குடித்துக்கொண்டு இருந்தான். அதோடு வேலைக்குக்கூடச் சரியாக வருவதில்லை. எனவே இவன் அறையை மாற்றிக்

கொண்டு போனான். அது இருபத்தொன்று. சாலையைப் பார்த்து ஜன்னல். படிக்கும் நேரம் போக, இதர நேரங்களில் ஜன்னல் வழியே வேடிக்கை பார்க்க ஆரம்பித்தான்.

ஜன்னல் உலகம் இவனுக்கு ரொம்பத்தான் பிடித்திருந்தது. ஓரோர் சமயம் மாமரத்தில் உட்கார்ந்து மைனாக்களையும் செம்போத்துக்களையும் மீன்கொத்திகளையும் வேடிக்கை பார்த்துக்கொண்டிருப்பதுபோல இருக்கும். மனிதர்கள், பஸ்கள், லாரிகள், சைக்கிள்கள் போவதைப் பார்த்துக்கொண்டு இருப்பான்.

சாலையைப் பார்த்தபடி அம்மாவின் கடிதத்தைப் பிரித்தான். அம்மா சொல்லச்சொல்ல வாத்தியார் எழுதி யிருந்தார்.

"அக்காவுக்கு ஆண் குழந்தை பிறந்திருக்கிறது. சுகப் பிரசவம். குழந்தைக்குக் கழுத்துக்குச் செயினும், கைகளுக்குக் காப்பும், கால்களுக்குக் கொலுசும், இடுப்புக்கு வெள்ளி அரைஞாணும் வாங்கிப்போட வேண்டும். அதற்குப் பணம் அனுப்பு. பாப்பா தன் வீட்டிற்குப் போக அவசரப்படுகிறாள். உன்னை ஒரு பட்டுப் புடவை எடுத்து வரச் சொன்னாள். அவசியம் பட்டுப்புடவை எடுத்து வா. நல்ல புடவையாக உனக்கு எடுக்கத் தெரிகிறது. அப்புறம், புன்னவனத்தில் இருந்து தங்கக் காப்பு பெண் விஷயமாக வந்திருந்தார். வள்ளியூரில் இருந்து ரெண்டு பேர் பெண் கொடுக்க வந்தார்கள். நீ வந்தால், அது விஷயமாக முடிவு பண்ணிவிடலாம். எத்தனை நாட்களுக்குத்தான் நீ தனியாக ஓட்டலில் சாப்பிட்டுக் கொண்டு இருப்பாய்?

பட்டணத்தில் தனியாக இருப்பது கஷ்டம். ஆகவே, நீ வந்தால் கல்யாண விஷயத்தையும் முடிவு பண்ணிவிடலாம்."

அம்மா கடிதத்தை மடித்துப் பையில் வைத்தான். பாப்பா பிரசவத்திற்கு இருநூறு ரூபாய் அனுப்பியிருந்தான். அதில் நூறு ரூபாய் கடன். பத்து ரூபாய் வட்டி. அடுத்த மாதத்தில் அசலைத் திருப்பித்தர வேண்டும். செயினும் காப்பும் கொலுசும் அரைஞாணும் வாங்க ஆயிரம் ரூபாய்கூடக் காணாது என்று இவனுக்குப் பட்டது. உட்கார்ந்திருந்தவன் எழுந்தான். கையைப் பின்னால் கட்டிக்கொண்டு நடந்தான். பத்தொன்பதாம் அறையில் சீட்டு ஆடிக்கொண்டிருந்தார்கள். அந்த அறையே சீட்டு அறைதான். ஏழு ஏழரை மணிக்குத் தொடங்கும் ஆட்டம் விடிய விடிய நடக்கும். ஓரோர் சமயம் இவன்கூடப் பாண்டியன் பக்கத்தில் உட்கார்வதுண்டு. ஆனால் ஒன்றுமே புரிந்த தில்லை. சீட்டுகள் தரையில் விழுவதையும் சீட்டுகளைக் கலைத்து

வெட்டி மறுபடியும் போடுவதையும் பார்த்துக்கொண்டே இருப்பான்.

இவன் தலையை நீட்டிப் பார்த்தான். பாண்டியன் கவனமெல்லாம் சீட்டில் இருந்தது. இவன் நடந்து சாலைக்கு வந்தான். அம்மாவுக்குப் பணம் இல்லையென்று எழுதிவிட வேண்டுமென்று தீர்மானித்துக்கொண்டான். இப்படியெல்லாம். அம்மா எழுத மேரிதான் ஒரு காரணம் என்று இப்போது இவனுக்குப் பட்டது. அவள் எடுத்துக் கொடுத்த புடவைகளும் பொருட்களும்தான் அம்மாவை மேலும் மேலும் எழுதவைக்கிறது என நினைத்துக்கொண்டான்.

மேரியைப் பார்ப்பதற்குப் பிறகு இவன் இரண்டுமுறை சென்றான். ஆனால் வாசலில் மோட்டார் சைக்கிள் நின்றது. உள்ளே போக மனம் வரவில்லை. திரும்பி வந்துவிட்டான்.

பாபுவைக் கல்யாணம் பண்ணிக்கொண்டு இருப்பாளா? இவனால் தீர்மானிக்க முடியவில்லை.

சா. கந்தசாமி

44

செல்லையா ரயில் பிடித்துப் புதிய அலுவலகத்திற்குச் சென்றான். அலுவலகத்திற்குப் பின்னால் தொழிற்சாலை. உரத்தொழிற்சாலை. எங்கே சென்று தனது அப்பாய்ன்ட்மெண்ட் ஆர்டரைக் காட்டுவது? இவனால் தீர்மானிக்க முடியவில்லை. கொஞ்சநேரம் அலுவலகத்தின் கட்டடத்தையே பார்த்தபடி இருந்தான். பிறகு அப்பாய்ன்ட்மெண்ட் ஆர்டர்மீது பார்வை சென்றது. அப்பொழுதும் தீர்மானிக்க முடியவில்லை. தொழிற்சாலைப் பக்கம் சென்றான்.

அகண்ட வாசல் கதவு சாத்தப்பட்டு இருந்தது. வாசலில் கூர்க்கா. இவன் அவனிடம் விசாரித்தான்.

"அப்பாய்ன்ட்மெண்டா. பத்துமணிக்கு ஆபீஸ்க்குப் போ!" என்றான் அவன்.

"பத்து மணிக்கா?"

லாரிச் சப்தம் கேட்டது. கூர்க்கா கதவைத் திறந்தான். இவன் கொஞ்சநேரம் நின்றான். லாரி சென்றது. அப்பாய்ன்ட்மெண்ட் ஆர்டரைப் பையில் வைத்துக்கொண்டு நடந்தான்.

பதினோரு மணிக்கு இவனுக்குத் தொழிற் சாலைக்குச் செல்ல அனுமதி அளிக்கப்பட்டது. இவன்கூட மூன்று பேர்கள். நால்வரும் நடந்து வந்தார்கள். இவர்களைப் பார்த்ததும் கூர்க்கா கதவைத் திறந்துவிட்டான்.

செல்லையா முன்னால் நடந்தான். இரண்டா வது மாடியில் குண்டாக இருந்த பெண் இவன் கையில் இருந்த காகிதத்தை வாங்கிப் பார்த்தாள்.

"புதுசா?"

தலையை அசைத்தான்.

“நாலுபேருமா?”

“ஆமாம்.”

“கீழே ஃபோர்மேனப் பாத்தியா?”

“இல்லீங்க.”

“கீழ, தொழிற்சாலையில ஃபோர்மேன் இருக்கார். ரகுன்னு பேரு. அவரப் போய்ப் பாருங்க.”

இவன் முன்னே இறங்கினான். இவன் பின்னே மற்றவர்களும் இறங்கினார்கள்.

“இன்னிக்கி எல்லாம் இப்படி அலயறதுலே சரியாப் போயிடும் போல இருக்குதே” என்றான் உயரமாக இருந்த வின்செண்ட்.

செல்லையா ஒருமுறை திரும்பிப் பார்த்தான். ஆனால் பதிலொன்றும் சொல்லவில்லை. கால்களை வேகமாக எடுத்து வைத்து நடந்தான். ஒரு சின்ன லாரி மெதுவாகச் சென்றது. அதன் அடியிலிருந்து தண்ணீரோ – எண்ணெய்யோ தெரிய வில்லை – ஒழுகிக்கொண்டே இருந்தது.

“ஆயில் ஊத்துது!” என்றான் வின்செண்ட்.

“அதான் மெதுவாகப் போகுது.”

இவன் கோட்டுப்போட்டுக்கொண்டு சென்றவனை நிறுத்தி ஃபோர்மேன் ரகுவைப் பற்றி விசாரித்தான். அவன் கொஞ்ச நேரம் யோசித்தான். அப்புறம் உள்ளே போகச் சொன்னான். உள்ளே ரகு இல்லை. பிறகு என்ன செய்வது? இவன் யோசிக்க ஆரம்பித்தான்.

“ஃபோர்மேனப் பார்க்கறதுக்குள்ள மணி ஐஞ்சி ஆகிடும்!” என்றான் மறுபடியும் வின்செண்ட். அவன் பல இடத்தில் வேலை பார்த்தவன்.

“இப்பப் பார்த்துடலாம்.”

“எனக்கு நம்பிக்கையில்ல. சர்க்கார் ஆபீசில எவன் இடத்துல இருக்கப் போறான்?”

“வின்செண்ட்! செத்த சும்மா வாயேன்.” இவன் நின்று திரும்பிச் சொன்னான்.

“சரி–” வின்செண்ட் பின்தங்கினான். இவன் அலைந்து ஃபோர்மேனைக் கண்டுபிடித்தான். அவன் பாய்லர் கரியெல்லாம் மேலே படிந்து இருக்க, கையைத் துடைத்துக்கொண்டு வந்தான்.

இவன் தயங்கி மெதுவாக அப்பாய்ன்ட்மெண்ட் ஆர்டரை நீட்டினான். ஒரு பார்வை பார்த்துவிட்டு, "நாலு பேரா?" என்றான்.

"ஆமாம் சார்."

"வாங்க." அவன் இவர்களை அழைத்துக்கொண்டு தன்னிடத்திற்கு வந்தான். நாளையிலிருந்து எப்போது வேலைக்கு வரவேண்டும்; என்ன வேலை செய்ய வேண்டும் என்பது பற்றியெல்லாம் கூறினான். இவர்கள் கவனமாகக் கேட்டுக் கொண்டார்கள்.

மணி ஒன்று அடித்தது.

"நீங்க எல்லாம் சாப்பிட்டாச்சா?" ஃபோர்மேன் கேட்டார்.

"இல்ல சார்."

"அரைமணி லஞ்சு அவர். பின்னால கேன்டீன் இருக்குது."

"நாங்க போய்ச் சாப்பிட்டுட்டு வர்றோம் சார்."

"ஒன்னரைக்கு எல்லாம் வந்துடணும்."

"சரி சார்."

இவர்கள் கூட்டமாகக் கேன்டீனுக்குப் போனார்கள். கேன்டீனுக்கு முன்னால் இன்னொரு பெரிய கூட்டம். நூறு நூற்றைம்பது பேர்கள். அவர்களைக் கடந்து முன்னே போக முடியும் என்று படவில்லை. நின்று இவன் யோசித்தான்.

"நம்ப வெளியே போகலாம்," என்றான் வின்சென்ட்.

"வெளியவா?"

"இந்தக் கூட்டத்துல எப்ப சாப்பிடுறது?"

"ஆமாம்."

இவர்கள் வெளியில் வந்து தோசையும் காபியும் சாப்பிட்டார்கள். பில் வந்தது. செல்லையா வாங்கிக்கொண்டான். ஒருவன் ஒன்னரை ரூபாயை எடுத்து நீட்டினான்.

"இல்ல, இருக்கட்டும்—" இவன் எல்லோருக்கும் சேர்த்துப் பணம் கொடுத்துவிட்டு வெளியே வந்தான்.

வின்சென்ட் சிகரெட் வாங்கி இவனிடம் நீட்டினான்.

"வேணாம்."

"குடிக்கறது இல்ல!"

"பரவாயில்ல. உன்கிட்ட நல்ல பழக்கமெல்லாம் இருக்குது."

இவன் பதிலொன்றும் சொல்லாமல் வேகமாக நடந்தான். ஃபோர்மேன் என்னவோ எழுதிக் கொண்டிருந்தார். இவர்களைக் கண்டதும் எழுதுவதை நிறுத்திவிட்டு எழுந்தார்.

"சாப்பாடு ஆச்சா?"

"ஆச்சு சார்."

"நாளையில் இருந்துதான் வேல."

"சரி சார்."

"இன்னக்கி உள்ள போய் இருங்க. என்ன நடக்குதுன்னு பார்த்துக்கொள்ளுங்க."

"சரி சார்."

இவர்கள் தொழிற்சாலைக்குள் சென்றார்கள். ஐந்தாறு பேர்கள் கூட்டமாக நின்று பேசிக்கொண்டிருந்தார்கள்.

"வேல கஷ்டமா இருக்காது!" வின்சென்ட் சொல்லியபடி முன்னே சென்றான்.

இவன் பதிலொன்றும் சொல்லாமல் ஒவ்வொன்றையும் பார்த்துக்கொண்டு மெதுவாகச் சென்றான். சூழ்நிலையே வித்தியாசமாக இருப்பதுபோல இருந்தது. மனத்தில் பதிய வைத்துக் கொண்டான். நாட்கள் ஒன்றன்பின் ஒன்றாகச் சென்றன.

இரண்டு மாதங்கள் கழிந்தன. தொழிற்சாலைப் பக்கத்தில் இடம்மாற்றிக்கொண்டான். கொஞ்சம் வசதியாகத்தான் இருந்தது. அம்மாவுக்கு முந்நூறு ரூபாய் பணம் அனுப்பினான்.

தொழிற்சாலையின் பிரதான வாசல். நாலாப் பக்கத்திலும் போஸ்டர்கள், சிவப்பில் வெள்ளை எழுத்துகள். தோரணம் தோரணமாகச் சிவப்புத் துணிகள். கோரிக்கையைச் சொல்லும் வாசகங்கள். பிரதான கோரிக்கை சம்பள விகிதத்தை மாற்ற வேண்டும்; இடைக்கால நிவாரணம் தரவேண்டும். பதினோரு ஆண்டுகளாகச் சம்பள விகிதம் மாற்றப்படவே இல்லை.

ஒவ்வொரு கேட் மீட்டிங்கிற்கும் இவன் வந்துவிடுவான். சங்கு பிடித்ததும், கையை அலம்பிக்கொண்டு வந்து முதல் வரிசையில் இடம்பிடித்து நிற்பான். பின்னால் பாண்டியன். இவனைச் சேர்ந்த இருபதுபேர்களில் பன்னிரண்டு பேர்கள் ஒன்றாக இருந்தார்கள். அப்புறம் வேறு ஆட்கள். நெருங்கியும் விலகியும் நிற்பார்கள்.

ஒன்று பத்துக்குத் தொழிற்சங்கப் பிரிவின் தலைவர் வந்து நிற்பார். கட்டை குட்டையான உருவம். ஆனால் மேசை மீது

ஏறியதும் ஆளே மாறியதுபோல இருக்கும். பார்வை நாலாப் பக்கமும் பாய்ந்து செல்ல விலகி நின்றவர்களெல்லாம் ஒன்றாகக் கூடி நெருங்கி வருவார்கள். இரண்டு மூன்றுமுறை இன்குலாப் சிந்தாபாத் முழங்கும். அது அழைப்புக் குரல். சாப்பிடுகிறவர்கள் சீக்கிரம் முடித்துவிட்டு ஓடிவருவார்கள். பிறகு கீழே இருந்து மாணிக்கம் மேலே ஏறுவான். தலைவர் ராமன் பக்கத்தில் நின்று இன்குலாப் சிந்தாபாத்... இன்குலாப் சிந்தாபாத் என்று குரல் கொடுப்பான். கட்டடமே அந்தக் குரலில் இடிந்து நொறுங்கி விழுவதுபோல இருக்கும்.

மாணிக்கத்தைப் பார்த்தால், பூஞ்சையாக முகத்தில் பெரிய கண்ணாடி மாட்டிக் கொண்டு இருப்பான். அந்தச் சப்தமே அவன் எழுப்புவதுதானா என்று இவனுக்கு ஆரம்பத்தில் ஆச்சரியமாக இருந்தது. மூன்று மாதத்திற்குள் இவனுக்குக் கத்தவும் குரல் கொடுக்கவும் வந்துவிட்டது. மாணிக்கத்தோடு சேர்ந்து கத்திக் கத்திக் குரல் உடைந்திருப்பது இவனுக்கே தெரிந்தது.

நேற்று தலைவர் வருவதற்குச் சற்றுத் தாமதமாகிவிட்டது. மாணிக்கம் வேறு காணோம். சாதாரணமாக அவன் சாரதி கூடத்தான் வருவான். இரண்டுபேர்கள் இன்குலாப் சிந்தாபாத் போட்டார்கள். ஆனால் அவர்கள் சப்தம் உச்சத்தை எட்டி எல்லோரையும் கூட்டவில்லை. கூட்டம் விலகியும் தனித்தும் இருந்தது. கத்தியவர்களும் களைத்துச் சோர்ந்ததுபோலக் காணப்பட்டார்கள். வரவரக் குரல் அழுத்திக்கொண்டே போனது.அப்புறம் கத்தவே முடியாதவர்கள்போலச் சோர்ந்து போனார்கள். யார் கத்திக் குரல் கொடுத்துக் கூட்டத்தை ஒன்றாகக் காப்பது? நின்றுகொண்டிருந்த ஒவ்வொருவரும் திரும்பித்திரும்பிப் பார்த்தார்கள். பெரும் முழக்கத்திற்குப் பின்னால் கூட்டத்தில் அமைதி. ஒரு சப்தம்கூட இல்லை.

செல்லையா தோள்மீது கிடந்த பாண்டியன் கையைத் தள்ளி ஓரடி முன்னே எடுத்துவைத்தான். கூட்டத்தை ஒரு முறை நோட்டமிட்டான். கூட்டம் கலைய ஆரம்பித்தது. இவன் காலைத் தரையில் அழுத்தி ஊன்றிக் கையை மேலே தூக்கி இன்குலாப் சிந்தாபாத்... இன்குலாப் சிந்தாபாத் என்று குரல் கொடுத்தான். இவன் எழுப்பிய குரல் கூட்டத்தில் இருந்த ஒவ்வொருவரையும் சென்று தாக்கியது. கட்டடம் ஆடுவது போல இருந்தது. சாப்பிட்டுக் கொண்டிருந்த பெண்கள் தலையை நீட்டிப் பார்த்தார்கள். புதுப்புது முகமெல்லாம் மாடியில் இருந்து கூட்டத்தை நோக்கியது. இவன் அதையெல்லாம் கவனிக்கவில்லை. பேச்சைத் தொடங்குவதற்கு முன்னால் சாரதி

இன்குலாப் போடுவதை நினைவில் வைத்துக்கொண்டான். இவன் குரலில் வலிமை சேர்ந்தது. மாடியில் இருந்தவர்கள் அவசரம் அவசரமாகக் கீழே இறங்கி வந்து கூட்டத்தோடு இணைந்து நின்றார்கள்.

வெளியிலிருந்து ராமன் உள்ளே வந்தார். இன்குலாப் சப்தம் அவரைக் கிளர்ச்சியுற வைத்தது. ஆனால் பின்னால் ஒதுங்கி நின்று இவனைப் பற்றி விசாரித்தார். அவனுக்கு இவனைப் பற்றித் தெரியவில்லை.

"புது ஆள் சார்" என்றான்.

ராமன் முன்னே சென்றார். இவன் சற்றுப் பின்வாங்கி அமைதியானான். மேசைமீது ஏறி நின்று கையைக் கொடுத்து இவனை மேசைமீது ஏற்றிக்கொண்டார். இவனுக்குப் பின்னால் மாணிக்கம். இவன் பெயரை விசாரித்துத் தெரிந்து தலையசைத்தார். நின்ற இடத்தில் இருந்தபடியே இரண்டுமுறை இன்குலாப் சிந்தாபாத்... இன்குலாப் சிந்தாபாத் என்று கர்ஜித்தான். பின்னால் இருந்து கூட்டம் முன்னால் நெருங்கி வந்தது. இவன் பின்னால் நகர்ந்துகொண்டான். தலைவர் சாரதி ஒருமுறை இவனைத் தட்டிக் கொடுத்துவிட்டுத் தான் இன்குலாப் சிந்தாபாத் போடுவதைத் தவிர்த்துவிட்டுப் பேச ஆரம்பித்தார்.

"நாம் எதற்காகக் கூடியிருக்கிறோம் என்பதைப் பற்றி அதிகமாகச் சொல்லத் தேவையில்லை. பதினோரு ஆண்டுகளாக நமது சம்பளம் மாற்றி அமைக்கப்படவில்லை. நாம் போராடும்போதெல்லாம் நமது கோரிக்கை ஏற்கப்படும் என்று சொல்லப்படுகிறது. புதிதாக வரும் சேர்மன் நமது கோரிக்கையை ஏற்று ஆவன செய்வதாகச் சொல்கிறார். அப்படிச் சொல்லிய மூன்று சேர்மன்களை நாம் பார்த்துவிட்டோம். ஆனால் நமது கோரிக்கை என்பது கவனிக்கப்படாமலேயே இருக்கிறது. அதை அரசுக்கு உணர்த்தவே கோரிக்கை வாரத்தைக் கொண்டாடுகிறோம். கோரிக்கை வாரத்தில் நமது கோரிக்கையை ஏற்காவிட்டால், கடுமையான நேரடி நடவடிக்கை எடுக்கப்படும். அதன் விளைவுகளுக்குப் பொறுப்பு நாம் இல்லை. நமது நிர்வாகமே... நமது அடுத்த நடவடிக்கை வேலை நிறுத்தம். நாடு முழுவதும் உள்ள முப்பதாயிரம் தொழிலாளர்கள் வேலைநிறுத்தத்தில் கலந்துகொள்வார்கள். அதற்கு வேண்டிய அறிவிப்பை நமது தலைவர் டில்லியில் கொடுத்திருக்கிறார். இன்றுபோல் அனைவரும் ஒன்றென நின்று போராட வேண்டும். வெற்றி என்பது போராட்டத்தின் மூலம் வருவதுதான்."

சா. கந்தசாமி

"இன்குலாப் சிந்தாபாத்."

ராமன் தலையை அசைத்துக் கையை மேலே தூக்கினார். கலைய ஆரம்பித்த கூட்டம் நின்றது.

"ஒரு முக்கிய விஷயம் சற்றுமுன்புதான் கவனத்திற்குக் கொண்டுவரப்பட்டது. மூன்று மாதத்திற்கு முன்னால் பணியில் சேர்ந்த இருபது மெக்கானிக் உதவியாளர்கள் நம்மிடம் இருக்கிறார்கள். அவர்கள் பணி இன்னும் நிரந்தரம் செய்யப் படவில்லை. ஆனால் போராட்டத்தில் அவர்கள் கலந்து கொண்டால் அதற்காக அவர்களை வேலையை விட்டு வீட்டிற்கு அனுப்ப முடியாது. இருந்தாலும் நிர்வாகம் பயமுறுத்தும். அதை நம்மால் முறியடித்துவிட முடியும். ஆனாலும் கலந்துகொள்ள அவர்கள் விரும்புகிறார்களா இல்லையா என்பதை அவர்கள் பிரதிநிதியாக ஒருவர் வந்து கூறட்டும்."

ராமன் கூட்டத்தையே பார்த்தபடி இருந்தார்.

"செல்லையா! நீ போய்ப் பேசு!" என்று பாண்டியன் இவனைப்பிடித்து இழுத்துவிட்டான்.

"ஆமாம்... நீ போ," என்றான் ரத்னம்.

இவன் தயங்கி நின்றான். தலைவர் அவசரப்படுவது தெரிந்தது.

"செல்லையா, சீக்கிரம் போ."

"போ செல்லையா."

இவனோடு வேலைக்கு வந்தவர்கள் எல்லாம் இவன் பெயரையே பரிந்துரைத்தார்கள். இவன் மெதுவாக முன்னே சென்றான். மேசைமீது நின்ற சாரதி குனிந்து கைகொடுத்தார். அவர் கையைப் பற்றி மேலே ஏறிநின்று சுற்று முற்றும் பார்த்தான். கூட்டம் சிதறிப் போகத் தொடங்கியது. ஓரடி முன்னால் எடுத்து வைத்தான்.

இன்குலாப்... இன்குலாப் சிந்தாபாத்,

இன்குலாப்... இன்குலாப் சிந்தாபாத்!

— என்று முழங்கினான். கலைந்த கூட்டம் நின்றது.

"தலைவர் அவர்களே! தோழர்களே! வணக்கம். எங்களின் சார்பில் பேசச் சொன்னதற்கு நன்றி. தொழிற்சாலையில் சேர்ந்த பிறகு நாங்கள் தனி ஆட்கள் இல்லை. உங்களுக்கு வருவதே எங்களுக்கு. எனவே முழுமனத்தோடு போராட்டத்தில் கலந்து கொள்ளச் சித்தமாக இருக்கிறோம். ஆனால் நமக்கு

வெற்றியைத் தவிர வேறெதுவும் கிட்டாது. இன்குலாப் சிந்தாபாத்! சிந்தாபாத்... சிந்தாபாத்...”

எல்லோரும் உற்சாகமாகக் கைதட்டினார்கள். தலை குனிந்தபடியே இவன் கீழே இறங்கப் போனான். தலைவர் ராமன் இவன் கையைப் பிடித்து இருக்கச் சொன்னார்.

“நமது தோழர் எது பேசவேண்டுமோ அது பேசினார். அவர் பேசியதைப் பார்த்தால் புதியவராகவோ இளைஞராகவோ படவில்லை. தொழிலாளி வர்க்கம் அடைவதெல்லாம் வெற்றியேயின்றி வேறல்ல–”

கூட்டம் முடிந்த பிறகு தலைவர் ராமனின் கூடவே இவன் கீழே இறங்கினான். பார்த்தறியாதவர்கள் எல்லாம் இவன் கையைப் பிடித்துக் குலுக்கினார்கள். சற்றுப் பழகியவர்கள்– தெரிந்தவர்கள் முதுகில் அன்போடு தட்டிக்கொடுத்தார்கள். இவன் சிரம் தாழ்த்திப் புன்னகை பூத்தான்.

“ரொம்ப நல்லாத்தான் பேசின,” என்றான் பாண்டியன்.

“முதலில் கொஞ்சம் தண்ணி குடிக்கணும்.”

இரண்டுபேரும் தொழிற்சாலையின் உள்ளே சென்றார்கள். தண்ணீர் பிடித்துக்கொண்டிருந்த ஒரு பெண், குவளையோடு தண்ணீரை இவன் பக்கம் நீட்டினாள்.

“இல்ல, நீங்க சாப்பிடுங்க.”

“பரவாயில்ல.” அவள் புன்னகை பூத்தாள்.

இவன் தண்ணீரைக் குடித்துவிட்டுக் குவளையை நீட்டினான்.

“இன்னும் கொஞ்சம்.”

“தாங்க்ஸ் மேடம்.” இவன் தன் பிரிவுக்குச் சென்றான். ஃபிட்டர் ஆறுமுகம் இவன் கையைப்பிடித்து, “அதயெல்லாம் இத்ன நாளா எங்க வச்சிக்கிட்டு இருந்த?” என்றார். ஒரு மாதமாக அவர் கூடத்தான் இவனுக்கு வேலை.

“மேசையில ஏறியதும், பயந்துபோய் நிக்கப்போறென்னு நினைச்சேன்.”

யாரோ தெரியவில்லை. ஓராள் வேகமாக வந்தான். இவன் கையைப் பற்றிக் குலுக்கிவிட்டு “ரொம்ப நல்லாப் பேசினீங்க–” என்று சொல்லிவிட்டுச் சென்றான். அவன் போனதும் இவனுக்கு வேலை நினைவுக்கு வந்தது. சாப்பாட்டிற்குப் போவதற்கு முன்னால் ஒரு நட்டை இன்னும் கொஞ்சம் பைல் பண்ண

வேண்டும் என்று ஆறுமுகம் சொல்லியிருந்தார். இவன் நட்டை பைல் பண்ணக் கையில் எடுத்தான்.

"எங்க போற?"

"பைல் பண்ண."

"ஒன்னும் வேணாம். நீ பண்ணினா சரியாத்தான் இருக்கும்!" என்று அவரே ஏற்றி முடுக்கினார். நட்டு சரியாக ஏறியது. அந்த வேலை முடிந்தபோது மூன்று மணி ஆனது.

"வா, டீக்குப் போகலாம்," என்று ஆறுமுகம் எழுந்தார். கையைத் துடைத்தபடி இவன் அவர் கூடவே நடந்தான். கேன்டீன் கடை வந்தது.

"உனக்கு இன்னிக்கு நம்பதான் டீ" என்று டீயும் மிக்சரும் வாங்கிக் கொடுத்தார். சாதாரணமாக ஆறுமுகம் யாரோடும் டீ சாப்பிடப் போகமாட்டார். தனியாகப் போவார்; தனியாக வருவார். டீ வந்தது. அவர் எடுத்து இவன் கையில் கொடுத்தார். நன்றாகச் சுடும் டீயை மெதுமெதுவாக இவன் குடித்துக் கொண்டு இருந்தான்.

45

மாலை. வேலை விடும் நேரம்.

இவன் சோப்புப் போட்டுக் கையை நன்றாக அலம்பிக் கொண்டான். பின்னால் வந்து கையை உதறிக் கைக்குட்டையை எடுத்துத் துடைத்தபடி நகக்கண்களைப் பார்வையிட்டான். சிறிது அழுக்கு ஏறி இருந்தது. அலம்பினால் போகாது. அறைக்குப் போனதும் நகத்தை வெட்டி அழுக்கைப் போக்க வேண்டும் என்று தீர்மானித்துக்கொண்டான். காக்கி மேல்சட்டையையும் பேண்ட்டையும் கழற்றி மடித்துக்கொண்டு வேறு பேண்ட்டும் சட்டையும் போட்டுக்கொண்டான். கை தாடையில் சென்றது. போன வாரம் செய்த சவரம். முகத்தில் இருந்த மயிர் கையில் குத்தியது. இனி அடிக்கடி சவரம் செய்துகொள்ள வேண்டும் என்று தீர்மானித்துக் கொண்டவனாகத் தலையைக் குனிந்து கண்ணாடியைப் பார்த்தபடி வாரிக் கொண்டான்.

"என்ன போகலாமா?" என்று கேட்டுக் கொண்டே பாண்டியன் பேண்ட்டைக் கழட்டி உதறி மடித்தான். அவன் இவன் அறைக் கூட்டாளி. அறைக்குப் போனதும், ஒரு லுங்கியைக் கட்டிக் கொண்டு சீட்டாடப் போய்விடுவான்.

இவனுக்குச் சீட்டாடத் தெரியாது. சற்று நேரம் வேடிக்கை பார்த்துக்கொண்டிருப்பான். அப்புறம் பக்கத்தில் உள்ள நூலகத்திற்குப் போவான். பத்திரிகைகள் படித்துவிட்டு இரண்டு புத்தகம் எடுத்துக்கொண்டு வருவான். கட்டிலில் சாய்ந்து படிப்பான். ஒருநாள் பாண்டியன் புத்தகத்தைக் கையில் எடுத்துப் புரட்டிப் பார்த்துவிட்டு, "எதுக்கு இதெல்லாம் படிக்கற?" என்று கேட்டான். இவன் பதிலொன்றும் சொல்லவில்லை. ஒரு சிரிப்புச் சிரித்தான்.

“போகலாமா?” என்றான் பாண்டியன்.

“இல்ல. நான் வர்ல—” பூட்ஸ் நாடாவை இறுக்கியபடி சொன்னான்.

“வர்லியா, எங்க போற?”

“யூனியன் ஆபீஸ்க்கு. வரச் சொன்னாங்களாம்.”

“அப்ப சரி. லேட்டாதான் வருவ —” பாண்டியன் முன்னால் சென்றான். அவனுக்குச் சீட்டாடும் அவசரம். அவன் சென்றதும், இவன் சாலைக்கு வந்தான். மரங்களின் கீழே கையை வீசியபடி நடந்தான். கொஞ்சதூரம் சென்றதும் ஒரு சைக்கிள் இவன் பக்கமாக வந்து நின்றது. சைக்கிளில் வந்தவன் மணியை அடித்துச் சிரித்தான். நீலச்சட்டையில் இருந்த அவனை இவனுக்குத் தெரியவில்லை. இருந்தாலும் பதிலுக்குச் சிரித்தான்.

அவன் இவன் போகும் இடத்தைக் கேட்டான். யூனியன் ஆபீஸ் என்றதும் சந்தோஷமுற்றான். பின்னால் ஏறிக்கொள்ளச் சொன்னான். தானும் அங்குதான் போவதாகச் சொன்னான். இவன் சைக்கிள் பின்னால் ஏறி அமர்ந்தான். புது சைக்கிள் வேகமாகச் சென்றது.

யூனியன் அலுவலகத்தில் ஏழெட்டுப் பேர்கள் இருந்தார்கள். அவர்களில் பலரை இவன் பார்த்ததே இல்லை. புதிய முகங்களாக இருந்தது. தலைவர் முகம் தென்படுகிறதா என்று பார்த்தான். காணவில்லை. என்ன செய்வது என்று தெரியாதவனாக ஒதுங்கி நின்றான்.

ரிக்ஷாவில் இரண்டு கட்டு போஸ்டர் வந்து இறங்கியது. ஓராள் தூக்கமுடியாமல் தூக்கிக்கொண்டு வந்தான். இவன் முன்னால் ஓடிக் கைகொடுத்தான். பாரம் இவன் கையில் இறங்கியது. பல்லைக் கடித்தபடி அதைத் தாங்கிக் கொண்டு மெது மெதுவாக முன்னால் சென்று ஒரு மேசைமீது வைத்தார்கள். நாற்காலியில் உட்கார்ந்திருந்த துணைத்தலைவர் கட்டைப் பிரித்து ஒரு போஸ்டரை எடுத்தார். சிவப்புப் போஸ்டர், போராட்டம் பற்றிய அறிவிப்பைத் தாங்கியிருந்தது. அதை ஒருமுறை படித்துக் கொண்டு இவன் பின்னால் நகர்ந்து போனான்.

இரண்டுபேர் தரையில் அமர்ந்து போஸ்டர் எழுதிக் கொண்டிருந்தார்கள். கையில் அவ்வளவு ஓட்டமில்லை. எழுத்து சிக்கியபடி சென்றது. இவன் அவர்கள் எழுதுவதையே பார்த்தபடி இருந்தான். ஒருவன் தன் எழுத்தில் சலிப்புற்றது மாதிரி பிரஷை உதறி வைத்தான்.

வாசலில் ஒரு மோட்டார் சைக்கிள் வந்து நின்றது. தலைவர் ராமன் இறங்கினார். பையை எடுத்துக்கொண்டு உள்ளே வந்தார். நாற்காலியில் உட்கார்ந்திருந்தவர்களில் சிலர் எழுந்தார்கள். திடீரென்று சூழ்நிலை மாறுதல் அடைந்தது மாதிரி இருந்தது. பின்னாலிருந்து இவன் முன்னால் வந்தான். யாரோடோ பேசிக் கொண்டு வந்த தலைவர் பார்வை இவன் பக்கம் திரும்பியது. தலையை அசைத்தார். அதில் நேசப்பான்மையும் அங்கீகாரமும் இருப்பதுபோலத் தோன்றியது. ஆனால் இவன் முன்னே செல்லவில்லை. திரும்பிப் போஸ்டர் எழுதுகின்றவர்கள் இடம் சென்றான்.

"சார், டீ!" டீ இவனுக்கு முன்னே நீட்டப்பட்டது. நிமிர்ந்து பார்த்தான். அநேகமாக எல்லோரும் டீ குடித்துக் கொண்டிருந்தார்கள். கூச்சமாக இருந்தது. ஆனாலும் கையை நீட்டி வாங்கிக்கொண்டான். குடிக்கக்குடிக்க டீ சூடாகவும் நன்றாகவும் இருப்பதுபோல இருந்தது. நிதானமாகக் குடித்து விட்டுத் தலைவர் பக்கம் மெதுவாகச் சென்றான்.

போஸ்டர் எழுதியவர்கள் அதை ராமனிடம் காட்டிக் கொண்டிருந்தார்கள். அதை ஒரு பார்வை பார்த்துவிட்டு, "நீ போஸ்டரெல்லாம் எழுதுவ?" என்றார்.

"சுமாரா சார்."

"ஒன்னு எழுது. ரவி பிரஷைக் கொடு."

இவன் பிரஷைக் கையில் பிடித்துக் காகிதத்தில் ஒரு சுழற்றுச் சுழற்றினான். குண்டுகுண்டாக ஒரே மாதிரியான எழுத்துக்கள். ஒரு போஸ்டரை எழுதி முடித்துத் தூர நின்று பார்த்தான். நன்றாக வந்திருப்பதுபோல இருந்தது. அதை ஃபேனின் கீழே உலர வைத்தான். இவன் பக்கத்தில் போஸ்டர் எழுதிக் கொண்டிருந்தவன் திரும்பிப் பார்த்தான். பிறகு முன்னே வந்து போஸ்டரை எடுத்துக்கொண்டு போய்த் தலைவர் சாரதியிடம் காட்டினான்.

"நல்லாயிருக்கே! யார் எழுதினா?"

"செல்லையா சார்."

"அப்ப அவனையே மற்ற போஸ்டரெல்லாம் எழுதச் சொல்லு. நீங்கயெல்லாம் போஸ்டர் ஒட்டுற வேலை பாருங்க."

"சரி சார்!" அவன் இவன் பக்கத்தில் பிரஷையும் இங்க்கையும் வைத்தான். எழுதுவதில் இருந்து விடுபட்டது சந்தோஷம் அளிப்பதுபோல இருந்தது. உள்ளே போய்ப்

பசையையும் ஒட்ட வேண்டிய போஸ்டரையும் எடுத்துக் கொண்டு சென்றான்.

பைலைப் புரட்டிய சாரதி நிமிர்ந்து பார்த்தார். இருள் பரவியது. கை திரும்பியது. கடிகாரம் கண்ணில் பட்டது. மணி ஆறரைக்கும் மேலாகி விட்டது. எழுந்து செல்லையா பக்கமாகச் சென்றார். இவன் குனிந்தபடியே எழுதிக்கொண்டிருந்தான். முன்னால் சென்று தலைவர் விளக்கைப் போட்டார்.

ஒரு ஸ்கூட்டர் வந்து வாசலில் நின்றது. ஓராள் அவசர அவசரமாக இறங்கி முன்னே வந்தான்.

"என்ன தலைவரே! இங்க வந்து உட்கார்ந்துட்டீங்க? மெயின் ஆபீஸ்க்கு அகில இந்தியத் தலைவர் போன் பண்ணினார்–"

"எங்க இருந்து?"

"விசாகப்பட்டனத்துல இருந்து."

"அந்த போனுக்குத்தான் நான் ரொம்ப நேரம் மெயின் ஆபீசில காத்துக்கிட்டு இருந்தேன்."

மோட்டார் சைக்கிளில் இரண்டுபேர்கள் வந்து இறங்கினார்கள். துணைத்தலைவரும் உதவிச்செயலாளரும்.

"நீங்க வாங்க. போன் வந்துச்சாம். மெயின் ஆபீஸ்க்குப் போகலாம்–" ராமன் ஃபைல்களைக் கையில் எடுத்துக்கொண்டு திரும்பிப் பார்த்தான். உட்கார்ந்திருந்த கூட்டம் இல்லை. செல்லையாதான் எழுதியபடி இருந்தான்.

அவர் இவன் பக்கமாகச் சென்று, "போஸ்டர் ஒட்டப் போனவங்க வந்தா இருக்கச் சொல்லு. நான் வந்துடுறேன். நீயும் இரு" என்று சொல்லி மோட்டார் சைக்கிள் பின்னால் உட்கார்ந்தார். அது சப்தத்தோடு புறப்பட்டுச் சென்றது.

மோட்டார் சைக்கிள் சப்தம் கேட்காமல் போன பின்னால் இவன் எழுதிய போஸ்டர்களை எண்ணிப் பார்த்தான். ஏழு இருந்தது. எழுதவேண்டிய பேப்பரைப் பார்த்தான். நான்கு இருந்தது. எழுதஎழுத நேர்த்தி கூடிவருவதுபோல இருந்தது. கை விரல்களைச் சொடுக்கி முறித்துக்கொண்டு மறுபடியும் எழுத ஆரம்பித்தான். ஏழேகால் மணிக்கு எழுத்து வேலை முடிந்தது. பிரஷை அலம்பினான். கையைத் திருப்பிப் பார்த்தான். சிவப்பாக இருந்தது. தேய்த்துத்தேய்த்து அலம்பிக் கொண்டான். அப்படியும் சிவப்புப் போகவில்லை. அறைக்குப் போனதும் சோப் போட்டு அலம்ப வேண்டும் என்று தீர்மானித்துக் கொண்டான்.

சற்றுநேரம் பொறுத்து போஸ்டர் ஒட்டப் போனவர்கள் திரும்பி வந்தார்கள். நாற்காலியில் உட்கார்ந்திருந்த இவன் எழுந்தான்.

"எங்க தலைவர் போயிட்டாரா?"

"இப்ப வந்துடுவாங்க. உங்கள இருக்கச் சொன்னாங்க."

"இப்பத்தான் போனாரா?"

"ஆறரை இருக்கும்."

"எட்டாகப் போகுதே."

"இப்ப வந்துடுவாங்க."

இரண்டுபேரும் கையலம்பிக் கொண்டு வந்து நாற்காலியில் இவனுக்கு எதிராக அமர்ந்தார்கள். காலைத்தூக்கி மேசைமீது எடுத்துப் போட்டுக்கொண்டு, "சிகரெட் இருக்கா?" என்றார்கள்.

"வாங்கியாரட்டுமா?"

"நீ குடிக்கறது இல்ல?"

இவன் சிரித்தான்.

"எனக்குப் பசிக்குது. வா, போகலாம்." ஒருவன் எழுந்தான்.

"எங்க போறது? அதான் இருக்கச்சொல்லிட்டுப் போயி இருக்காராமே!"

"போய்ச் சாப்பிட்டுட்டு வரலாம்."

"ஒருவழியா போயிடலாம். கொஞ்சம் இரு."

அவன் எழுந்து போய் ஒரு குவளைத் தண்ணீர் குடித்து விட்டு வந்தமர்ந்தான்.

"போஸ்டர் எல்லாம் எழுதிட்டியா?"

இவன் தலையசைத்தான். வாசலில் ஒரு மோட்டார் சைக்கிள் வந்து நின்றது. தலைவர் ராமன் மோட்டார் சைக்கிளி லிருந்து கீழே இறங்கித் தலைகுனிந்தபடியே உள்ளே வந்தார். இவர்கள் எல்லாம் எழுந்து நின்றார்கள்.

"போஸ்டர் எல்லாம் நல்லாதான் ஒட்டியிருக்கிறீங்க. வழியிலயெல்லாம் பார்த்தேன்."

"பசையில்ல சார். இருந்தா நிறைய ஒட்டியிருக்கலாம்."

"ராத்திரிக்குப் பசை காய்ச்சி ஒட்டிடலாம்."

"ஆமாம் சார்."

"சாப்பிட்டீங்களா?"

"போயிட்டு வர்றோம் சார்."

"இங்க சாப்பிட்டுக்கொள்ளலாம். யார் மோட்டார் சைக்கிள் ஓட்டுவா?"

அவர்கள் பேசாமல் இருந்தார்கள்.

"செல்லையா, நீ?"

"ஓட்டுவேன் சார்."

இருபது ரூபாய் நோட்டை எடுத்து நீட்டி, "நல்ல டிபனா எல்லோருக்கும் சேர்த்து வாங்கிக்கிட்டு, பசை காய்ச்ச மாவும் வாங்கிக்கிட்டு வா!" என்றார்.

"பணம் இருக்கட்டும் சார்."

"முதல்ல பணத்தைப் பிடி."

பணத்தைக் கையை நீட்டித் தயங்கி வாங்கிக் கொண்டான்.

"லைசென்ஸ் இருக்கு இல்ல."

"இருக்குது சார்."

"அப்ப சரி."

செல்லையா முன்னால் சென்று மோட்டார் சைக்கிளை உதைத்துக் கிளப்பினான். ஒரு உதையில் கிளம்பியது. வண்டியில் உட்கார்ந்து திரும்பிப் பார்த்தான். தலைவர் தலையசைத்தார். லேசாக ஆக்ஸிலேட்டரைக் கொடுத்துக் காலால் கியரைத் தள்ளினான். வண்டி புறப்பட்டது. ராமன் மோட்டார் சைக்கிள் போவதையே பார்த்துக்கொண்டிருந்தார். அது நேர்த்தியாகப் போவதுபோல இருந்தது. அவர் திருப்தியுற்றவர் போலப் பைல்களைப் புரட்ட ஆரம்பித்தார்.

46

எட்டே முக்கால் மணிக்கு இவன் மோட்டார் சைக்கிளைவிட்டுக் கீழேயிறங்கிப் பையைத் தூக்கிக்கொண்டு உள்ளே வந்தான். கூட்டமாக இருந்தது. புதிதாக ஆட்கள் வந்து கூடியிருந்தார்கள். டிபனை மேசைமீது வைத்துவிட்டுத் தலையை எண்ணிப் பார்த்தான். பதினொன்று இருந்தது. முதலில் ஏழுபேர்களுக்குத்தான் வாங்கினான். வாங்கிப் பையில் போட்டுக் கொண்டதும் காணாது போல இருந்தது. அதோடு பணம் கூட மீதியாகக் கையில் இருந்தது. மேலும் நான்கு பொட்டலங்கள் வாங்கிக்கொண்டான். பிறகு ஒரு பாக்கெட் சிகரெட், எட்டணாவுக்கு வெற்றிலைச் சீவல்.

இரண்டும் பையில் இருந்தது; கேட்டால் கொடுக்கலாம் என்றிருந்தான். அவையிரண்டும் தலைவர் கொடுத்த பணத்தில் வாங்கவில்லை. தன் சொந்தப் பணத்தில் வாங்கிக்கொண்டிருந்தான்.

டிபன் போக இரண்டு ரூபாய் மீதி இருந்தது. எடுத்துத் தலைவரிடம் நீட்டினான்.

"வச்சிக்க."

"இல்ல சார்."

"இருக்கட்டும். காலையில கணக்குப் பார்த்துக் கொள்ளலாம்."

பணத்தை இவன் பையில் போட்டபடி திரும்பி வந்தான். மேசைமீது இருந்த பொட்டலத்தை எடுத்துக்கொண்டு போய்ச் சிலர் சாப்பிட்டுக் கொண்டிருந்தார்கள். இவன் பின்னால் சென்று ஒரு நாற்காலியில் அமர்ந்தான்.

"செல்லையா, நீ சாப்பிடல?"

"இருக்கட்டும் சார்."

சா. கந்தசாமி

“இங்க வா.” இரண்டு பொட்டலத்தை எடுத்து இவனிடம் கொடுத்தார். கையை நீட்டி இவன் வாங்கிக்கொண்டான்.

“சீக்கிரமாச் சாப்பிடு. சாப்பிட்டதும் வேல இருக்குது. கொஞ்சம் வெளியில போகணும்.”

தலையை அசைத்தபடி அப்பால் செல்லக் காலடியெடுத்து வைத்தான்.

“எங்க போற ? இப்படியே உட்கார்” அவர் ஒரு நாற்காலியில் உட்கார்ந்தார். அவருக்கு எதிரே தயங்கி இவன் அமர்ந்தான். கை பொட்டலத்து நூலைப் பிரித்தது.

“வீடு எங்க?”

“வீடு இல்ல சார். அறையிலதான் தங்கியிருக்கேன் !”

“அப்படின்னா நீ மெதுவாப் போகலாம் !”

“ஆமாம் சார் !”

சாப்பிடும்போது அவருக்குத் திடீரென்று விக்கல் எடுத்தது. நெஞ்சை அழுத்தியபடிச் சுற்று முற்றும் பார்த்தார். இவன் பரபரக்க எழுந்து பின்னால் போய்த் தண்ணீர்ப் புட்டியைக் கொண்டு வந்து முன்னே வைத்தான். அவர் கண்களை மூடித் தண்ணீரைக் குடித்தார். நெஞ்சைத் தடவிவிட்டுக் கொண்டார். இவன் அவரையே பார்த்துக்கொண்டிருந்தான்.

“தண்ணீர் இல்லென்னா சாப்பிடவே முடியறது இல்ல !”

புட்டியில் தண்ணீர் பிடிக்க இவன் எழுந்தான்.

“இது போதும். நீ சாப்பிடு.” தண்ணீர்ப் புட்டியைத் தன் பக்கம் எடுத்துவைத்துக்கொண்டார்.

சாப்பிட்டு முடித்ததும் கையைத் துடைத்துக்கொண்டு இவன் வெளியே வந்தான். போஸ்டர், பசை, ஏணி என்று ஆளுக்கொன்றை எடுத்துக்கொண்டு ஒரு கூட்டம் முன்னே சென்றது. வேகமாக நடந்தான். ஏணியை எடுத்துச் சென்றவனுக்குக் கை கடுத்தது போலும், கீழே வைத்துவிட்டுக் கையை ஒருமுறை உதறிக்கொண்டான்.

“நான் எடுத்தாரேன் !” தரையில் இருந்த ஏணியை இவன் தூக்கிக்கொண்டான். அவனுக்கு இவனைத் தெரிந்தது போலும், இன்னொருமுறை கையை உதறி ஒரு புன்னகை பூத்தான். ஏணியைத் தூக்கிக்கொண்டு டக்டக்கென்று முன்னே சென்றான். எல்லோரையும் முந்திக்கொண்டு நடந்தான். ஒரு பெரிய கட்டடம் வந்தது. நிமிர்ந்து பார்த்தான். போஸ்டர் ஒட்டலாம்போல

இருந்தது. ஏணியைச் சாற்றினான். சற்றுநேரம் காத்திருந்தான். மற்றவர்கள் வந்து சேர்ந்தார்கள். தலைவர் முதலில் இருந்தார்.

"சார்! இங்க ரெண்டு போஸ்டர் ஒட்டலாம் சார்!"

அவர் நிமிர்ந்து பார்த்தார். பெரிய சுவர். நிறைய சினிமா போஸ்டர் இருந்தது. அவற்றுக்கு மேலே ஒட்டினால் நன்றாகத்தான் தெரியும். இரண்டு பேர் அவசரஅவசரமாகப் பசையைத் தடவிப் போஸ்டரை இவனிடம் கொடுத்தார்கள். கையில் வாங்கி மேலே ஏறினான். ஏணி ஆடியது. தலைவர் சட்டென்று கையை நீட்டிப் பிடித்தார்.

"நீங்க விடுங்க சார். நான் பார்த்துக்கறேன்." இவன் கால்களை மாற்றிவைத்து ஏணியைச் சரிசெய்துகொண்டான். அப்புறம் தலையை உயர்த்தி இரண்டு போஸ்டர்களையும் ஒட்டினான். அவற்றுக்கு மேலே இன்னொரு போஸ்டர் ஒட்டலாம்போல இருந்தது. இன்னும் மேலே தாவினான்.

"எங்க போற?"

"இன்னும் ஒன்னு ஒட்டலாம் சார்."

அவர் பின்னால் நகர்ந்து நின்று பார்த்தார். இவன் சொல்வது சரிதான். ஒரு போஸ்டர் ஒட்டினால் நன்றாகத்தான் இருக்கும். ஆனால் மேலே தாவி ஏறி நிற்பது கஷ்டம்.

"இல்ல. வேணாம்."

இவன் திரும்பிப் பார்த்தான். தாமோதரன் பசை தடவிய போஸ்டரை இவனிடம் நீட்டினான். குனிந்து அதை வாங்கிக் கொண்டு மேலேயேறி ஒட்டினான். இப்போதுதான் வேலையே பூர்த்தியானதுபோல இருந்தது. கீழே இறங்கி வந்தான்.

"இவ்வளவு உயரத்தில எல்லாம் வேணாம். கிட்டயே ஒட்டினாப் போதும்!" என்றார்.

"சரி சார்."

இவன் ஏணியைத் தூக்கிக்கொண்டு முன்னே நடந்தான். தொழிற்சாலையைச் சுற்றிச் சுவரொட்டிகளை ஒட்டிவிட்டுப் பன்னிரண்டே முக்கால் மணிக்கு இவர்கள் திரும்பி வந்தார்கள். தாமோதரன் ரொம்பத்தான் களைத்தது மாதிரி இருந்தான்.

தலைவர் பையில் இருந்து பத்து ரூபாய் நோட்டை எடுத்தார். அவர் பார்வை சுற்றுமுற்றும் சென்றது. பின்னால் இருந்த செல்லையா முன்னே வந்தான்.

"நீ வேணாம். ரெஸ்ட் எடுத்துக்க. சங்கர்! நீ போய் டீ வாங்கியா" என்று நோட்டை அவனிடம் நீட்டினார். அவன் சைக்கிள் எடுத்துக்கொண்டு போய் டீ வாங்கி வந்தான். இவன் கிளாசை எடுத்து வரிசையாக வந்தான். டீ குடித்துவிட்டு, ஒவ்வொருவராகப் புறப்பட ஆரம்பித்தார்கள்.

மணி ஒன்று அடித்தது. இவன் தலைவர் பக்கத்திலேயே நின்றுகொண்டிருந்தான்.

"நீ போகல."

"இல்ல சார்."

"இன்னம ஒன்னும் வேல இல்ல. வேணுமென்னா ரூமுக்குப் போயிட்டுக் காலையில வா."

"நீங்க சார்?"

"நானா!" அவர் நாற்காலியை இழுத்துப் போட்டுக்கொண்டு உட்கார்ந்தார்.

"வீட்டுக்குப் போய் மூனு நாளு ஆகுது. இன்னம எல்லாம் முடிஞ்ச அப்புறந்தான்."

"அப்ப நானும் உங்க கூடவே இருக்கறேன் சார்."

"தூக்கம் வந்தா பெஞ்சியில படுத்துக்க!" என்று சொல்லி விட்டுப் பெட்டியைத் திறந்து காகிதத்தை எடுத்து எழுத ஆரம்பித்தார். கொஞ்ச நேரம் இவன் நின்றுகொண்டிருந்தான். அப்புறம் மெதுவாக நகர்ந்து பின்னால் சென்றான்.

நூலகம்போல வரிசையாகப் புத்தகங்கள் இருந்தன. ஒரு புத்தகத்தை எடுத்துப் புரட்டிப் பார்த்தான். ஆங்கிலமாக இருந்தது. அதை வைத்துவிட்டுக் குனிந்து கீழ் அடுக்கிலிருந்து ஒரு புத்தகத்தை எடுத்தான். தமிழ். இரண்டு பக்கம் தள்ளிப் பார்த்தான். சிறிது படித்தான். அப்புறம் அதை இருந்த இடத்தில் வைத்துவிட்டு இன்னொரு புத்தகத்தை எடுத்தான். ஒரு பக்கத்தைத் தள்ளினான். இரண்டு தாடிக்காரர்கள். ஒன்றாக இணைந்து இருந்தார்கள். சிறிது நேரம் அவர்களையே பார்த்துக்கொண்டிருந்தான். பிறகு புத்தகத்தை எடுத்துக் கொண்டு முன்னே வந்தான். நாற்காலியில் உட்கார்ந்து படிக்க ஆரம்பித்தான். நேரம் செல்லச்செல்லக் கை ஒவ்வொரு பக்கமாகத் தள்ளிக்கொண்டே இருந்தது.

தலைவர் தனது வேலையை முடித்துவிட்டு நிமிர்ந்து பார்த்தார்.

இவன் கவனமாகப் படித்தபடி இருப்பதைக் கலைக்கக் கூடாது என்று தீர்மானித்துக்கொண்டவர்போல, மேசையில் இரண்டு கையையும் ஒன்றாக வைத்துத் தலைசாய்த்தார்.

மணி மூன்று அடித்தது. மணிச் சப்தம் இவன் காதில் விழவே இல்லை. படிப்பில் ஆழ்ந்திருந்தான். கை படித்த பக்கத்தைப் புரட்டியது.

சைக்கிள் சப்தம் கேட்டது. இவன் திரும்பிப் பார்த்தான். காக்கிச்சட்டை போட்டுக்கொண்டிருந்தவன் ஒருவன் கீழே இறங்கி வந்தான். தந்தியொன்றை இவனிடம் நீட்டினான். தலைவர் பெயர் போட்டிருந்தது. கையெழுத்திட்டு வாங்கிக் கொண்டு முன்னே சென்றான். அவர் தூங்கிக்கொண்டிருந்தார். இரண்டு முறை கூப்பிட்டான். தலையை அசைத்து நிமிர்ந்தார். தந்தியை நீட்டினான். அவர் வாங்கிப் பிரித்துப் படித்தார். பக்கத்திலேயே நின்றுகொண்டிருந்தான்.

"பேச்சு வார்த்தைக்குக் கூப்பிட்டு இருக்காங்க." தலைவர் தந்தியை ஃபைலில் வைத்தார். எழுந்து நின்றார்.

"காலையில பத்துமணிக்குப் போகணும்."

"அப்ப வேலைநிறுத்தம் சார்?"

"தற்காலிகமா நிறுத்திவைக்கச் சொல்லி இருக்குது." தலைவர் ஒரு சிகரெட்டை எடுத்துக் கொளுத்தினார். தீக்குச்சியை அணைத்துப் போட்டுவிட்டு, "கதிரேசன் வீடு தெரியுமா?" என்றார்.

"அட்ரஸ் கொடுங்க சார்."

முகவரியை எழுதிக் கையில் கொடுத்து, "கதிரேசன் வீட்டுலதான் இருப்பான். டில்லியில இருந்து தந்தி வந்திருக்குன்னு கூட்டிக்கிட்டு வா... மோட்டார் சைக்கிள எடுத்துக்கிட்டுப் போ!" என்றார்.

"சரி சார்."

மோட்டார் சைக்கிளை வெளியே தள்ளிக்கொண்டு வந்து உதைத்துக் கிளப்பி ஏறி உட்கார்ந்தான். உதயத்தில் அவன் மோட்டார் சைக்கிள் வேகமாகச் சென்றது.

சா. கந்தசாமி

47

காலையில் யூனியன் அலுவலகத்தில் பெரிய கூட்டம். யார் யாரோ இருந்தார்கள். இவனுக்கு அவர்களில் பலரை அடையாளம் தெரியவில்லை. கூட்டத்தில் நிற்க முடியாதவனாக மெதுமெது வாகப் பின்னால் ஒதுங்கி நின்றுகொண்டான்.

தாமோதரன் கூட்டத்திலிருந்து வெளியே வந்தான். இவனைப் பார்த்ததும் ஒரு சிரிப்புச் சிரித்து, "ராத்திரி வீட்டுக்குப் போகல?" என்று கேட்டான்.

"இல்ல."

"அப்படியா. என்னமோ தந்தி வந்துச்சாமே?"

"நான்தான் வாங்கினேன்."

"அப்ப வேலை நிறுத்தம் இல்ல?"

"தெரியல."

"நீ டிபன் சாப்பிட்டியா?"

"முதல்ல பல் விளக்கணும்."

"அப்ப, நீ ரூமுக்குப் போய்ப் பல் விளக்கிட்டு குளிச்சிட்டு சாப்பிட்டுட்டு வா."

"கூட்டம்."

"ஆரம்பிக்க இன்னும் நேரம் ஆகும். சைக்கிள்ல போயிட்டு வா–" தாமோதரன் சைக்கிள் சாவியை எடுத்துக்கொடுத்தான். இவன் சாவியை வாங்கிக் கொண்டு கூட்டத்தை ஒரு பார்வை பார்த்தான். ஆட்கள் நிறைந்துபோய், நிற்க இடம் இல்லாமல் வெளியில் நின்றார்கள்.

இவன் தயங்கியபடி வந்து சைக்கிளில் ஏறினான். வேகமாக மிதித்தான். சீக்கிரம் திரும்பிப் போக வேண்டும் என்ற ஆவல் மனத்தில் இருந்தது.

சைக்கிளை வெளியில் நிறுத்திவிட்டு அறைக்கதவைத் திறந்தான். உள்ளே சென்றான். மேசைமீது ஒரு கடிதம் இருந்தது. எடுத்துப் பிரித்தான். அம்மா கடிதம். முக்கிய விஷயம். இவன் கல்யாணம். பெண் வீட்டுக்காரர்கள் அவசரப்படுகிறார்கள். நீ உடனே வா. பெரிய இடம். இப்படிப்பட்ட இடத்தில் பெண் கிடைப்பது அபூர்வம். உடனடியாக ஒரு போட்டோ எடுத்து அனுப்பிவை. அப்புறம் பாப்பாவுக்கு உடம்பு சுகமில்லை. இருநூறு ரூபாய் பணம் அனுப்பு. அலட்சியமாக இருந்துவிடாதே.

கடிதத்தை ஒரு புத்தகத்தில் வைத்தான். கை தாடையைத் தடவியது. மயிர் குத்தியது. குனிந்து படுக்கைக்குக் கீழே இருந்து சவர டப்பாவை எடுத்தான். புதிய பிளேடு ஒன்றும் தட்டுப் படவில்லை. பழைய பிளேடுகள் நிறையக் கிடைத்தன. அவற்றில் ஒன்றை எடுத்துப் பொருத்திச் சவரம் செய்துகொண்டான். சவரம் செய்துகொள்ளும்போதே அம்மாவுக்குப் பணம் அனுப்ப வேண்டுமா என்று யோசித்தான். தீர்மானிக்க முடியவில்லை. குளித்துவிட்டு வந்ததும் டைரியை எடுத்தான். மெதுவாகப் பக்கங்களைப் புரட்டினான். ஒரு நூறு ரூபாய் நோட்டு இருந்தது. போன மாதத்தில் அகவிலைப்படி உயர்வில் எண்பது ரூபாய் கிடைத்தது. சம்பளப் பணத்தில் இருந்து இருபது ரூபாய் போட்டு முழுசாக்கினான். இருநூறு ரூபாய் கேட்ட அம்மாவுக்கு இதை அனுப்பிவைக்கலாமா? பணத்தை எடுத்துப் பையில் வைத்துக் கொண்டான். அவசரம்அவசரமாக ஓட்டலில் சாப்பிட்டு விட்டுச் சைக்கிளில் ஏறி யூனியனுக்கு வந்தான். கூட்டம் பெரிதாக இருந்தது. தலைவர் ராமன் பேசிக்கொண்டு இருந்தார்.

இவன் சைக்கிளை ஒரு பக்கமாக நிறுத்திவிட்டு முன்னே சென்றான். எல்லோரும் கை தட்டினார்கள்.

இன்குலாப் சிந்தாபாத்

இன்குலாப் சிந்தாபாத்

என்று எல்லோரும் கத்தினார்கள். இவனும் அவர்களோடு சேர்ந்து கொண்டு கத்தினான்.

தலைவர் ராமன் மேசைமீது இருந்து கீழே இறங்கினார். கூட்டம் மெதுவாகக் கலைந்தது. இவன் தலைவர் பேச்சைக் கேட்க முடியாமல் போய்விட்டதே என்று நினைத்துக்கொண்டான்.

யாரோ தெரியவில்லை, கூட்டத்தைத் தள்ளியபடி வந்தவன் இவன் கையைப் பிடித்து, "பின்னாலயா இருந்தே?" என்றான். இவன் தலையை அசைத்தான்.

"தலைவர் நல்லாதான் பேசினார்."

வழியென்று ஒருவன் தள்ளினான். இவன் கையைப் பிடித்துக் கொண்டிருந்தவன் பிரிந்து போனான். தலைவர் என்ன பேசி இருப்பார் என்று யோசித்துக்கொண்டே முன்னே நடந்தான். கண்கள் தாமோதரனைத் தேடின.

வின்சன்ட் ஒரு சிரிப்புச் சிரித்துவிட்டுச் சென்றான். கூட்டத்தில் தாமோதரன் இருப்பதாகத் தோன்றவில்லை. எங்கே சென்றிருப்பான். யோசித்துக்கொண்டே திரும்பி வெளியே வந்தான். வாசலில் பீடி குடித்துக்கொண்டு அவன் இருந்தான். அவசரம்அவசரமாக முன்னே சென்று, "உன்ன எங்கயெல்லாம் தேடுகிறேன்!" என்றான்.

"நீ எப்ப வந்த?"

"இப்பதான். தலைவர் என்ன சொன்னார்?"

"அப்பயெல்லாம் நீ வர்ல!"

"நீ சொல்லு."

"டில்லியில எல்லாம் நல்லபடியா நடக்கும் என்றார்."

"அவ்வளவுதானா?"

"இரண்டு நிமிஷந்தான் பேசினார். நாளைக்குச் சாயந்திரம் டில்லிக்குப் போறாங்களாம்."

"சாவி இந்தா."

"நீ வர்ல இல்ல."

"பின்ன?"

"இல்ல, தலைவர்கூட இருக்கப் போறியான்னு கேட்டேன்."

இவன் பதிலொன்றும் சொல்லாமல் சாவியை எடுத்து அவனிடம் கொடுத்தான்.

"வா, நம்ப இரண்டு பேரும் ஒன்னா சைக்கிள்ல போயிடலாம்."

"சரி."

அவன் சைக்கிளில் ஏறினான். சற்றுத்தூரம் போனதும் இவன் பின்னால் தாவி உட்கார்ந்துகொண்டான்.

தாமோதரன் சைக்கிளை வேகமாக மிதித்தான். எதிரே ஒரு லாரி வந்தது. அதில் மோதிவிடுவது மாதிரிச் சென்றான். இவன் அவன் தோளில் தட்டி, "மெதுவா மெதுவா..." என்றான். அவன் திரும்பிப் பார்த்து ஒரு சிரிப்புச் சிரித்தான்.

"ஒன்னும் பயப்படாத." சைக்கிள் அதே வேகத்தில் சென்றது.

சைக்கிள் தபால் ஆபீஸைத் தாண்டியது. இவன் கீழே குதித்தான்.

"தாமு, கொஞ்சம் இரு. பணம் அனுப்பிட்டு வர்றேன்." வேகமாக உள்ளே போய் அம்மாவுக்குப் பணம் அனுப்பிவிட்டுத் திரும்பி வந்தான்.

"யாருக்குப் பணம் அனுப்புற?"

"அம்மாவுக்கு."

"முதல்லகூட அனுப்பினபோல இருக்கு!"

"சைக்கிள்ல ஏறு. நேரம் ஆகுது."

சைக்கிள் உருள ஆரம்பித்தது.

கூட்டமாக முன்னும்பின்னும் ஆட்கள் சென்ற வண்ணம் இருந்தார்கள். அந்தக் கூட்டத்தில் தாமோதரன் சைக்கிள் நுழைந்து முன்னே சென்றது.

ஒரு வாரம் கழித்து அம்மாவிடம் இருந்து இன்னொரு கடிதம் வந்தது. சீக்கிரம் கல்யாணத்துக்குப் போட்டோ எடுத்து அனுப்பு என்று எழுதியிருந்தாள். இதுவரையில் ஒரு போட்டோ கூட எடுத்துக்கொள்ளவில்லை என்பது நினைவுக்கு வந்தது. கடிதத்தை மடித்து ஒரு புத்தகத்தில் வைத்துக்கொண்டான்.

யூனியன் அலுவலகத்திற்கு இவன் சென்றபோது செயலாளர் கதிரேசன் பீடி குடித்துக்கொண்டிருந்தார். அவருக்கு வயது ஐம்பதுக்கு மேல் இருக்கும். தலைமயிர் எல்லாம் உதிர்ந்து போய் இருந்தது. இவனைப் பார்த்ததும், தலையசைத்தார். அவரோடு இவனுக்குப் பழக்கம் இல்லை, வேலை நிறுத்தம் தொடங்கப்பட்டபோது, அவர் விசாகப்பட்டினத்தில் இருந்தார்.

"வணக்கம் சார்."

பீடியைக் கையில் எடுத்துக்கொண்டு தலையசைத்தார்.

அவருக்கு முன்னே இவன் பணிவோடு நின்றான்.

"உட்கார்."

"இருக்கட்டும் சார்."

"சும்மா உட்கார்."

இவன் உட்கார்ந்தான்.

"நாளைக்குச் சாயந்தரம் கூட்டம் இருக்குது, தெரியும் இல்ல."

"தெரியும் சார்."

சா. கந்தசாமி

"வந்துடு."

வாசலில் மோட்டார் சைக்கிள் வந்து நிற்கும் சப்தம் கேட்டது. எழுந்து திரும்பிப் பார்த்தான். தலைவர் ராமன். இவன் முன்னால் வந்து வணக்கம் என்றான். அவர் பதிலுக்குத் தலை வணங்கினார். இவன் ஒதுங்கி நின்றுகொண்டான்.

சற்றுநேரம் பொறுத்துத் தலைவர் ராமன் திரும்பிப்பார்த்தார். இவன் முன்னால் சென்றான்.

"கொஞ்சம் டீ சொல்லு."

"சரி சார்–" இவன் டீ கடைக்குச் சென்று ஏழு டீ சொன்னான்.

அடுத்தநாள் மாலையில் கூட்டம் ஆரம்பமாகியது. பெரிய கூட்டந்தான். அகில இந்தியத் தலைவர் பேசினார். தொழிலாளர்களின் ஒற்றுமை வெற்றி பெற்றுவிட்டது என்றார். இடைக்கால நிவாரணம் தரவும் சம்பளத்தை மாற்றியமைக்கவும் அரசாங்கம் ஏற்றுக்கொண்டுவிட்டது என்று தெரிவித்தார்.

இராமன் முதலில் கைதட்டினார். மற்றவர்கள் பிறகு கைதட்டினார்கள். அப்புறம் நான்குபேர்கள் பேசினார்கள். கடைசியாக ராமன் சிறிது நேரம் பேசினார். பெரிதாகச் சிந்தாபாத் போட்டார். அவர் பேச்சைவிட இது நன்றாக இருப்பதுபோல இவனுக்குப் பட்டது. தோளில் ஒரு கைபட்டது. திரும்பிப் பார்த்தான். தாமோதரன் சிகரெட் குடித்துக்கொண்டிருந்தான்.

"நாளைக்கு நமக்குப் பர்மெனன்ட் ஆடர் வருகுது!" என்றான் வாயிலிருந்து சிகரெட்டை எடுத்துக்கொண்டு.

"யார் சொன்னா?"

"மெயின் ஆபீசில பார்த்தேன்."

"யாருக்கு எல்லாம்–"

"நம்ப எல்லாருக்குந்தான்."

"அப்ப மணிக்குக் கல்யாணம் ஆகிடும்."

"அது என்ன விஷயம்?"

"வேலை பர்மனென்ட் ஆகட்டுமென்னு பொண்ணு வீட்டுல தள்ளிப்போட்டுக்கொண்டு இருந்தாங்களாம்."

"ஏன், பணக்கார இடமா?"

"இருக்கும்."

"அப்ப, உனக்குக் கல்யாணம் இன்னம ஆகிடும்."

சூரிய வம்சம்

"எனக்கென்ன?" இவன் சிரித்தான்.

"வேல பர்மனென்ட் ஆகிட்டா அப்புறம் கல்யாணம்தானே?"

பதில் சொல்ல வாயைத் திறந்தான். வின்சென்ட் வந்து தோளில் கை போட்டான். இவனுக்குப் பேசமுடியவில்லை. தாமோதரன் இன்னொரு சிகரெட்டை எடுத்துக் கொளுத்தினான். அவன் கை சிகரெட் பெட்டியை வின்சென்ட் பக்கம் நீட்டியது; அவன் ஒரு சிகரெட்டை எடுத்துக்கொண்டான்.

"வா, போகலாம்."

"இல்ல. நீ போ."

"இங்க என்ன பண்ணப்போற?"

"தலைவர் இருக்கச் சொல்லி இருக்கார்."

"அவருதான் போயிட்டாரே."

"இருக்கச் சொல்லி இருக்கார்."

"நீ என்ன பண்ணப்போற?"

"நான் இருக்கப்போறன் வரவரைக்கும்."

"சரி நீ இரு. வின்சென்ட், நம்ப போகலாம் இல்ல."

"ஆமாம்."

அவர்கள் இரண்டுபேரும் சென்றார்கள். இவன் தாறுமாறாகக் கிடந்த மேசை நாற்காலிகளை ஒழுங்குபடுத்தி வைத்தான். வெளியில் இருண்டு வந்தது. விளக்கைப் போட்டான். புத்தக அலமாரிப் பக்கம் போய் ஒரு புத்தகத்தைக் கையில் எடுத்துக் கொண்டு படிக்க ஆரம்பித்தான்.

ஒரு மாதத்திற்குப் பிறகு ஒரு நாள். மாலைப் பொழுது. சங்க அலுவலகம். இருபது இருபத்தைந்து பேர்கள் கூடியிருந்தார்கள். பின்வரிசையில் இவன். சுவரோடு சாய்ந்து உட்கார்ந்து கொண்டிருந்தான்.

யூனியன் தேர்தல். ராமன் மறுபடியும் தலைவராகத் தேர்ந்தெடுக்கப்பட்டார். பாதிப்பேர்களுக்கு மேல் கை தட்டி னார்கள். இவன் எழுந்து நின்று கைத்தட்டினான். ராமன் பார்வை இவன் மேல் விழுந்தது. இவன் கையெடுத்துக் கும்பிட்டான். அவர் தலையசைத்துப் புன்னகை பூத்தார்.

செயலாளராக கதிரேசன் அவருக்கும் போட்டி இல்லை. அவர் பெயர் சொல்லப்பட்டதும், பலமாகக் கைத்தட்டும் சப்தம் கேட்டது. துணைச்செயலாளராக இருந்த சாரநாதன்

காலமாகி விட்டான். அவன் இடம் காலியாக இருந்தது. அவன் பதவியில் யாரைப் போடலாம். சிறிதுநேரம் ஆலோசனை நடந்தது. ராமன் ஏதோ பைலைப் புரட்டினார்.

முன் வரிசையில் உட்கார்ந்து இருந்த தாமோதரன் எழுந்தான். தொண்டையை ஒருமுறை கனைத்துக் கொண்டான். பார்வை நாலாப் பக்கமும் சென்றது. பைலைப் புரட்டிய தலைவர் அவனைப் பார்த்துச் சொல்லு என்று தலையசைத்தார்.

“துணைச் செயலாளரா நம்ப செல்லையாவைப் போடலாம் சார்.”

பலர் பார்வை பின்னால் சென்றது. அவன் தலைகுனிந்து கொண்டான்.

“செல்லையா எங்க?”

“செல்லையா, எழுந்திரி.”

இவன் தயங்கியபடியே எழுந்து நின்றான்.

“செல்லையா, இங்க வா!” என்றார் தலைவர் ராமன்.

முன்னே உட்கார்ந்து இருந்தவர்கள் விலகி வழிகொடுக்க, இவன் அவர்களைத் தாண்டிக்கொண்டு முன்னே சென்றான். தாமோதரன் கைத்தட்டினான். அவனைத் தொடர்ந்து இரண்டு மூன்றுபேர் கைத்தட்டினார்கள்.

இவன் மேசை ஏறித் தலைவருக்குப் பின்னால் போய் நின்றான் .

“செல்லையா, முன்னால இப்படி வா.”

இவன் முன்னே வந்தான்.

“நாற்காலியில உட்கார்.”

“இருக்கட்டும் சார்.”

“சும்மா உட்கார்.”

தயங்கி இவன் உட்கார்ந்து கூட்டத்தை ஒரு பார்வை பார்த்தான்.

கதிரேசன் எழுந்து, “துணைச் செயலாளர் செல்லையா!” என்றான்.

இவன் பரபரக்க எழுந்து நின்றான். எல்லோரும் கைத் தட்டினார்கள்.

●